टाटा
एका कॉर्पोरेट ब्रँडची उत्क्रांती

मूळ लेखक
मॉर्गन विट्झेल

प्रस्तावना
राम चरण

अनुवाद
विदुला टोकेकर

मेहता पब्लिशिंग हाऊस

TATA—THE EVOLUTION OF A CORPORATE BRAND
by MORGEN WITZEL
First Published in Portfolio by Penguin Books, New Delhi India.
Copyright © Tata Sons Limited 2010
Photographs copyright © Tata Sons Limited 2010
Foreword copyright © Ram Charan 2010
All rights reserved

Although the publisher, the author and Tata Sons Limited have made every effort to ensure accuracy of information at the time of going to press, the publisher, the author and Tata Sons Limited do not assume and hereby disclaim liability to any party for loss or damage caused by errors, omissions or misleading information.Any important omissions-as well as inadvertent mistakes-will be remedied in any future editions.

टाटा – एका कॉर्पोरेट ब्रँडची उत्क्रांती

अनुवाद : विदुला टोकेकर
पी २५, चैतन्यनगरी, वारजे, पुणे - ४११०५८.

मराठी पुस्तक प्रकाशनाचे हक्क मेहता पब्लिशिंग हाऊस, पुणे

प्रकाशक : सुनील अनिल मेहता, मेहता पब्लिशिंग हाऊस,
१९४१, सदाशिव पेठ, माडीवाले कॉलनी, पुणे - ३०.

प्रथमावृत्ती : फेब्रुवारी, २०१२ / नोव्हेंबर, २०१२ /
पुनर्मुद्रण : मे, २०१५

ISBN for Printed Book 9788184982992
ISBN for E-Book 9788184987263

टाटा समूहाचे इतिहासकार श्री. आर.एम. लाला
यांना हे पुस्तक आदरपूर्वक समर्पित केले आहे.
समूहाची मूल्ये आणि इतिहास जिवंत ठेवण्यासाठी
त्यांनी इतके काही केले आहे की, आज टाटांबद्दल
लिहिणारे आम्ही, त्यांच्या पावलांवर पावले टाकत आहोत.

All rights reserved along with e-books & layout. No part of this publication may be reproduced, stored in a retrieval system or transmitted, in any form or by any means, without the prior written consent of the Publisher and the licence holder. Please contact us at **Mehta Publishing House,** 1941, Madiwale Colony, Sadashiv Peth, Pune 411030.
✆ +91 020-24476924 / 24460313
Email : info@mehtapublishinghouse.com
production@mehtapublishinghouse.com
sales@mehtapublishinghouse.com
Website : www.mehtapublishinghouse.com

◆ या पुस्तकातील लेखकाची मते, घटना, वर्णने ही त्या लेखकाची असून त्याच्याशी प्रकाशक सहमत असतीलच असे नाही.

प्रस्तावना

जगातल्या बहुराष्ट्रीय कंपन्यांमध्ये 'टाटा' ही विशेष आहे. केवळ आर्थिक नफा हे त्यांचे ध्येय नसून, ते सामाजिक आणि आर्थिक दोन्हीही आहे.

'टाटा' १४० वर्षांहून अधिक जुनी आहे. त्यांच्या २८ पब्लिक लिमिटेड कंपन्या आहेत. ऐंशीहून अधिक देशांमध्ये त्यांचा कारभार आहे आणि पंचाऐंशीहून अधिक देशांमध्ये ते आपल्या वस्तू आणि सेवा निर्यात करतात. भारतात उद्योगाची छोटीशी सुरुवात केलेले 'टाटा', आता मोठ्या प्रमाणावर आंतरराष्ट्रीय क्षेत्रात पोहोचले आहेत. समूहाच्या एकूण उत्पन्नापैकी ६५ टक्के उत्पन्नाचा भाग हा भारताबाहेरून येतो. सर्वांत अलीकडचा ताळेबंद ३१ मार्च २००९ रोजी संपलेल्या आर्थिक वर्षात ७०.८ कोटी डॉलर्सचे उत्पन्न दाखवतो. तरीही *'टाटा : एका कॉर्पोरेट ब्रँडची उत्क्रांती'* ही केवळ एका बलाढ्य आर्थिक संस्थेची यशोगाथा नाही. ही कहाणी आहे, 'टाटांच्या मूल्यांची : रोजच्या कामकाजाच्या मागे काय आहे; त्याचा डीएनए आणि आपले सामाजिक ध्येय पूर्ण करताना ते आर्थिक यशाला दुय्यम प्राधान्य देतात,' त्याची.

टाटा ब्रँडचे स्थान आणि त्याची मूल्ये समजून घेताना चार महत्त्वाचे घटक लक्षात घ्यावे लागतील. एक म्हणजे, अगदी सुरुवातीपासून हे स्पष्ट होते की, टाटा समूहामध्ये काम करणाऱ्या विविध कंपन्यांचे ध्येय आणि काम हे सामाजिक असेल. मला माहीत असलेल्या जगातल्या सर्व कंपन्यांमध्ये 'टाटा' या बाबतीत एकमेव आहे.

उद्योजकांनी स्थापन केलेल्या, मोठी आर्थिक संपत्ती मिळवलेल्या इतर मोठ्या कंपन्यांनी हे केले, पण त्यांनी आर्थिक संपत्ती निर्माण करण्यावर प्राधान्याने लक्ष केंद्रित केले; समाजाला परतफेड करण्याचा निर्णय त्यानंतर आला. सहसा निवडलेले एकच सामाजिक कार्य करण्यासाठी या कंपन्यांच्या संस्थापकांनी सेवाभावी संस्था निर्माण केल्या.

पाश्चिमात्य जगात आपल्याला जॉन डी. रॉकफेलर, हेन्री फोर्ड, अँड्र्यू कार्नेजी, वॉरन बफे आणि बिल गेट्स अशी कारखानदारांची आणि उद्योजकांची उदाहरणे दिसतात. प्रत्येकाने आपापल्या धंद्यातून प्रचंड संपत्ती मिळवली आणि मग आपल्या नावाने सेवाभावी संस्था निर्माण केली. जिच्यामार्फत, त्यांनी निवडलेल्या विशिष्ट सामाजिक कार्यात त्यांना साहाय्य करता येईल. या कृतीमुळे जगभरातून त्यांची प्रशंसा झाली; अमेरिकेत आणि इतरत्र ते आदर्श ठरले. परंतु सगळ्यांनी हे समजून घेतले पाहिजे की, 'सामाजिक ध्येय हे एकाच सामाजिक कारणाकरता काम करणाऱ्या सेवाभावी संस्थेपेक्षा फार विस्तृत असते.'

टाटांचे वेगळेपण यात आहे की, त्यांचे सामाजिक कार्य हे त्यांच्या एकूण ध्येयामध्ये एक कळीचा मुद्दा आहे. टाटांची कंपनी जिथे काम करते, त्या प्रदेशातल्या सामाजिक गरजा टाटा शोधून काढतात. प्रत्येक सुटी कंपनी ज्या समाजात काम करते, तो समाज कशावर उभा आहे, ते शोधून काढतात. आणि हेही शोधतात की, कशामुळे समाजात आशा आणि मूल्ये निर्माण होतील. तसेच भागधारक आणि कर्मचारी, भागीदार आणि नंतर सहयोगी घटकांसाठी आर्थिक मूल्यांची निर्मिती कशी होईल हेही बघितले जाते.

इतर बहुतेक जागतिक कंपन्या ज्या मुद्द्यांवर जोखल्या जातात त्या मुद्द्यांकडे लक्ष पुरवणे; हे या सुस्थापित, आंतरराष्ट्रीय संस्थेत सातत्याने चालू असते. आपण जेव्हा टाटांचे घोषवाक्य बघतो आणि प्रत्यक्ष कंपनीच्या अंतर्गत व्यवहाराकडे लक्षपूर्वक पाहतो तेव्हा आपल्याला दिसते की, त्यांचा हेतू हा खरोखरच सामाजिक आहे. आणि संस्थेच्या आर्थिक पैलूंवर काम करतानासुद्धा हाच हेतू साहाय्यकारी ठरत आहे. त्यांचे वेगळेपण यातच आहे. बहुतेकशा पाश्चात्त्य देशांमध्ये संस्थेचा मोठा भाग हा आर्थिक प्रगती साध्य करण्यासाठी, 'धंदा म्हणजे धंदा' या तत्त्वावर काम करत असतो. हे फार संकुचित आहे. पाश्चात्त्य कंपन्यांनी आता हे समजून घेतले पाहिजे की, सामाजिक कार्य हे त्यांच्या एकूण ध्येयाचा एक भाग आहे.

दुसरा महत्त्वाचा घटक, पाश्चात्त्य जगातल्या या आदर्शांनी, त्यांना नव्याने सापडलेले सामाजिक काम या कंपन्या खात्रीने पुढे नेतील, हे पाहणारे वारसदार निर्माण केले नाहीत. टाटा समूहाच्या सर्व आर्थिक संस्थांमध्ये आर्थिक संपत्ती निर्माण करण्याबरोबर सामाजिक कार्यही पुढे नेतील. अशा वारसाचे नियोजन करणे हे जणू त्यांच्या रक्तातच – डीएनएतच – आहे.

तिसरा घटक, आर्थिक आणि सामाजिक वाढीचा जागतिक आस आता निश्चितपणे पूर्वीच्या 'नाही-रे'कडे झुकतो आहे. टाटांच्या आर्थिक यशाच्या बळावरचा सामाजिक हेतू हे भविष्यात उत्तम नमुना – मॉडेल – असणार आहे.

स्थानिक समाजातून स्थानिक बुद्धिमत्ता विकास पावते, हे पाश्चात्त्य जगाने

समजून घेण्याची वेळ आली आहे. या कल्पनेशी टाटांनी स्वीकारलेली बांधिलकी दाखवणारे एक उदाहरण तामिळनाडूमधल्या दुर्गम भागातल्या होसूर गावी दिसून येते. १९८७मध्ये टाटांनी तेथील स्थानिक सरकारबरोबर भागीदारीने व्यवसाय सुरू केला आणि टायटन घड्याळांचा पहिला कारखाना उभारला.

कारखान्यासाठी लागणारे मनुष्यबळ कुठून आणायचे हा निर्णय ताबडतोब व्हायला हवा होता. बंगलोरहून व्यावसायिक अभियंते आणणे हा एक पर्याय होता. हे टाटांच्या बाण्याला अगदीच शोभण्याजोगे नव्हते. होसूरच्या आसपासचा प्रदेश अगदी गरीब! शेती हा जवळजवळ एकच उद्योग आणि स्थानिक पातळीवर कुशल कामगारांची अनुपलब्धता असली, तरीही कंपनीला हे पक्के ठाऊक होते की, हा प्रदेश आणि तिथली माणसे ही त्यांची जबाबदारी होती. गरिबी असली तरी प्राथमिक शिक्षणाची व्यवस्था चांगली होती आणि ती भरपूर सुशिक्षित मुले-मुली तयार करत होती. या नवीन भरतीतून जागतिक दर्जाचे घड्याळजी बनणार होते.

चारशे तरुण लोकांना भरती करून होसूरमध्ये आणले गेले. टायटनने तत्काळ आवश्यक ती मदत दिली. कित्येकांनी यापूर्वी शहर कधी पाहिले नव्हते की, झोपडीशिवाय दुसरे घर पाहिले नव्हते. घरे बांधली गेली आणि 'दत्तक पालक' त्यांच्याबरोबर राहून शहरी वळणाचे, राहणीचे संस्कार त्यांच्यावर करू लागले. टायटनने क्रीडा व सांस्कृतिक उपक्रम सुरू केले आणि कामानंतरच्या वेळात कामगारांना पदवीपर्यंतच नव्हे, तर पदव्युत्तर शिक्षणासाठीही मदत करायला सुरुवात केली.

कारखान्यात प्रशिक्षक आणि अभियंते त्यांना अचूक यंत्र – प्रिसिजन मशिनरी – कशी वापरायची हे शिकवत होते.

'टायटन' हा आता एक अत्यंत यशस्वी उद्योग आहे आणि त्यात तामिळनाडूमधले हजारो लोक काम करतात. एकट्या होसूरमध्येच टायटनचे तीन कारखाने आहेत आणि तिथले बहुतांश कामगार आसपासच्या खेड्यांमधले आहेत. घड्याळाचे पट्टे आणि इतर आनुषंगिक गोष्टी बनवणाऱ्या उद्योगांमध्ये आणखी हजारोजणांना अप्रत्यक्षरीत्या रोजगार मिळाला आहे. २००१ साली टायटनची 'भारताचा सर्वांत प्रशंसनीय ब्रँड' म्हणून निवड झाली आणि तिने आपले 'सामाजिक संस्था'पण पुन्हा एकदा सिद्ध केले.

शेवटी, टाटांनी हे एकदाच ठरवून टाकले आहे आणि ते त्यांच्या आर्थिक आणि बाजारातल्या कामगिरीवरून दिसून येते की, सामाजिक हेतू असल्यामुळे स्पर्धेची आणि जिंकण्याची तीव्रता जराही कमी होत नाही. खरं तर, उलटेच घडते. उघडच आहे की, टाटा केवळ निवडलेल्या बाजारपेठेत सर्वोच्च स्थान मिळवतात आणि टिकवतात एवढेच नव्हे, तर भागधारकांसह सर्व घटकांसाठी दीर्घकालीन

मूल्यनिर्मिती करण्यात अव्वल आहेत. त्याच वेळी ते सामाजिकदृष्ट्या जबाबदार, अतिशय गुणवान व्यवस्थापक आणि नेते घडवून भारतात आणि बाहेरच्या देशांत निर्यातही करतात.

या सगळ्या कल्पना 'विश्वास' या तीन अक्षरी शब्दांत सामावलेल्या आहेत. पुष्कळ कंपन्यांच्या उक्तीत तो असतो, पण कृतीत नसतो. टाटामध्ये काम करणाऱ्यांच्या रक्तातच तो आहे. ती एक वृत्ती आहे, वेगळेपण आहे. भविष्यात सर्व कंपन्यांसाठी ते एक मानक आहे, आणि ते 'टाटा' आहे.

माझ्या व्यावसायिक कामानिमित्ताने मला युरोप आणि अमेरिकेत अशा भारतीय सीईओंची नावे विचारली जातात, ज्यांना युरोपियन आणि अमेरिकन संचालक मंडळावर घेता येईल. रतन टाटांचे नाव नेहमीच पहिले येते. नम्र, विनयी, विचारी, पाश्चात्त्य समाजासाठी दुर्मिळ अशा अनुभवाने समृद्ध असे त्यांचे वर्णन केले जाते. भविष्यात नेतृत्व करू शकतील अशांमध्ये हेच तर सारे अपेक्षित असते.

मॉर्गन विट्झेल यांनी कष्टपूर्वक आणि सांगोपांग रीतीने हे संशोधन पूर्ण केले आहे. त्यांच्या निरीक्षणातून त्यांनी हे दाखवून दिले आहे की, टाटांचा सामाजिक हेतू हा टाटा ब्रँडमध्ये परावर्तित झाला आहे आणि हा एक 'प्रसिद्धी'चा दिखावा नसून सत्य आहे. तो स्फूर्तिदायक आहे. तो प्रत्यक्ष आहे. मला वाटते ही कहाणी म्हणजे इतर संस्थांसाठी एक आव्हान आहे.

या पुस्तकात ही सर्व कहाणी आहे.

मे, २०१०   राम चरण

ऋणनिर्देश

टाटा समूहाच्या मदतीशिवाय आणि सहकार्याशिवाय हे पुस्तक लिहून झालेच नसते. जे-जे माझ्याशी बोलले, आपल्या मेंदूत मला डोकावू दिले, त्या सर्वांचे आभार. या यादीच्या अग्रस्थानी नाव आले पाहिजे, ते टाटा सन्सचे अध्यक्ष श्री. रतन टाटा यांचे; ते नेतृत्व करत असलेल्या संघटनेविषयी ते माझ्याशी अगदी सविस्तर आणि अत्यंत मोकळेपणाने बोलले. आपला एवढा वेळ दिल्याबद्दल त्यांना माझे धन्यवाद. टाटा सन्सचे कार्यकारी संचालक श्री. आर. गोपालकृष्णन यांनी कामातल्या प्रगतीनुसार केलेल्या सूचना आणि तात्त्विक भूमिकेचे ज्ञान दिले याबद्दल त्यांचे आभार मानायलाही मला आवडेल. टाटा सन्समधील सतीश प्रधान आणि फारोख एन. सुबेदार यांनी समूहाच्या केंद्राचा साहाय्यभूत दृष्टिकोनही मला दाखवला.

सगळ्या घटकांचा व गोष्टींचा ताळमेळ आणि मला ज्या व्यक्तींना भेटायचे आहे त्यांच्यापर्यंत मला पोहोचवण्याचे काम बॉम्बे हाउसमधल्या अतुल अगरवाल आणि त्याच्या टीमचे होते. ते सर्व जण अगदी अमूल्यच आहेत. मी ज्या वेळी जिथे असायला हवं तिथे मी असल्याची खात्री करणारे व्ही. एस. प्रभू आणि लॉरैन डिसूझा यांना माझे विशेष धन्यवाद. शेर्नवाज कोला, अभिषेक पाठक आणि ॲनी पिंटो-रॉड्रिग्ज यांनी आपापल्या प्रकल्पांबद्दल माहिती दिल्याबद्दल त्यांनाही धन्यवाद.

भारतात टाटा समूहातील इतर कंपन्यांमधील : 'ट्रेंट'च्या श्रीमती सिमोन टाटा; टाटा इंडस्ट्रिजचे किशोर ए. चौकर; टाटा ग्लोबल बीव्हरेजेसचे आर. के. कृष्णकुमार आणि संगीता तलवार; ताज हॉटेल्सचे रेमंड बिक्सन आणि अजोय मिश्रा; ताज महाल हॉटेल प्रॉपर्टीजचे करमवीर सिंग कांग आणि बिर्जिट झोर्निगर; टायटन इंडस्ट्रिजचे भास्कर भट; टाटा मोटर्सचे रविकांत; प्रकाश एम. तेलंग आणि अय्याज अत्तार, टाटा केमिकल्सचे आर. मुकुंदन आणि सुमित एम. पाटील; टाटा

कम्युनिकेशन्सचे एन. श्रीनाथ; टाटा कन्सल्टन्सी सर्व्हिसेसचे एस. रामादोराई; टाटा सर्व्हिसेसचे अनिल सरदाना; टाटा ट्रस्टचे ए.एन. सिंग आणि संजीव फणसळकर; टाटा मॅनेजमेंट ट्रेनिंग सेंटरचे चेतन तोलिया; टाटा क्वालिटी मॅनेजमेंट सर्व्हिसेसचे सुनील सिन्हा, गौतम आर. गोंडिल आणि समीर बॅनर्जी; आणि पुण्यातील टाटा सेंट्रल अर्काइव्ह्जचे राजेंद्र प्रसाद नरला यांना माझे धन्यवाद आहेत. ह्या सर्वच व्यक्ती माझ्यासाठीसारख्याच महत्त्वाच्या आहेत. शेवटी आभार मानतो, टाटा स्टीलचे पार्थ सेनगुप्ता आणि जमशेदपूर इथल्या सेंटर फॉर एक्सलन्सच्या जेनी शाह आणि त्यांच्या सर्व सहकाऱ्यांचे. विशेष करून मला जमशेदपूरच्या ट्रायबल कल्चरल सेंटरची संस्मरणीय सफर घडवून आणणाऱ्या अमिताभ, बेहरोज ए. गाझदर आणि सतीश पिल्ले यांचे.

भारताबाहेर टाटा आफ्रिका होल्डिंग्जचे रामन धवन आणि लंडनमधल्या टाटा लिमिटेडचे एस. ए. हसन, ब्रुनर मोन्डचे जॉन केरिगन, जग्वार लँड रोव्हरचे डेव्हिड स्मिथ, टाटा ग्लोबल बीव्हरेजेसचे पीटर उन्सवर्थ आणि कोरस/टाटा स्टील युरोपचे किर्बी ॲडम्स यांनी दिलेल्या माहितीबद्दल आणि ज्ञानाबद्दल त्यांचे मी आभार मानतो.

पूर्वी टाटा सर्व्हिसेसमध्ये असलेले रोमित चटर्जी यांनी उदारहस्ते मदत आणि अभिप्राय दिले. ब्रँड फायनान्सचे उन्नीकृष्णन, ड्राफ्ट एफसीबीच्या अंबी परमेश्वरन, कोगितो कन्सल्टिंगचे किंजल मेध याशिवाय जीएफके मोडचे विनित तलवार आणि त्यांचे सहकारी यांनी स्वत: 'टाटा आणि त्यांचा कार्पोरेट ब्रँड' यावर केलेले प्रचंड संशोधन माझ्यासाठी खुले केले, त्याबद्दल त्यांचेही आभार. बी.यू. भंडारी ऑटो प्रा.लि.चे शैलेश जे. भंडारी आणि त्यांचे कर्मचारी यांनी नॅनोशी माझी प्रत्यक्ष ओळख करून दिली म्हणून त्यांचेही आभार. 'कारचे मालक असणे आणि ती चालवणे म्हणजे काय,' हे मला सांगितल्याबद्दल सुनीलकुमार बुधवानींचेही आभार. ज्या तज्ज्ञांचा वेळ व सैद्धान्तिक कल्पना याबाबत मी सल्ला घेतला आणि त्यांनी अत्यंत औदार्य दाखवले, त्यांचे आभार मानणेही मला आवडेल. लंडन बिझिनेस स्कूलमध्ये पॅट्रिक बरवाईज आणि टिम ॲम्बलर आणि युनिव्हर्सिटी ऑफ एक्झिटर बिझिनेस स्कूलमधील माझे सहकारी जोनाथन श्रोडर. टाटा समूहाचे इतिहासकार आर. एम. लाला यांनी जुन्या स्मृती आणि परंपरा आजही जिवंत आणि ताज्या टवटवीत ठेवण्याचे महान कार्य केले आहे. त्यांच्याशी बोलणे हे माझ्यासाठी फार सन्मानाचे आणि आनंदाचे होते.

पेंग्विन बुक्स इंडियाच्या हीथर ॲडम्सबरोबर काम करणे, ही नेहमीच आनंदाची गोष्ट असते. शेवटी माझे सदैव धन्यवाद आहेत – मेरिलिन

लिव्हिंगस्टोनला, जिने नेहमीप्रमाणेच संशोधनापासून, भेटी ठरवण्यापर्यंत ते कच्च्या हस्तलिखितांच्या खर्ड्यावर अभिप्राय देण्यापर्यंत इतके काही केले आहे; तेही तिच्या नेहमीच्या साक्षेपीपणाने. आणि हे पुस्तक प्रत्यक्षात येण्यासाठी त्याची गरज होती.

पुस्तकाविषयी...

मोठे उद्योग ताब्यात घेण्याची लक्षवेधी मालिका सुरू झाली होती, ज्यात जग्वार लँड रोव्हर आणि कोरस स्टीलची नावे होती. शिवाय नॅनो (जगातील पहिली एक लाख रुपये किंवा अंदाजे २५०० डॉलर्सपेक्षा कमी किमतीची कार)ची निर्मिती यामुळे भारतातील या सर्वांत जुन्या आणि विश्वासार्ह अशा कॉर्पोरेट ब्रँड बद्दलची आमची समजूत बदलू पाहात आहे. पोलाद, चहा, रसायने, संपर्कसाधने आणि सॉफ्टवेअर अशा विविध क्षेत्रात आंतरराष्ट्रीय पातळीवर कार्यरत असणाऱ्या टाटांचा 'वर्ल्ड ब्रँड व्हॅल्यूएशन लीग'*मध्ये ६५ वा क्रमांक लागतो.

पण हा टाटा ब्रँड म्हणजे आहे तरी काय? काय आहेत त्याची मूल्ये? जगातील आणि भारतातील लोकांना त्यातून काय समजते? या रंजक आणि माहितीपूर्ण पुस्तकात मॉर्गन विट्झेल टाटांच्या हृदयाच्या ठाव घेतात. त्याचे मूळ समजावून सांगतात. टाटांचे नाव आणि प्रतिमा कशी निर्माण होत गेली, आणि या प्रतिमेचे रूपांतर एका बलवान आणि मौल्यवान ब्रँडमध्ये करण्यासाठी या उद्योगसमूहाने काय केले, याचे वर्णन करतात. टाटा समूह आणि भारतीय लोक यांच्यातील नातेसंबंध एका यशस्वी उद्योगाने गाठलेली शिखरे यांच्या पलीकडे जाऊन त्यांचे कर्मचारी आणि एकूण समाज यांच्यासाठी केलेल्या सामाजिक योगदानापर्यंत पोचतो, त्या नात्याचा शोध आणि वेध घेण्यासाठी 'टाटा: एका कॉर्पोरेट ब्रँडची उत्क्रांती', हे टाटा संस्कृतीच्या गाभ्यापर्यंत पोहोचते. शेवटी टाटा वैश्विक बाजारपेठेत पदार्पण करीत असताना या कीर्तीचा बोध आणि समजूत तेथे कशी असेल असाही प्रश्न विचारते.

तुम्ही उद्योजक असा, व्यवस्थापक असा, विक्रेते असा की 'टाटा'साठी निष्ठावंत असा, हे पुस्तक तुम्हाला या ब्रँडचे दीर्घायुष्य समजून घ्यायला मदत करेल. आणि मुक्त अर्थव्यवस्थेतही ते ज्या मूल्यांना धरून आहेत, त्याबद्दल तुम्हाला प्रेरणा देतील.

*संदर्भ : Brand Finance Global 500 March 2010 report.

उपोद्घात

टाटा कॉर्पोरेट ब्रँडचे वर्णन करणे, हा या पुस्तकाचा उद्देश आहे. म्हणजे 'तो काय आहे, तो कसा उत्क्रांत होत गेला, तो कसे काम करतो त्याच्याबद्दल इतरांची समजूत काय असू शकते.' मला वाटते 'कॉर्पोरेट ब्रँडिंग'मध्ये रस असणाऱ्या कुणालाही हा 'केस स्टडी' उपयुक्त वाटेल. कॉर्पोरेट ब्रँडचा विस्तृत परिचय तसा दुर्मीळ असतो आणि संशोधक, ब्रँड मार्केटर्स यांना त्यांच्या स्वतःच्या कामात मदत होईल असे वैज्ञानिक साहित्य मिळू शकेल. टाटांनी काय केले – किंवा काय केले नाही – ते पाहून 'कॉर्पोरेट ब्रँड' म्हणजे काय आणि ते कसे काम करतात याविषयीच्या काही आणखी सर्वसामान्य प्रश्नांची उत्तरे सापडायला मदत होऊ शकेल.

आंतरराष्ट्रीय पातळीवर विस्तारताना आणि वाढताना, टाटा समूह एका प्रचंड बदलामधून जात आहे.

टाटा समूहात रस असणाऱ्या कुणालाही हे पुस्तक उपयुक्त वाटेल, अशी मी आशा करतो. टाटा समूहाचे आणि टाटा कुटुंबाचे अनेक उत्कृष्ट इतिहास रचले गेले. पण आंतरराष्ट्रीय पातळीवर विस्तारताना आणि वाढताना हा समूह एका प्रचंड बदलामधून जात आहे. विशेषतः भारताबाहेर, जिथे टाटा समूहाची तपशीलवार ओळख ही अजूनही अगदी मोजक्या लोकांपर्यंतचा मर्यादित आहे. तिथे टाटांची मूल्ये आणि हेतू समजावण्यासाठी या पुस्तकाचा उपयोग होऊ शकेल.

टाटांचा विस्तार आणि आंतरराष्ट्रीय पोच – २००९मध्ये समूहाच्या एकूण उत्पन्नापैकी ६५ टक्के उत्पन्नाचा भाग हा भारताबाहेरून आला होता. – हे पाहता, या समूहाबद्दल, या ब्रँडबद्दल आणि हा ब्रँड ज्याचे प्रतिनिधित्व करतो त्याबद्दल अधिक जाणून घेण्याची इच्छा भारतातल्या आणि भारताबाहेरील लोकांना असणे

अगदी स्वाभाविक आहे. पण इथेच एक धोक्याची सूचना देणे योग्य ठरेल. हा ब्रँड काय आहे आणि तो लोकांना कसा समजला आहे, हे दाखवताना मी टाटा समूहातल्या काही कंपन्या आणि त्यांचे ब्रँड यांवरही संशोधन केले आहे. या पुस्तकात स्पष्ट केल्याप्रमाणे टाटा कॉर्पोरेट ब्रँडचे त्यांच्या समूह कंपन्यांच्या ब्रँडशी आणि उत्पादने/सेवा ब्रँडशी असलेले सहजीवनात्मक नाते समजून घेतल्याखेरीज हा 'ब्रँड' समजणे अशक्य आहे. तरीही या पुस्तकाला टाटा समूहाची संपूर्ण विस्तृत ओळख म्हणता येणार नाही. कितीतरी टाटा कंपन्यांचा – व्होल्टास आणि टाटा पॉवरसारख्या काही मोठ्या आणि जुन्या कंपन्या धरून – केवळ पुसट उल्लेख आहे. टाटा समूह आणि त्यांचा इतिहास यांचे संपूर्ण आणि सांगोपांग वर्णन वाचायला निश्चितच रोचक वाटेल, पण हे पुस्तक 'ते' नाही.

आपल्या कॉर्पोरेट ब्रँडबद्दलच्या समजुतीला, शहाणपणाला मी आव्हान द्यायलाही निघालेलो नाही, किंवा आपण आत्तापर्यंत शिकलेले सर्व पुसून टाकून कॉर्पोरेट ब्रँडच्या एकीकरणाचे काहीतरी थोर तत्त्वज्ञानही मी सांगत नाही, अजिबात नाही. मी फक्त टाटा ब्रँडचे चित्र रेखाटण्याचा प्रयत्न केला आहे. इथे मी तुलना केली आहे किंवा साहित्याचे संदर्भ दिले आहेत, ते दोनपैकी एक हेतू मनात ठेवून – (१) टाटा ब्रँडचे घटक अधिक स्पष्टपणे समजावून सांगणे किंवा (२) टाटा ब्रँड हा इतर ब्रँड्सपेक्षा वेगळा कसा आहे ते दाखवणे. टाटा ब्रँड हा इतर कॉर्पोरेट ब्रँड्सपेक्षा 'अधिक चांगला' किंवा 'अधिक शक्तिशाली' आहे, हे सिद्ध करण्यासाठी मी त्यांच्यात तुलना केलेली नाही. सर्व चांगले ब्रँड हे आपापल्या परीने शक्तिशालीच आहेत आणि त्यांची आपसात क्रमवारी लावणे, यात मला फारसा अर्थ दिसत नाही.

टाटा समूह बाजारपेठेवर कब्जा मिळवण्याबद्दल नाही,
तर लोकांना सेवा देण्याबद्दल बोलतो.

मी जरा पक्षपातीच आहे. प्रत्येक लेखक असतो. टाटा समूह आणि त्यांच्या माणसांबरोबर मी काम केले, सर्वसामान्य भारतीयांना या समूहाबद्दल बोलतानाही ऐकले आणि दरम्यानच्या काळात मला तो आवडू लागला. मी त्याला 'महान संस्था' म्हणणार नाही, कारण मला 'महान' शब्द आवडत नाही; या शब्दाला सत्ता आणि विजय यांचे संदर्भ चिकटले आहेत, असे मला वाटते. माझ्या माहितीतला टाटा समूह 'महान' दिसत नाही, सत्तेच्या अतिरिक्त वापरापासून तो संकोचून दूर होतो आणि बाजारपेठेवर कब्जा मिळवण्याबद्दल बोलत नाही, तर लोकांना सेवा देण्याबद्दल बोलतो. हा समूह आणि माणसे दोघंही निर्दोष नाहीत, मागच्या काळात त्यांनी काही चुका केल्याही आहेत. पण त्यांच्याकडे चुका मान्य करण्याची आणि

त्यांच्यावर मोकळेपणाने चर्चा करण्याची माणुसकी आणि विनयशीलता आहे. तरीही यातून वाचकांनी स्वत:चे मत बनवावे. त्यांना माझ्या पक्षपाताची जाणीव असावी आणि त्यांनी हे लक्षात ठेवावे की, खरे शिक्षण जागरूक विश्लेषणातून होते आणि त्यांनीही वाचताना जागरूक राहावे.

तर, ही कहाणी आहे, 'टाटा कॉर्पोरेट ब्रँडची.' मला हे संशोधन आणि लेखन करताना ती जेवढी रंजक, रोचक वाटली तेवढीच ती वास्तववादीही वाटेल अशी आशा आहे.

अनुक्रम

मूल्यांकडून मूल्यांकडे / १
भविष्य पाहिलेला माणूस / २३
लोकांसाठी : विश्वास / ४६
टाटा प्रतिमेतला बदल / ६१
ब्रँड सहजीवन / ८५
टाटा आणि त्यांचे ग्राहक / १०९
टाटांची माणसं : मालकाचा ब्रँड / १२७
टाटा आर्थिक ब्रँड / १४८
'आम्ही धर्मादाय करत नाही' / १६२
नाही केवळ ब्रँड कहाणी / १८४

संदर्भसूची / २०५
परिशिष्ट : टाटा कंपन्यांची यादी / २१४

मूल्यांकडून मूल्यांकडे

‘मोठ्ठी’ बनलेली छोटी कार

ऑगस्ट २००९मध्ये पुणे शहरात सॉफ्टवेअर अभियंता म्हणून काम करणारे सुनीलकुमार बुधवानी प्रसिद्धीच्या एका छोट्याशा झोतात आले. त्यांनी नॅनो कारची डिलिव्हरी घेतली – टाटा मोटर्सने डिझाईन केलेली आणि बांधलेली अल्प किमतीची नवी ‘कॉम्पॅक्ट कार’. ते आणि त्यांची कार हे एकाएकी आकर्षणाचे केंद्र ठरले. काही आठवड्यांनंतर गाडी घेऊन कुटुंबीयांना भेटण्यासाठी ते नागपूरला गेले. प्रत्येक वेळी ते थांबले की भोवती लोक गोळा होत आणि त्यांना गाडीबद्दल प्रश्न विचारीत. काही जणांनी गाडीची छायाचित्रे काढण्याची परवानगी विचारली.

इतर काही ग्राहकांना जसे माध्यमांना तोंड द्यावे लागले, त्यातून मात्र बुधवानींची सुटका झाली. नॅनोच्या ज्या पहिल्या तीन ग्राहकांनी, थेट असेंब्ली लाईनवरून गाड्या खरेदी करून टाटा सन्सचे अध्यक्ष आणि टाटा समूहाच्या कंपन्यांचे नेते श्री. रतन टाटांच्या हस्ते जुलै २००९मध्ये मुंबईत गाडीच्या किल्ल्या स्वीकारल्या, त्यांना वृत्तपत्रांनी अशी काही प्रसिद्धी दिली, जी सहसा सितारे आणि क्रिकेटवीरांनाच मिळते. छायाचित्रकार रस्त्यात त्यांचा पाठलाग करायचे आणि त्यांच्या घराच्या आजूबाजूला तळ ठोकायचे. त्यांच्याबद्दल आणि त्यांच्या कुटुंबाबद्दल स्थानिक वृत्तपत्रांत, मासिकांमध्ये लेख छापून आले.

खरेतर ‘नॅनो’ तयार होण्यापूर्वीच ती एक ‘घटना’ झाली होती. ‘जिची विक्री किंमत एक लाख रुपये किंवा अंदाजे २५०० डॉलर्सपेक्षा[1] कमी असेल’, अशी कार डिझाईन आणि निर्माण करण्याचे वचन टाटा मोटर्सने दिले होते. ही घोषणा ऐकताना सुरुवातीला लोकांच्या मनात जरा संशयच होता. ‘इतक्या स्वस्तात कार बांधणी शक्यच नाही’, असे टाटा मोटर्सचे स्पर्धक म्हणाले. किंवा शक्य झालेच तर ती गाडी निव्वळ भंगार असेल. दोन लाख गाड्यांचे पहिले उत्पादन असेल, असेही टाटा मोटर्सने घोषित केले होते. ‘चारचाकी मोपेड’, म्हणून डिझाइनची

हेटाळणी करणाऱ्या टीकाकारांनी 'त्याच्या अर्ध्या विकल्या गेल्या तरी पुष्कळ', असे भाकीत केले.

एकदा हे वचन दिल्यानंतर ते पूर्ण करणे टाटा मोटर्सला भाग होते. गाडीच्या सुरुवातीच्या रेखाटनांमध्ये ती जराशी गोल्फ कार्टसारखी दिसत होती, पण कार्यकारी मंडळींच्या लवकरच लक्षात आले की, ही खरोखरची कॉम्पॅक्ट कार असायला हवी. 'आपल्याला अभिमान वाटेल अशी ही कार असायला हवी, असा रतन टाटांचा आग्रह होता.' असे टाटा मोटर्सच्या भारतातल्या कारभाराचे व्यवस्थापकीय संचालक प्रकाश तेलंग सांगतात. याचा परिणाम म्हणजे ही 'जनता कार' एका सुंदर आरेखनाची आणि नीटस बांधणीची कार बनली. जिच्यामुळे मोटार चालवणे हे सर्वसामान्य लोकांसाठी परवडणारे आणि आटोक्यातले झाले. जसे शंभर वर्षांपूर्वी युनायटेड स्टेट्सध्ये 'फोर्ड मॉडेल-टी'मुळे किंवा ब्रिटनमध्ये 'ऑस्टिन-सेव्हन'मुळे झाले होते.

'नॅनो' तयार होण्यापूर्वीच ती
एक 'घटना' झाली होती.

नॅनोच्या सादरीकरणाच्या अगोदर काही महिने नॅनोबद्दलचे आकर्षण भारताबाहेरही निर्माण झाले आणि जगभर पसरले. युरोपियन आणि अमेरिकन वृत्तपत्रांमध्ये नॅनोबद्दलच्या 'बातम्या' छापून आल्या आणि आत्तापर्यंत परदेशी लोकांना केवळ स्टील किंवा माहिती तंत्रज्ञान सेवांपुरता माहीत असलेला टाटा समूह आणि टाटा मोटर्स आता प्रत्येकाच्या ओळखीचा झाला. मॉंट्रियलमधील टाटा कम्युनिकेशनच्या कार्यालयात फोन खणखणू लागले, ''छोटी कार बनवणाऱ्या कंपनीचे कार्यालय ना हे?'' ऑक्टोबर २००९मध्ये भारतातून ब्रिटनला परतताना हिथ्रो विमानतळावर इमिग्रेशन डेस्कवर मला माझ्या दौऱ्याचे कारण विचारले गेले. मी सांगितले की, मी टाटा समूहावर एक पुस्तक लिहीत आहे. ''ओह, टाटा,'' तो अधिकारी म्हणाला, ''म्हणजे ते नॅनो कार बनवणारेच ना?'' अशाच तऱ्हेचे अनुभव युरोपमधल्या आणि युनायटेड स्टेट्समधल्या इमिग्रेशन डेस्कवर आल्याचे टाटामधील कितीतरी अधिकाऱ्यांनी नमूद केले आहे. ''इमिग्रेशन अधिकाऱ्यांच्या कानावर ही गोष्ट गेली आहे, म्हणजे ही बातमी खरोखरच सगळीकडे पसरली आहे.'' असेही एक जण म्हणाला.

'नॅनोमुळे आमचा समूह अपेक्षे पलीकडे नजरेत भरला आहे.' असे श्री. रतन टाटा सांगतात. 'अभियांत्रिकी भाषेत इतरांना जे अशक्य असल्याची खात्री होती,' ते आपण करू शकत असल्याचे 'टाटा'ने सिद्ध केले आहे. रतन टाटा आणि टाटा मोटर्सला वाटते तशा प्रकारे नॅनो मोटार उद्योगात क्रांती घडवेल की नाही हे अजून

'नॅनोमुळे आमचा समूह अपेक्षेपलीकडे नजरेत भरला आहे.' रतन टाटा सांगतात.

दिसायचे आहे. इतर अनेक भारतीय आणि विदेशी कार उत्पादकांनी आपल्या स्वत:च्या अति स्वस्त गाड्या आणण्याचा मनोदय जाहीर केलेला आहे. पण टाटांनी हे पहिल्यांदा केले, हे सत्य नेहमीच राहाणार. मोटार विश्वाच्या इतिहासात आपण सहभागी आहोत, हे सुनील बुधवानी आणि पहिल्या नॅनो खरेदी करणाऱ्या त्याच्या मित्रांना नेहमीच ठाऊक असेल.

जागो रे!

भारतात ब्रँडेड चहाच्या बाजारपेठेतले एक मोठं नाव असणाऱ्या 'टाटा टी'च्या मार्केटिंगची कळीची ओळ – स्ट्रॅपलाईन – आहे, 'जागो रे!' किंवा इंग्रजीत 'वेक अप!'१. चहातल्या कॅफिन द्रव्यामुळे चहा हे उत्तेजक पेय आहे. लाखो-करोडो कष्टकरी भारतवासी हे केवळ उत्तेजक पेय म्हणून पीत नाहीत, तर जागे राहण्यासाठीही पितात. 'जागो रे!' या ओळीने 'टाटा टी ब्रँड'चे नाते या गरजेशी जोडले गेले आहे.

२००७मध्ये टाटा टी कर्मचाऱ्यांच्या एका गटाला जाणवले की, हीच ओळ चहा विकण्याव्यतिरिक्त आणखी उद्देशांसाठीही वापरता येईल. मग त्यांनी त्यांचे लक्ष सामाजिक कारणांकडे वळवले. भारतात तेव्हा आणि आताही, विशेषत: राज्य आणि स्थानिक निवडणुकीच्या वेळी मतदारांनी मतदानाला 'न जाणे' ही काळजीची

गोष्ट झाली आहे. त्यामुळे एक प्रकारे 'लोकशाहीची तूट' निर्माण होण्याची भीती आहे. लोकांनी बाहेर पडावे आणि मतदान करावे; यासाठी 'टाटा टी'ने जाहिरातींची एक मालिका केली. एका जाहिरातीत एक तरुण चित्रपटगृहात शिरण्याच्या बेतात असलेल्या एका मुलीला सांगतो, "जागो रे!" "पण मी जागीच आहे." ती विरोध करते. "ज्या वेळी तुम्ही मतदान करायला हवे, त्या वेळी जर तुम्ही चित्रपट पाहायला निघाला असाल, तर तुम्ही अजून झोपलेलेच आहात." तो उत्तरतो. संदेश असा होता की, भारतीयांना; खास करून तरुणांना त्यांच्या जबाबदारीबद्दल जाण यायला हवी.

२००८साली 'जागो रे!' मालिकेने आपले लक्ष एका नवीन लक्ष्याकडे वळवले. भारतात भ्रष्टाचार, लाच देण्याला पैसे 'खाणं' म्हटले जाते. दूरचित्रवाणीवरच्या एका जाहिरातीत एक लहानखुरा माणूस (भ्रष्ट सरकारी अधिकारी किंवा कर्मचारी वाटणारा) आणि आणखी एक माणूस टेबलाच्या आमनेसामने बसलेले असतात. लहानखुरा माणूस मिठाईचा खोका पुढे सरकवून म्हणतो, "मला भूक लागली आहे." हा प्रसंग बघणारी दोन तरुण पुढे येतात. त्यांचे आवाज शांत आहेत. मुद्रेवर स्मितहास्यसुद्धा आहे. भांडणाचा आवेश अजिबात नाही. "माणसं एवढं का बरं खात आहेत?" त्यातला एक जण दुसऱ्याला विचारतो. मग काही चित्रांची मालिका दिसते. रस्त्यात अडवणाऱ्या पोलिसाला चालक परवान्यात नोटा घालून देणारा मोटरवाला, गांधीजींच्या तसबिरीखाली बसून पाल्यांच्या प्रवेशासाठी पालकांकडून पैसे घेणाऱ्या मुख्याध्यापिका, एका चित्रात तर मंदिरातला पुजारी भक्ताकडून लाच घेतो, कशाला तर रांगेत मध्येच घुसून पटकन पूजा-दर्शन करता यावे म्हणून. "देवा, तुझ्या नावाने सुद्धा चोऱ्या!" मागचा आवाज म्हणतो.

२००७साली 'टाटा टी'च्या जाहिरात मालिकेने आपले लक्ष सामाजिक हेतूंकडे वळवले आणि त्याच्या पुढच्या वर्षी भारतातल्या सर्वस्पर्शी भ्रष्टाचाराकडे.

मग आपल्याला पुन्हा ते चौघंजण दिसू लागतात. "माणसं एवढं का बरं खातात?" तो तरुण पुन्हा विचारतो. ब्रीफकेसवाल्या माणसाकडे बघतो आणि म्हणतो, "कारण आपण त्यांना खाऊ घालतो!" लाच घेणाऱ्या माणसांना नव्हे, तर पैसे देणाऱ्या माणसांना जबाबदार ठरवले गेले पाहिजे. ते भाग आहेत समस्येचा. लाज वाटून तो माणूस ब्रीफकेस बंद करतो आणि लाच देत नाही. आता, जाहिरातीच्या शेवटी 'टाटा टी'चे बोधचिन्ह (लोगो) दिसते. शब्द येतात 'खाणं थांबवा आणि प्यायला सुरुवात करा, जागो रे!'

अतिशय शक्तिशाली आणि परिणामकारक जाहिरात आहे ही. (नंतर 'टाटा टी'ने लाच न देण्याची प्रतिज्ञा लोकांनी करावी अशी मोहीम काढली, शेवटच्या माहितीनुसार ६००,००० लोकांनी प्रतिज्ञा केली आहे.) एखाद्या राजकीय पक्षाची किंवा एखाद्या सामाजिक संस्थेची, भ्रष्टाचार विरोधी, सामाजिक स्वच्छतेची वाटण्याजोगी ही जाहिरात मोहीम आहे.

पण... चहा कंपनीकडून?

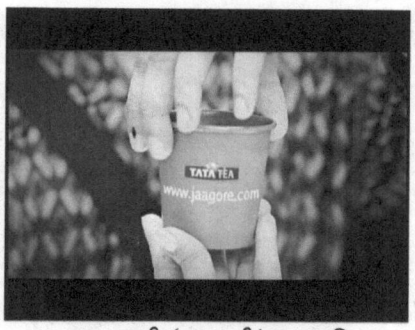

२००७साली 'टाटा टी'च्या जाहिरात मालिकेने आपले लक्ष सामाजिक हेतूंकडे वळवले आणि त्याच्या पुढच्या वर्षी भारतातील सर्वस्पर्शी भ्रष्टाचाराकडे

'असेन मी'

२६ नोव्हेंबर २००८ रोजी दहशतवाद्यांनी मध्य मुंबईतल्या बऱ्याच ठिकाणांवर हल्ले चढवले. त्यात होते, रेल्वे स्थानक, एक रुग्णालय, एक ज्यूंचे सांस्कृतिक केंद्र, एक कॅफे आणि दोन हॉटेल्स – ट्रायडंट-ओबेरॉय कॉम्प्लेक्स आणि टाटा समूहाच्या मालकीचे ताज महाल हॉटेल. नुसत्या 'ताज' नावाने सुपरिचित असलेले. शेवटच्या हल्लेखोराला शोधून मारेपर्यंत पुढच्या अडीच दिवसांत १७९ पेक्षा जास्त माणसे मेली आणि ३०० पेक्षा जास्त जखमी झाली. हॉटेलमधून अतिरेक्यांना हुसकून लावताना स्फोटकांमुळे आणि आगीमुळे दोन्ही इमारतींची बरीच हानी झाली.

१९०३साली टाटा समूहाचे संस्थापक जमशेटजी टाटा यांनी सुरू केलेले 'ताज' केवळ हॉटेल नव्हे, तर एक गौरवचिन्ह आहे. एका भारतीय उद्योजकाने बांधलेले, भारतातले पहिले लक्झरी हॉटेल हे मुंबई नगरीच्या अभिमानाचा विषय आहे. त्याच्या दारातून कधीही पाऊलसुद्धा आत न टाकलेल्या माणसालाही त्याच्याबद्दल आत्मीयता वाटते. एका परिचिताने मला सांगितले की, 'एकदा तरी ताजमध्ये जाऊन तिथल्या एखाद्या उपहारगृहात जेवायचं, हे कित्येक सर्वसामान्य मुंबईकरांचं स्वप्न असते.' ताजशी निष्ठा ठेवणारे अनेक जण भारतात आणि जगभर पसरलेले आहेत. हॉटेलचे सौंदर्य आणि तिथल्या कर्मचारी वर्गाकडून मिळणारी स्नेहपूर्ण सेवा या दोन्हींचे कौतुक या मंडळींना असते. हल्ल्यानंतर पोलिसांशी बोलताना भारताचा माजी आंतरराष्ट्रीय क्रिकेटपटू रवी शास्त्री म्हणाला की, 'त्याला ताज म्हणजे त्याचं दुसरं घरंच वाटतं.'

"I HAVE HELD MY GROUND AS HUMAN HISTORY HAS UNFOLDED IN ITS TIMELESS PROCESSION OF LAUGHTER AND TEARS, COURAGE AND COWARDICE, GOOD AND EVIL.

I WILL PREVAIL."

The recent attack on the Taj was an assault on the spirit of India. But, like our country, we will never give in.

Now that the smoke has cleared, a different fire is burning within us: to resurrect the Taj in all its brilliance.

We pay homage to the men and women who were with us through our darkest hour - guests at the hotel, the staff of the Taj, security forces, people who displayed extraordinary courage, selflessly helping others. Many sacrificed their lives.

We will reopen soon. Like India, the Taj will stand tall for years to come.

TAJ
The Taj Mahal Palace & Tower
Mumbai, India

A TATA Enterprise

www.tajhotels.com

नोव्हेंबर २००८मध्ये मुंबईत झालेल्या दहशतवाद्यांच्या हल्यानंतर काही दिवसांतच ताजने भारतभरातील आणि जगभरातील वृत्तपत्रांमध्ये पूर्ण पान जाहिराती दिल्या : 'फिनिक्स पक्षी राखेतून पुन्हा उभारी घेत आहे.'

६ । टाटा : एका कॉर्पोरेट ब्रँडची उत्क्रांती

गोळीबार सुरू झाल्यावर ताजवरच्या हल्ल्याने सर्वांत जास्त लक्ष वेधून घेतले. त्यात नवल वाटण्यासारखे काहीच नव्हते. दूरचित्रवाणीवर ही घटना प्रत्यक्ष बघताना आणि वर्तमानपत्रांतून वाचताना मुंबई आणि जगभर लोक या शोकांतिकेकडे लक्ष ठेवून होते. अगदी युद्ध चालू असतानाच हॉटेलच्या कर्मचाऱ्यांच्या असामान्य शौर्याच्या कहाण्या बाहेर येऊ लागल्या होत्या. पाहुण्यांना गोळी लागू नये म्हणून छातीची ढाल करणारे कर्मचारी होते. बावरलेल्या, गांगरलेल्या पाहुण्यांनी घाबरून, चुकून गोळीबाराच्या दिशेने जाऊ नये म्हणून त्यांच्याभोवती गोल रिंगण करणारे कर्मचारी होते.

काही कहाण्यांना विनोदाची किनार होती. "सर थांबा, थांबा." एक वेटर ओरडला. एक पाहुणे शँपेनची एक बाटली आणि काही काचेचे मोठे ग्लास ढापून पळत होते, त्याच्याकडे तो धावत गेला. मरायचेच आहे तर मजा करत मरू असा पाहुण्यांचा बेत होता. नाराजीने पाहुण्यांनी शँपेन वेटरकडे दिली. वेटरने ती घेतली, ग्लासही परत घेतले, त्याच्याऐवजी खास शँपेनसाठी वापरले जाणारे ग्लास घेतले, त्यात शँपेन ओतली आणि पाहुण्यांपुढे केली. जर पाहुण्यांना शँपेन पिऊनच मरायचे आहे, तर प्रॉपर ग्लासमधूनच पिऊ दे![२] आपली पत्नी आणि मुले हल्ल्यात दगावली हे कळल्यानंतरही, शेवटपर्यंत पाहुण्यांच्या सुटकेचे काम जबाबदारीने सांभाळणारे हॉटेलचे जनरल मॅनेजर करमवीरसिंग कांग यांच्यासारख्या लोकांच्या कहाण्या तर हृदयद्रावक आहेत.

२९ नोव्हेंबरच्या दुपारपर्यंत हल्ले-प्रतिहल्ले संपल्यावर हॉटेल कर्मचाऱ्यांनी आणि टाटाच्या व्यवस्थापकांनी त्या उद्‌ध्वस्त दृश्याची पाहणी केली. हॉटेलच्या नवीन 'टॉवर विंग'ची बरीच हानी झाली होती आणि 'पॅलेस विंग' नावाने ओळखली जाणारी जुनी इमारत आगीत होरपळलेली होती. मुंबईतल्या सर्वांत गौरवशाली वास्तूचा नाश झाला होता.

...किंवा तसे वाटले होते. काही दिवसांतच ताजने आपला निश्चय बोलून दाखवला. भारतातील आणि जगभरातील वृत्तपत्रांमधून पूर्ण पान जाहिरात देऊन घोषणा केली की, 'फिनिक्स पक्षी राखेतून पुन्हा जन्म घेणार आहे.' इंग्रजी भाषेतील ती जाहिरात अशी होती –

I have held my ground as human history has unfolded in its timeless process of laughter and tears, courage and cowardice, good and evil. – I WILL PREVAIL

('हास्य आणि अश्रू, धैर्य आणि भीरूता, सुष्ट आणि दुष्ट अशा कालातीत प्रक्रियेतून मानवी इतिहास जात असताना मी धरतीवर ठाम होतो.' – *मी नेहमीच असेन.)*

त्याच्याही आधी, रतन टाटांनी जाहीरपणे सांगितले होते की, 'हॉटेल पूर्वी जसे होते तसे पुन्हा उभे राहणार. काय वाटेल ती किंमत लागली तरी.' अगदी लगेचच पुनर्बांधणीचे काम चालू झाले. ऑक्टोबर २००९मध्ये हॉटेलच्या लॉबीत मी जेव्हा करमवीरसिंग कांग यांना भेटलो तेव्हा ते माझ्या आठवणीत होते तसेच गजबजलेले होते. फरक होता ते फक्त दारावरच्या वाढलेल्या सुरक्षा व्यवस्थेत. 'टॉवर विंग' पूर्णपणे उघडलेला होता आणि 'पॅलेस विंग'मधल्या खोल्या काही महिन्यांत उघडणार होत्या. शांत, गोड आवाजात श्री. कांग आपल्या कर्मचाऱ्यांबद्दल आणि हॉटेलला पुन्हा पूर्वीचे वैभव मिळवून देण्याच्या त्यांच्या प्रयत्नांबद्दल मनापासून भरभरून, अभिमानाने बोलत होते.

मुंबईचे हृदय पुन्हा धडधडू लागले होते.

भारताच्या अभिमानाचा स्रोत

आत्तापर्यंत हे कळलेच असेल की, 'टाटा' हा सर्वसामान्य व्यवसाय नाही. खरे सांगायचे, तर तो एकच व्यवसाय नाही. टाटाचे अधिकारी कधीकधी त्याला 'समुदाय' म्हणतात. पण खरे तर तसेही नाहीय. हा एक 'संघ' आहे. शंभरावर कंपन्या; विविध वयाच्या आणि आकारांच्या; पोलाद, वाहने, रसायने, पेये, किरकोळ विक्री, माहिती तंत्रज्ञान सल्ला-सेवा, ऊर्जा, टेलिकॉम, दागिने आणि घड्याळ निर्मिती, हॉटेल्स व आर्थिक सेवा अशा भिन्न-भिन्न क्षेत्रांत गुंतलेल्या आहेत. खरे म्हणजे टाटांचा संबंध आलेला नाही, असे क्षेत्र शोधून काढणे मुश्कील आहे.[ii]

केंद्रस्थानी आहे 'टाटा सन्स'. भारताच्या पहिल्यावहिल्या कारखानदारांपैकी एक द्रष्टे जमशेटजी टाटा यांनी १८६८साली एक व्यापारी संस्था म्हणून हिची स्थापना केली.[iii] समूहामधल्या इतर सर्व मोठ्या कंपन्यांमध्ये टाटा सन्सचा २५ टक्के ते ७५टक्के इतका हिस्सा आहे. टाटा ब्रँडवरही यांचे नियंत्रण असते; ते वार्षिक शुल्काच्या बदल्यात टाटा समूहातल्या कंपन्यांना हा ब्रँड वापरण्याची अनुमती देतात. (या व्यवस्थेबद्दल अधिक तपशीलवार माहिती प्रकरण ५मध्ये पाहा.) खुद्द टाटा सन्सची ६६ टक्के मालकी वेगवेगळ्या धर्मादाय संस्थांकडे आहे. त्यातल्या सगळ्या बहुतेक टाटा कुटुंबीयांपैकी काहींनी पूर्वी स्थापन केलेल्या आहेत.[iv] अशा रीतीने टाटा स्टील, टाटा केमिकल्स आणि टाटा कन्सल्टन्सी सर्व्हिसेस (टी.सी.एस.) अशांसारख्या अत्यंत लाभदायी कंपन्यांमधील मालकीमुळे टाटा सन्सला मिळालेल्या उत्पन्नापैकी दोन तृतीयांश हिस्सा थेट धर्मादायासाठी वापरला जातो आणि तो भारतभरातल्या आरोग्य आणि शिक्षण प्रकल्पांवर पुन्हा गुंतवला जातो. हे इथेच संपत नाही, कारण टाटा समूहातल्या प्रत्येक कंपनीचे

स्वत:चे असे सामाजिक कामांचे प्रकल्प असतात, त्यात वैविध्य असते. आरोग्य, शिक्षण, जमशेदपूरला टाटा स्टीलच्या 'सेंटर फॉर एक्सलन्स'मधून चालणारे क्रीडा आणि सांस्कृतिक कार्यक्रम किंवा टाटा कन्सल्टन्सी सर्व्हिसेसने विकसित केलेला नाविन्यपूर्ण असा, संगणकाच्या मदतीने चालवलेला प्रौढ शिक्षण कार्यक्रम.

'टाटा समूह हा भारतीयांचा अभिमानाचा स्रोत आहे.' लंडन बिझिनेस स्कूलचे प्राध्यापक निर्माल्य कुमार लिहितात त्याप्रमाणे, 'नैतिक व्यापाराच्या तत्त्वावर चाललेली अत्यंत यशस्वी वैश्विक कंपनी. अशी कंपनी, जिला कधी लाचखोरीचा डाग लागला नाही. त्यांच्या धर्मादाय विश्वस्त संस्थांकडून दारिद्र्यनिर्मूलन, आपत्कालीन मदत, भारतीय संस्कृतीविषयक आणि वैज्ञानिक संस्थेच्या उभारणीसारख्या धर्मादाय प्रकल्पांना भरघोस मदत दिली जाते.'[३] प्राध्यापक कुमारांच्या सांगण्यात काही अतिशयोक्ती नाही. मुंबईत एका हॉटेलच्या साहाय्यक व्यवस्थापकाशी गप्पा मारत-मारता (टाटांच्या मालकीचे ते हॉटेल नाही, तर कॉर्पोरेट क्षेत्रातल्या हॉटेलांपैकी टाटांच्या मोठ्या स्पर्धकाचे हॉटेल) माझ्या बोलण्यात आले की टाटा समूहावरच्या पुस्तकासाठी संशोधन करण्यासाठी मी भारतात आलो आहे. "किती महान कंपनी," तो उत्साहाने म्हणाला, "आणि महान परिवार!" माझ्या प्रकल्पाची बातमी वाऱ्यासारखी पसरली. माझे जेवण घेऊन येणारा वेटर म्हणाला, "तुम्ही टाटांवर एक पुस्तक लिहीत आहात असे मला कळले, हा फार मोठा सन्मान असणार." तो अगदी मनापासून बोलत होता.

टाटांकडे दान, देणग्या आणि सद्भावना यापेक्षा खूप काही आहे – खऱ्या अर्थाने व्यावसायिकरितीने चालवल्या जाणाऱ्या भारतातल्या काही कंपन्यांपैकी ती एक आहे.

"तुम्ही कुठे चाललाय?" कोलकाता विमानतळाच्या दारावर उभ्या असलेल्या राकट चेहऱ्याच्या सुरक्षा रक्षकाने प्रश्न केला, "मुंबई की दिल्ली?" "कुठेच नाही." मी म्हटले. "मी जमशेदपूरला (टाटा स्टीलचे गाव) निघालोय." "ओह, जमशेदपूर." तो म्हणाला. माझ्या तिकिटावर ठप्पा मारला आणि रुंद हसून मला हात केला. सगळ्या भारतभर टॅक्सीचालक, वेटर, सुरक्षारक्षक, हमाल, तिकीटबाबू सगळ्यांची हीच प्रतिक्रिया असे आणि पुष्कळदा वाट वाकडी करूनही ते मदत करण्यासाठी धावत. (हे माझ्या पथ्यावर पडले, हे सांगायला हवे.) सर्वसाधारणपणे भारतीयांना टाटा, त्यांचा समूह आणि त्यांचा परिवार यांच्याबद्दल खरोखर जिव्हाळा आहे; टाटा आणि त्यांनी जे साध्य केले, त्याबद्दल त्यांना अभिमान वाटतो.

असे म्हणतात की, टाटांकडे दान, देणग्या आणि सद्भावना यापेक्षा खूप काही

आहे. मुंबईतल्या एका बिझिनेस पत्रकार मित्राने टाटांची गणना खरोखरचे व्यावसायिक व्यवस्थापन असलेल्या भारतातल्या काही मोजक्या संस्थांमध्ये केली. भारतातले सल्लागार रजनीश कर्की यांनी टाटांचे वेगळेपण सांगितले – 'ती अशी भारतीय व्यापारी संस्था आहे, जी आंतरराष्ट्रीय पातळीवरील विस्तारातही यशस्वी झाली आहे. ही झेप विशेष आहे, कारण अगदी अलीकडे २००० साली विचारवंत सुमंत घोषाल यांनी टिप्पणी केली होती की, 'टाटा काळापासून तुटलेले दिसतात, मागे पडलेले दिसतात, आंतरराष्ट्रीयीकरणाच्या४ स्पर्धेत हरण्याजोगे वाटतात.' आपण चौथ्या प्रकरणात पाहणार आहोत; त्याप्रमाणे टाटा ब्रँडबद्दलची समज नेहमीच आजच्याइतकी सकारात्मक नव्हती.

तरीदेखील सर्व आकडे स्पष्टपणे सांगतात की, ३१ मार्च २००९ रोजी संपलेल्या आर्थिक वर्षात टाटा कंपन्यांचे एकूण उत्पन्न ७०.८ बिलियन यू.एस. डॉलर्स (म्हणजे रु. ३५४ कोटी) होते. या उत्पन्नापैकी ६५ टक्के उत्पन्नाचा भाग हा भारताबाहेरून आला होता.४ 'टाटा' ही आता भारतीय कंपनी राहिली नाही. तिचा वावर आता जागतिक रंगमंचावर आहे.

मोठे आकडे

भारतामध्ये टाटांचे त्यांच्या ग्राहकांशी, कर्मचाऱ्यांशी आणि एकूण भारतीय समाजाशी असलेले नाते फार खोलवरचे आणि गुंतागुंतीचे आहे. त्यांच्या परंपरा, वारसा, मूल्ये आणि याच्या जोडीला, या प्रकरणाच्या सुरुवातीला आल्या आहेत तशा सध्याच्या काळातल्या गोष्टी यांच्या संयोगाने टाटांची एक शक्तिशाली प्रतिमा बनली आहे. 'ब्रँड ट्रॅकिंग' पाहणीतून असे दिसते की, टाटाचा ब्रँड हा इतर कुठल्याही भारतीय कंपनीपेक्षा अथवा औद्योगिक समूहापेक्षा जास्त 'दृश्य' (डोळ्यांत भरणारा) आहे आणि सर्वांत जास्त प्रमाणात सकारात्मक गोष्टींशी जोडला गेलेला आहे.५

१९९७ मध्ये 'इंटरब्रँड' या ब्रँड सल्लागार संस्थेने टाटा कॉर्पोरेट ब्रँडचे मूल्यांकन रु. ३७२० कोटी किंवा साधारण ८३० मिलियन यू.एस. डॉलर्स इतके केले होते. २००५ मध्ये इंटरब्रँडने तसाच उपक्रम पुन्हा केला. त्यात दोन्ही प्रकारचे ब्रँड होते – टाटांच्या मालकीचे (ताज हॉटेल्ससारखे कंपनी ब्रँड आणि टाटांनी बनवलेल्या इंडियन कारसारखे ग्राहक ब्रँड.) आणि कॉर्पोरेट ब्रँड. त्यांच्या अंदाजानुसार फक्त कॉर्पोरेट ब्रँडचे एकूण मूल्य रु.११,६२९ कोटी किंवा २.६ बिलियन यू.एस. डॉलर्स होते. इतर ब्रँड त्यात धरल्यावर त्याचे मूल्य वाढून रु. २४,३९६ कोटी किंवा ५.४ बिलियन यू.एस. डॉलर्स एवढे झाले.६

मग २००७साली आणखी एका सल्लागार संस्थेच्या लंडनस्थित ब्रँड फायनान्सने स्वत:चे मूल्यांकन जाहीर केले. या वेळी आकडा होता ११.४ बिलियन यू.एस. डॉलर्स (म्हणजे रु. ५७,००० कोटी) ब्रँड फायनान्सच्या मते यामुळे टाटा हे जगातले सत्तावन्नाव्या क्रमांकाचे मोठे ब्रँडधारक बनले होते.[७] २००८मध्ये आधीच्या वर्षात या ब्रँडचे मूल्य घसरून ९.९ बिलियन डॉलर्स (रु. ४९,५०० कोटी) झाल्याचा अंदाज ब्रँड फायनान्सने व्यक्त केला होता. पण २००८मध्ये जागतिक अर्थव्यवस्थेलाच उतरती कळा लागली होती. आणि खरेतर आघाडीच्या ५०० जागतिक ब्रँडच्या सरासरी २५ टक्के घसरणीपेक्षा टाटांची १६ टक्के घट ही बरीच कमी होती. ब्रँड फायनान्सच्या गणितानुसार काही ब्रँडनी, तर ६० टक्के मूल्य गमावले होते. या घसरणीमुळे जागतिक ब्रँडच्या क्रमवारीत 'टाटा' एक्कावन्नाव्या क्रमांकावर पोहोचले होते. आता 'ते' या क्रमवारीत पासष्टावे आहेत. २०१०च्या अहवालानुसार टाटा ब्रँडचे मूल्य ११.२ बिलियन यू.एस. डॉलर्स होते.[८]

ब्रँड ट्रॅकिंग पाहणीतून दिसते की, टाटाचा ब्रँड हा इतर कुठल्याही भारतीय कंपनीपेक्षा अथवा औद्योगिक समूहापेक्षा जास्त 'दृश्य' – डोळ्यांत भरणारा – आहे आणि सर्वांत जास्त प्रमाणात सकारात्मक गोष्टींशी जोडला गेलेला आहे.

''दाखवा बरं मला तो पैसा.'' चकित झालेला टाटा कंपनीचा एक अधिकारी म्हणाला. ''त्या पैशाला कसा सुगंध येतो हे मला पाहायचे आहे.'' खरेच, धोक्याची सूचना – अगदी संशयसुद्धा – आवश्यक आहे. ब्रँड मूल्यांकन ही थोडी काळी जादू आहे.[९] आघाडीच्या तीन ब्रँड मूल्यांकन संस्था – इंटरब्रँड, ब्रँड फायनान्स आणि मिलवर्ड ब्राऊन ऑप्टिमर, तिघांची मालकी डब्ल्यू.पी.पी.कडे आहे – या मूल्यांकनासाठी वेगवेगळ्या पद्धती वापरतात. इंटरब्रँडची पद्धत म्हणजे ती अव्यक्त वा अदृश्य (Intangible) उत्पन्नावर आधारित 'आर्थिक वापराचे प्रारूप' (economic use model) वापरते. यामध्ये ब्रँड उत्पन्नातून कामकाजाचा खर्च, कर, भांडवलाच्या वापराबद्दलचे शुल्क वजा करतात. या निव्वळ उत्पन्नावरून मग ब्रँड डिस्काउंट काढला जातो. त्यावरून त्याच्या स्पर्धकांच्या तुलनेत ब्रँडचे स्थान दिसून येते (हा ब्रँड डिस्काउंट नेमका कसा काढतात, हे विचारल्याबद्दल वाचकांना क्षमा असो.) या उलट ब्रँड फायनान्स 'बेंचमार्किंग' दृष्टिकोन ठेवते आणि कॉर्पोरेट ब्रँड्सनी एकमेकांच्या तुलनेत कशी कामगिरी केली आहे हे पाहाते. ब्रँड फायनान्सचे भारतातले व्यवस्थापकीय संचालक उन्नीकृष्णन यांच्या म्हणण्यानुसार, या पद्धतीने ब्रँडच्या सर्व पैलूंना, कर्मचारी आणि आर्थिक गट यांच्या नजरेतून त्याचे मूल्य धरूनसुद्धा अधिक

महत्त्व दिले जाते. मँचेस्टर बिझिनेस स्कूलचे एक तज्ज्ञ गॅरी डेव्हिस गुंतागुंतीचे सूत्र टाळून सुचवतात की, 'बळकट ब्रँडचे मूल्य हे त्याच्या वार्षिक विक्रीएवढे असते.' (हा नियम लावायचा तर टाटांच्या कॉर्पोरेट ब्रँडचे मूल्य ७० बिलियन डॉलर्सच्या पुढे आहे, म्हणजे वर दिलेल्या मूल्यांकनापेक्षा बरेच जास्त.)[१०]

अर्थात, ब्रँडचे हे मूल्यांकन कोण करत आहे, यावरून पुष्कळच बदलते. उदाहरणार्थ, २००७साली ब्रँड फायनान्सने कोकाकोलाचे ब्रँड मूल्य ४३ बिलियन यू.एस. डॉलर्स अंदाज केला होता. तर इंटरब्रँडने ते ६७ बिलियन डॉलर्स केले होते.[११] हा नुसता फरकच त्यांच्या अख्ख्या ब्रँड मूल्याच्या दुप्पट आहे. या तीन संस्थांनी केलेली टॉप १०० ब्रँडची यादी बघण्यासारखी आहे. या तीन याद्यांमध्ये फक्त तीस नावे सामायिक आहेत.[१२]

त्यामुळे हे नुसते आकडे बघून काही अर्थबोध होत नाही. ते फक्त निदर्शक असतात. लंडन बिझिनेस स्कूलचे टिम ॲम्लर (ब्रँडिंग आणि ब्रँड मूल्यांकनातील अधिकारी व्यक्ती) म्हणतात, 'मुद्दा असा आहे की, टाटा ब्रँड हा खूप मोठा आणि खूप मौल्यवान आहे. या मूल्याला कोणती क्रमवारी द्यावी हे जास्ती महत्त्वाचे नाही.' टाटा ब्रँडबद्दल बोलायचे, तर त्यांचे सामूहिक (सांघिक) स्वरूप पाहता आणि मुळात टाटा सन्सचीच मालकी धर्मादाय संस्थांकडे आहे हे सत्य लक्षात घेता, हे मूल्य प्रत्यक्षात कसे उतरेल हे ठरवणे अधिकच अवघड आहे.

एवढेच नव्हे तर, या मूल्यांकनात एक फार महत्त्वाचा पैलू निसटलाच आहे. 'टाटा कॉर्पोरेट ब्रँडचे कार्य हे केवळ उत्पन्न मिळवणे किंवा महत्त्वाच्या साथीदारांबरोबर, भागीदारांबरोबर नाते प्रस्थापित करणे यापेक्षा फार खोलवरचे आहे.' आधी सांगितल्याप्रमाणे टाटा समूहाला एकत्र धरून ठेवणारी ती एक प्रमुख गोष्ट आहे. ती एक समन्वयाची यंत्रणा आहे – इतर कुठलीही समन्वय यंत्रणा नसताना – जी टाटा समूहातल्या सदस्य कंपन्यांना एकेकटे काम करण्याऐवजी एक गट म्हणून एकत्रितपणे काम करायला मदत करते. परिणामी, टाटा समूहाचे कॉर्पोरेट सदस्य हेच मिळून एक भागीदार – स्टेकहोल्डर – गट बनतात. त्यांचे ब्रँडशी एक नाते आहे. ब्रँड त्यांच्यावर आणि त्यांच्या कृतीवर परिणाम घडवतो आणि उलट तेसुद्धा ब्रँडच्या विकासावर आणि उत्क्रांतीवर प्रभाव टाकतात.

तर या पुस्तकाचा हेतू आहे – टाटा कॉर्पोरेट ब्रँडची कसोटी आणि तो कशामुळे चालतो याचा शोध. हा ब्रँड काय 'आहे' आणि काय करतो यात आम्हाला स्वारस्य आहे. पैशांशी संबंधित गोष्टींमध्ये कमी रस आहे. टाटा ब्रँड कशामुळे बनतो? तो कशातून आला, त्याचा पाया काय? ग्राहक, कर्मचारी, समाज, सरकार, भारतीय लोक आणि या समूहाचा व्यवसाय जिथे-जिथे आहे त्या इतर अनेक देशांमधले लोक यांची या ब्रँडबद्दलची समज काय आहे? आणि टाटा समूहातल्या

इतर कंपन्यांची या ब्रँडबद्दलची समज काय आहे? समूहात समन्वय राखणे आणि मूल्यवृद्धी करणे हे काम ब्रँड कसे करतो? आणि इतर देशांतल्या आणि इतर कंपन्यांतल्या कॉर्पोरेट ब्रँड व्यवस्थापकांनी टाटांच्या उदाहरणावरून शिकाव्या अशा काही गोष्टी आहेत का? या पुस्तकात आपण या प्रश्नांची उत्तरे शोधण्याचा प्रयत्न करणार आहोत.

कॉर्पोरेट ब्रँड काय करतात? (तात्त्विकदृष्ट्या)

'कॉर्पोरेट ब्रँड ही व्यवसायाकडे असलेली सर्वोत्कृष्ट सामारिक संपत्ती असते.' मेरी जो हॅच आणि मायकेल शुल्ट्झ यांनी त्यांच्या 'टेकिंग ब्रँड इनिशिएटिव्ह' या पुस्तकात म्हटले आहे. 'या आपल्या जागतिकीकरणाच्या जगात, ज्या कंपन्या त्यांच्या ब्रँडचे परिणामकारक व्यवस्थापन करतात, त्यांना बाजारपेठेत प्रवेशाचा, आतपर्यंत पोहोचण्याचा आणि स्पर्धकांपेक्षा वेगळे उठून दिसण्याचा, असे अनेक प्रकारे लाभ होतात आणि त्यामुळे त्यांच्या सुविधा उद्योगांना एकत्रित करण्यासाठी मदत होते.'[१३] हे एवढे महत्त्वाचे का? कारण लेखक म्हणतात, 'कॉर्पोरेट ब्रँड सांगतो की ती संस्था – फर्म – काय आहे. तिची मूल्ये आणि त्यांची ओळख यांना गोळीबंद रूप देऊन ते ग्राहक, कर्मचारी, गुंतवणूकदार आणि एकूण समाज अशा सर्व संबंधित घटकांना समजावून देते. एकूण कॉर्पोरेट ब्रँडचे तुम्ही जर वेगळे-वेगळे तुकडे केले, तर तुम्हाला ठोस संपत्ती सापडणार नाही. त्याऐवजी सापडतील चिन्हे, दंतकथा, प्रतिमा, समजुती, तर कधीकधी गैरसमजुती यांची एक मालिकाच दिसेल. पण म्हणून त्या कमी महत्त्वाच्या आहेत असे नव्हे. ते सगळे तुकडे पुन्हा जुळवले, तर तुम्हाला तंतोतंत मिळेल ती सर्व संबंधितांची फर्मबद्दलच्या, त्याच्या कीर्तीबद्दलच्या आणि मूल्याबद्दलच्या समजुतींची एकत्रित बेरीज.

कॉर्पोरेट ब्रँडची उभारणी ही गुंतागुंतीची प्रक्रिया आहे. त्याची तोडमोड मात्र तुलनेने सोपी आहे. हॅच आणि शुल्ट्झ, ब्रिटिश एअरवेजचे उदाहरण देतात. १९९० च्या मध्यावर त्यांनी 'ब्रिटिश' असण्याऐवजी 'जागतिक' दिसण्यासाठी, प्रवासी जेट विमानांच्या शेपटीवरचा 'ब्रिटिश' ध्वज काढून टाकण्याचा निर्णय घेतला होता. समस्या अशी होती की, त्या संस्थेला अजूनही 'ब्रिटिश एअरवेज'च म्हटले जात होते आणि त्यांचे 'ब्रिटिशपण'च अनेकांना – बिगरब्रिटिशांनाही – त्या कंपनीकडून मोलाचे वाटत होते, हेच खरे म्हणजे दिसून आले. 'जागतिक' विमानकंपनी ही कल्पना लोकांना तितकीशी काही भावली नाही आणि विमानांच्या शेपटीवर पुन्हा 'ब्रिटिश' ध्वज चढले. तरी गोंधळ कायमच राहिला. आता ब्रिटिश एअरवेज नक्की काय दर्शवते? तिची मूल्ये काय होती? काही बोधचिन्हे नुसती

पुसून टाकल्याने लोकांच्या मनातली समजूत आणि श्रद्धा ढासळून पडली आणि त्याचे परिणाम ब्रँडला अजून भोगायला लागत आहेत.

'कॉर्पोरेट ब्रँड हा संस्थेला जीवनभर सोबत करतो.' हॅच आणि शुल्ट्झ म्हणतात. 'सर्व संबंधित (आतले – बाहेरचे) हे कॉर्पोरेट ब्रँडचे लक्ष्य असते. संस्थेच्या वरपासून खालपर्यंतच्या एकूण एक कारभारावर – कंपनी जे काही आहे, बोलते, करते, त्या सगळ्यावर – आत्ता आणि कायमचे – तो परिणाम करतो. त्या प्रत्येक गोष्टीत ब्रँड उपस्थित असतो.'[१४] (तर कॉर्पोरेट ब्रँडच्या व्यवस्थापकांनो, निवांत व्हा!) हॅच आणि शुल्ट्झ यांचा विश्वास आहे की, कॉर्पोरेट ब्रँड यशस्वी व्यवस्थापनाची खरी मेख आहे. ती तीन कळीच्या घटकांचे एकाच वेळी व्यवस्थापन करण्यात : व्यूहात्मक दृष्टी, संस्थेची म्हणून एक संस्कृती आणि संबंधित घटकांच्या – स्टेकहोल्डर्सच्या – मनातली प्रतिमा. ते म्हणतात की, 'या तीन गोष्टी एका सुतात सरळ आणल्या की, त्याच्यातून बलशाली ब्रँडचा परिणाम मिळतोच. संबंधित घटकांना कंपनीची संस्कृती उमजेल आणि ते त्याच्याशी तादात्म्य पावतील. तसेच एका सुस्पष्ट व्यूहात्मक दृष्टीमुळे कंपनीला आपल्या संबंधित घटकांना महत्त्वाच्या असलेल्या गोष्टींशी तादात्म्य पावता येईल; असे हे सकारात्मक वर्तुळ सुरू होईल.'

हे त्यामानाने साधे वाटते. पण आणखी एक गुरू, प्रुशियन स्टाफ ऑफिसर आणि 'व्यूहरचना' विषयावरील लेखक कार्ल व्हॉन क्लाउसविट्झ यांनी एके ठिकाणी म्हटले आहे, 'व्यूहरचनेमधले सारे काही अगदी साधे असते. पण म्हणजे ते सोपे असते असे नाही.' 'व्यूहरचने' ऐवजी 'व्यवस्थापन' शब्द वापरा. कदाचित, व्यूहात्मक दृष्टी तयार करणे आणि ती आणखी तीक्ष्ण करणे आणि त्यावर प्रभाव पाडणे, हे त्यापेक्षा कितीतरी कठीण आहे. संस्कृतींना स्वत:च्या इच्छेनुसार उत्क्रांत होण्याची सवय असते आणि व्यवस्थापकांची अवस्था पुष्कळदा त्या रोमन सरदारासारखी होते, जो आपल्या घरावरून माणसांचा मोठा जमाव चाललेला पाहून ओरडला होता, 'ही चालली माझी प्रजा! मला त्यांच्या मागोमाग गेले पाहिजे. म्हणजे मला समजेल की त्यांना, मी त्यांना कुठल्या दिशेने घेऊन जायला हवे आहे!'[१५] तसेच संबंधित घटकांच्या समजाचे व्यवस्थापन करायचे तर, ब्रिटिश एअरवेजच्या उदाहरणावरून दिसते की, एखादी कृती भयंकर चुकीची कशी ठरू शकते.

आपले ब्रँडबद्दलचे विचार योग्य दिशेने प्रगती करत आहेत का, हा प्रश्न इतरांनी उपस्थित केला आहे. एखादी संस्था संबंधित घटकांची समज 'तयार' करू शकते का? किंवा असे घडते की, संबंधित घटक स्वत:ची समज तयार करतात आणि त्यांना योग्य ती माहिती पुरवून या समजावर प्रभाव वा परिणाम घडवणे एवढेच त्यातल्या त्यात ती संस्था करू शकते? यु.के.मधल्या युनिव्हर्सिटी ऑफ

इक्झिटर बिझिनेस स्कूलचे प्राध्यापक जोनाथन श्रोडर हे या दुसऱ्या तर्काच्या बाजूचे आहेत. ते ब्रँडच्या 'सह-निर्मिती'बद्दल बोलतात. ज्यात संस्था आणि तिचे स्टेकहोल्डर्स यात पहिल्याकडून दुसऱ्याकडे असा एकदिश व्यवहार न होता त्यांच्या परस्पर संवादातून ब्रँड प्रतिमा घडत जाते. आधीच्या काही लेखकांनी ब्रँड इक्विटी आणि ब्रँड मूल्य यांवर लक्ष केंद्रित करून लिखाण केलेले आहे. 'या विचारांमधून एक गोष्ट सहसा निसटते. ती म्हणजे, 'त्या-त्या वेळच्या ब्रँडवर परिणाम करणाऱ्या सांस्कृतिक धारा, उदाहरणार्थ – ऐतिहासिक संदर्भ, स्थानिक प्रश्न आणि सांस्कृतिक रूढी-चालीरिती-प्रथा, इ. वेगळ्या शब्दात, ब्रँडिंग प्रक्रियेवर संपूर्ण नियंत्रण ना त्या व्यवस्थापकांचे असते, ना उपभोक्त्यांचे – ब्रँडने मूल्य तयार करण्याला सांस्कृतिक संकेतांच्या मर्यादा पडतात.'[१६] आशियामधल्या ब्रँडिंगबद्दल आपल्याला जे माहीत आहे, त्यावरून दिसते की पश्चिमेपेक्षाही ब्रँडिंगमध्ये संस्कृतीची भूमिका इथे अधिक महत्त्वाची आहे. राष्ट्रीय आणि स्थानिक संस्कृतींमध्ये खोलवर रुजलेल्या कारणांमुळे लोक चिन्हांना जास्त महत्त्व देतात आणि त्या चिन्हांचा अर्थही स्वत: लावण्याची त्यांची तयारी असते.[१७]

पुष्कळदा कॉर्पोरेट ब्रँडच्या जोडीला इतर अनेक ब्रँड्स असतात, ते सहसा ग्राहकाभिमुख ब्रँड किंवा उपभोक्त्याचे ब्रँड असतात, त्यांचीही मालकी कंपनीकडे असते. या इतर ब्रँडना स्वत:चे काम असते, ग्राहकांच्या एका विशिष्ट गटाशी किंवा कंपनीचे लक्ष्य असलेल्या गटाशी संवाद साधणे, कॉर्पोरेट ब्रँडचे एक काम असते त्यांना पुष्टी देणे, 'कॉर्पोरेट ब्रँड एक विश्वास आणि दर्जाची हमी देतात.' टिम ॲम्बलर सांगतात.[१८] ब्रँडचे आणखी एक तज्ज्ञ प्राध्यापक पॅट्रिक बरवाईज म्हणतात, 'दोन महत्त्वाचे घटक म्हणजे दर्जा – त्या उत्पादनाच्या दर्जाबद्दल ठाम विश्वास देण्याचे काम कॉर्पोरेट ब्रँड करतो का? आणि मेळ जुळणे – एक उत्पादनाचा 'ब्रँड'चा, ग्राहक आणि इतर घटकांच्या कॉर्पोरेट ब्रँडच्या प्रतिमेशी मेळ जुळतो का?[१९]

'उत्पादनाचे ब्रँड आपापली लढाई लढतात.' मुंबईतल्या ड्राफ्ट एफसीबी + उल्का या जाहिरात संस्थेच्या मुख्य कार्यकारी अधिकारी अंबी परमेश्वरन म्हणतात, 'पायदळाच्या लढाईत विमाने जशी हवाई संरक्षण देतात, तसेच संरक्षण कॉर्पोरेट ब्रँड या लढाईत देतात.' लोकांना छत्रीचे रूपक आवडते. म्हणून उत्पादने आणि त्यांच्या लहान ब्रँड्सवर कॉर्पोरेट ब्रँडने संरक्षणाचे छत्र धरले आहे.

उत्पादनांचे ब्रँड आपापली लढाई लढतात,
कॉर्पोरेट ब्रँड त्यांना हवाई संरक्षण पुरवतात.

'टाटा' ब्रँड समजून घेणे

शेवटच्या दोन मुद्यांचा टाटा ब्रँडशी निश्चितच संबंध आहे. आपण पुढे पाहणार आहोत त्याप्रमाणे टाटा ब्रँड आणि त्यांच्या एकेका कंपनीचे आणि उत्पादन/सेवांचे ब्रँड यांच्यात फार बळकट आणि सांकेतिक नातेसंबंध आहेत. महत्त्वाचे म्हणजे, हे नाते आधी सुचवल्याप्रमाणे 'एक-दिश' नाही. टाटा ब्रँड हवाई संरक्षण किंवा छत्र नक्कीच देतो. पण बदल्यात एकेका ब्रँडकडून ताकदही मिळवतो. या प्रकरणाच्या अगदी सुरुवातीलाच आपण पाहिले, त्याप्रमाणे नॅनोचे यश केवळ टाटा मोटर्सला नाहीतर पूर्ण कॉर्पोरेट ब्रँडलाच भक्कम बनवते. तसेच ब्रँडचा मागोवा घेणारी आकडेवारी सांगते की, ताज महालवर झालेले हल्ले आणि त्या दुर्घटनेला टाटांनी दिलेले कणखर प्रत्युत्तर यामुळे संपूर्ण समूहाच्या ब्रँडमध्ये आणि कीर्तीत भर पडली आहे. हे कसे आणि का घडते ते आपण पुढे पाहूच.

ब्रँड संस्कृती आणि सह-निर्मिती या संकल्पनांची टाटांच्या अधिकाऱ्यांना जाण आहे आणि ते या दोन्ही गोष्टी गंभीरपणे घेतात. टाटांचा इतिहास, परंपरा आणि मूल्ये हे संबंधित घटकांच्या चांगल्या माहितीचे आहेत आणि त्यांनी त्यांचे स्वतःचे असे एक 'टाटा पुराण' तयार केले आहे. (प्रकरण २ आणि ३मध्ये आपण या पुराणाची तपशीलवार ओळख करून घेऊ.) संबंधित घटकांना कंपनीची काय माहिती आहे, यावर कॉर्पोरेट ब्रँडचे अध्यक्ष काम करतात. सकारात्मक ठसे उमटवण्याचा आणि ते पक्के करण्याचा प्रयत्न करतात. पण ते ठसे ते कोऱ्या कापडातून निर्माण नाही करत.

अर्थातच, जेव्हा संबंधितांच्या एखाद्या गटाला पुरेशी सकारात्मक समज नसते असे जेव्हा वाटते, तेव्हा त्या समजेवर प्रभाव पाडण्याचा प्रयत्न टाटा नक्कीच करतात. १९९०मध्ये असे स्पष्ट दिसू लागले की, त्यांचा भारतीय तरुणांशी संपर्क तुटतो आहे. ते टाटांना शिळी बातमी समजतात. 'आमच्या बाबांचे टाटा', असे एका अहवालात म्हटले होते. त्यानंतर टाटांनी भारतीय तरुणाईचे लक्ष आणि विश्वास पुन्हा जिंकून घेण्याच्या दिशेने खूपच प्रगती केली आहे. पण त्यांनी जाणीवपूर्वक 'तरुण टाटा' अशी प्रतिमा तयार करून ती बाजारात विकायचा प्रयत्न केला नाही; उलट टाटांना तरुणांमध्ये रस आहे आणि तरुणांना देण्यासारखे टाटांकडे पुष्कळ आहे, हे दर्शवणारी एक शांत प्रक्रिया सुरू आहे.

टाटांचा इतिहास, परंपरा आणि मूल्ये हे संबंधित घटकांच्या चांगल्या माहितीचे आहेत.

'जागो रे!' जाहिरात मालिका हे फक्त एक उदाहरण आहे. 'आम्हाला तुमचं म्हणणं समजते,' हा संदेश अंतर्भूत होता, या आणि आमच्याशी बोला. तरुण मुले खरेच टाटांकडे येतात. टाटा क्रुसिबल बिझिनेस क्विझेस किंवा भारतीय तरुणांना आगगाडीने भारतभर हिंडवून प्रत्यक्ष चाललेली सामाजिक कामे दाखवून आणणारी 'टाटा जागृती यात्रा', अशा इतर माध्यमांमधून, टाटांच्या मूल्यांशी लोकांना जोडण्याचा प्रयत्न करणे हा अशा उपक्रमांचा उद्देश आहे.

टाटा कॉर्पोरेट ब्रँड समजून घ्यायचा, तर टाटांच्या मूल्यांपासून सुरुवात केली पाहिजे. धंद्याच्या भाषेत 'मूल्ये' या शब्दाचे अलीकडच्या काळात फारच अवमूल्यन झाले आहे. प्रत्येक कंपनी 'मूल्ये' असल्याचा दावा करते. ती आचरणात आणत असल्याचा दावा करते आणि तरी ती त्याप्रमाणे आचरण करत नाही, हेही अगदी उघड असते. पण टाटांचे नाणे खणखणीत आहे. टाटांची माणसेच केवळ त्यांच्या मूल्यांबद्दल बोलतात असे नाही, तर त्यांच्या संपर्कात आलेला इतर प्रत्येक जण त्यांच्या मूल्यांबद्दल बोलतो. ज्यांना त्यांची मूल्ये परिणामकारकपणे आचरायला काही अडचण येत असेल, त्यांच्यासाठी एक अख्खं १११ पानी पुस्तक आहे.[१०] परंतु, टाटांच्या अधिकाऱ्यांशी, व्यवस्थापकांशी, मालकांशी, ग्राहकांशी, जाहिरात आणि ब्रँडिंग तज्ज्ञांशी आणि सर्वसामान्य भारतीयांशी माझ्या संभाषणांच्या ज्या अनेक फेऱ्या झाल्या, त्यातून असे दिसले की संबंधित घटकांची ब्रँडबद्दल जो समज आहे, तिच्या केंद्रस्थानी तीन प्रमुख मूल्ये स्पष्टपणे दिसतात.

१. विश्वास – टाटा आणि टाटा ब्रँडबद्दल सर्वांत महत्त्वाचे काय वाटते असे कुणालाही विचारल्यानंतर पहिल्या प्रथम हा शब्द ऐकायला मिळण्याची शक्यता मोठी असते. लोकांचा टाटांवर विश्वास आहे. कारण आपण टाटांवर विश्वास ठेवू 'शकतो' असे त्यांना वाटते. हे आणखी एक सकारात्मक वर्तुळ आहे; उद्योगसमूह जेवढा जास्त विश्वास निर्माण करतो तेवढा पुढे आणखी विश्वास निर्माण करणे सोपे जाते.

२. विश्वासार्हता – दर्जेदार उत्पादने आणि सेवा देण्याप्रती टाटांची बांधिलकी सर्वश्रुत आहे आणि लोकांची स्वतःच्या अनुभवावरून याची खात्री पटलेली आहे. सुनील बुधवानींनी नॅनो खरेदी करण्याचे एक महत्त्वाचे कारण म्हणजे ती विश्वासार्ह असणार हे त्यांना माहीत होते आणि जर काही झालेच – गाडी मोडली, बिघडली तरी टाटा त्याची काळजी घेतील आणि विनातक्रार ती दुरूस्त करतील हेही त्यांना माहीत होते. त्यांच्या आणि इतरांच्याही बोलण्यात आले की, टाटांची उत्पादने म्हणजे पैशांचा योग्य मोबदला.

३. समाजाशी बांधिलकी – हे किती महत्त्वाचे आहे याचा अंदाज

बांधणे किंवा ते मोजणे जरा कठीण आहे. 'लोकांकडून जे आले ते अनेक पटींनी लोकांपर्यंत परत पोहोचले आहे.' हे जे. आर. डी. टाटांचे वाक्य अनेकदा उद्धृत केले जाते. तसेच जमशेटजी टाटांचे अगदी पूर्वीपासूनचे तत्त्वज्ञान[vi] की, 'खुल्या उद्योगात, समाज हा केवळ एक भागधारक – स्टेकहोल्डर – नसतो. खरे म्हणजे तो उद्योगाच्या अस्तित्वाचेच कारण असतो.'[२१]

काही मूल्ये तीन प्रकारे परिणाम करतात. पहिले, ब्रँड व्यूहरचनेसह, एकेकट्या स्वतंत्र कंपनीच्या आणि एकूण समूहाच्या अशा दोन्ही पातळ्यांवर व्यूहात्मकतेवर ती परिणाम करतात. व्यूहात्मक चिंतनासाठी ही मूल्ये एक महत्त्वाची चौकट तयार करतात. उदाहरणार्थ, नॅनोच्या बाबतीत – एक भरवशाची, विश्वासार्ह आणि लोकांच्या गरजा पूर्ण करणारी गाडी बनवण्याच्या गरजेतून काही नियोजन आणि आरेखन प्रक्रिया कामाला लागली. दुसरे, ती 'कृती' आणि 'वर्तणूक' यावर परिणाम करतात. टाटा समूहातल्या कंपनीमध्ये काम करणाऱ्या प्रत्येक कर्मचाऱ्याला 'वर्तणूक नियमावली' – कोड ऑफ कंडक्ट – वर सही करावी लागते आणि ती त्याच्यावर बंधनकारक असते. समूहातल्या कंपन्या त्यांच्या जोखीमधारकांशी जे नाते प्रस्थापित करतात, त्याला दिशा आणि आकार द्यायला ही मूल्ये मदत करतात

समूहातल्या कंपन्या त्यांच्या जोखीमधारकांशी जे नाते प्रस्थापित करतात, त्याला दिशा आणि आकार द्यायला ही मूल्ये मदत करतात.

आणि तिसरे, ही मूल्ये 'जोखीमधारकांच्या समजे'वर थेट प्रभाव टाकतात. टाटांची मूल्ये भारतात प्रसिद्ध आहेत. सर्वांना माहीत आहेत. त्यामुळे टाटांचा विचार करताना लोक त्या संदर्भानेच करतात.[vii] असे आपण नॅनोच्या बाबतीत पाहिले तसे, त्यांची दर्जाच्या प्रती असलेली बांधिलकी आणि विश्वास हे मुद्दे. लोक जेव्हा पर्यायांचा विचार करतात आणि शेवटी निवड करतात, तेव्हा त्यांच्या डोक्यात या गोष्टी असतात. २००३मध्ये टाटा फायनान्स कोसळली तेव्हा ही गोष्ट अधिक नाट्यपूर्ण रीतीने उठून दिसली होती. अलीकडे ही गोष्ट फारच ओळखीची झाली आहे – कंपनीच्या हिशेबात एक 'कृष्णविवर' तयार झाले आणि ५०० कोटी रुपयांपेक्षा अधिक नुकसानीमुळे ही कंपनी कोसळली. त्यातले बरेचसे गुंतवणूकदार हे वैयक्तिक स्वरूपाचे होते आणि त्यांच्यावर आयुष्यभराची पुंजी गमावयाची वेळ आली होती. प्रचंड दुष्कीर्ती व्हायला हे पुरेसे होते. उलट, गुंतवणूकदारांचे पूर्ण पैसे परत द्यायचा शब्द देऊन – आणि दिल्या शब्दाला जागून – समूहाच्या कीर्तीत दीर्घ मुदतीची भरच पडली. (प्रकरण ४ पाहा.)

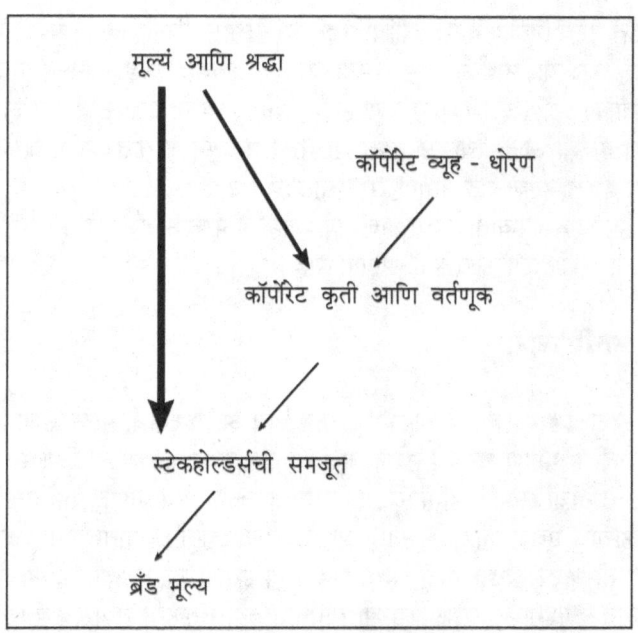

आकृती १.१ टाटांच्या ब्रँड मूल्य निर्मितीचा प्रभाव

आकृती १.१ दाखवते की, टाटांच्या ब्रँड मूल्य निर्मितीचा प्रभाव कसा काम करतो. समूहाची धोरणे ही वर्तणूक आणि कृती प्रेरित करतात, जी अगोदरच मूल्यांनी घडलेली असतात. समूहाची वर्तणूक आणि कृती ही संबंधितांच्या समजुतीवर प्रभाव टाकतात आणि त्यातून आधीच्या समजुती/धारणा अधिक पक्क्या होतात. ही वर्तणूक आणि कृती म्हणजे काहीही असू शकते. समूहाने केलेले एखादे जाहीर वक्तव्य, समूहाचे प्रतिनिधी आणि त्यांचे विक्री कर्मचारी यांचे वागणे, एखादे दोषपूर्ण उत्पादन परत मागवून घेणे किंवा वचन दिल्याप्रमाणे सेवा न देणे अशा अपयशांच्या वेळचा प्रतिसाद, ब्रँड प्रसिद्धीची कॉर्पोरेट आणि वैयक्तिक पातळीवरची कामे आणि इतर अनेक गोष्टी, या सगळ्या गोष्टींची निरीक्षणे आणि नोंद संबंधितांकडे स्टेकहोल्डर्सकडे होत असते आणि त्यांना ब्रँडबद्दल आणि त्यांच्या मूल्यांबद्दल जे काही माहीत असते, त्याच्या अनुषंगाने ते या सगळ्याचा अर्थ लावत असतात.

आणि तसेच, स्टेकहोल्डर्सना ते समजत असते. त्यातून ब्रँडला त्याचे मूल्य प्राप्त होते. ब्रँडला असलेला त्यांचा प्रतिसाद – त्यांनी खरेदीला तयार असणे, टाटांकडे काम करणे, त्यांच्याकडे पैसे गुंतवणे, राजकारणी आणि सनदी अधिकारी म्हणून त्यांच्याबरोबर काम करणे, एक संस्था म्हणून त्यांच्यावर विश्वास ठेवणे –

हे ब्रँडचे मूल्य निर्माण करते. त्यांचा ब्रँडवरचा विश्वास उडला, तर ते पाठ फिरवतील आणि टाटांच्या स्पर्धकांकडून खरेदी करतील (त्यांच्याकडे काम करतील, पैसे गुंतवतील) आणि ब्रँडचे मूल्य कमी होईल. जोवर त्यांचा ब्रँडवर विश्वास आहे तोवर ब्रँडला शक्ती आहे. त्यामुळे टाटा जी मूल्ये उचलून धरतात आणि जगतात ती, आणि ब्रँडचे मूल्य यात अगदी सरळसोट नाते आहे.

हे निदान सुरुवातीचे तरी, गृहीतक आहे. हे पुस्तक जसजसे पुढे जाईल, तसे हे किती कसोटीला उतरते ते आपण पाहू.

पुस्तकाची रचना

टाटा ब्रँड समजून घेण्यासाठी, त्याचे नाव आणि त्याची मूल्ये कशी विकसित होत गेली हे पाहणे गरजेचे ठरेल. पुढच्या दोन प्रकरणांमध्ये या विकासाचे वर्णन आहे. टाटांचा संपूर्ण इतिहास देण्याएवढी जागा इथे नाही. तो एका स्वतंत्र पुस्तकाचाच ऐवज आहे.[२२] त्याऐवजी, टाटांच्या कीर्तीचा पाया कसा रचला गेला आणि ती कशी वाढत गेली, हे दाखवणे हा इथला उद्देश आहे. जोनाथन श्रोडर म्हणतात त्याप्रमाणे, लोक ब्रँडच्या बाबतीत ज्या दंतकथा तयार करतात, त्यांचा त्या ब्रँडच्या घडणीत महत्त्वाचा वाटा असतो.[२३] इतक्या वर्षांत टाटा आणि त्यांचे नेते याबद्दल भरपूर कथा-कल्पना तयार झालेल्या आहेत, त्या आपण पाहू आणि टाटा ब्रँडच्या घडणीतली त्यांची भूमिकाही पाहू. प्रकरण २ व ३ ही खुद्द टाटा समूह, त्याची कीर्ती आणि प्रतिमा या दोन्हींच्या उत्क्रांतीला वाहिलेली आहेत.

इतक्या वर्षांत टाटा आणि त्यांचे नेते याबद्दल भरपूर कथा-कल्पना तयार झालेल्या आहेत.

चौथ्या प्रकरणात, १९९०मध्ये सुरू झालेल्या कॉर्पोरेट ब्रँडचा विकास आहे. यापूर्वी त्यांनी कॉर्पोरेट ब्रँड विकसित करण्याचा प्रयत्न कधीही केला नव्हता आणि एकेकट्या कंपन्या त्यांच्या त्यांच्या आवडीप्रमाणे 'टाटा' नाव वापरत होत्या. रतन टाटा म्हणतात, 'आमच्याकडे नाव होते, पण ब्रँड नव्हता.' त्या नावाच्या, कीर्तीच्या पायावर ब्रँड कसा उभारला गेला, हा या प्रकरणाचा मुख्य मुद्दा आहे. त्यातूनच आपण प्रकरण पाचकडे जातो. आज ब्रँड जसा आहे तसे त्याचे मूल्यमापन. यात कॉर्पोरेट ब्रँड आणि एकेकट्या कंपन्या आणि उत्पादन/सेवा याचे ब्रँड यांचे परस्पर सहजीवन-संबंध आला आहे आणि महत्त्वाचे म्हणजे टाटांच्या वाढत्या आंतरराष्ट्रीयीकरणामुळे आलेले दबाव-तणाव आणि आव्हानेही आली. टाटा समूहातल्या

दहा कंपन्या आणि त्यांचे ब्रँड्स आपण पाहणार आहोत आणि त्यांचे नातेसंबंध कसे काम करतात त्याची चर्चा करणार आहोत.

पुस्तकाच्या उत्तरार्धात आपण ब्रँडच्या समजुतीकडे वळणार आहोत. संबंधितांना – स्टेकहोल्डर्सला हा ब्रँड कसा समजला आहे या दृष्टीनेही पाहणार आहोत. प्रकरण ६मध्ये टाटा ब्रँड हा ग्राहकांचा ब्रँड आहे, तर प्रकरण ७मध्ये कर्मचाऱ्यांच्या दृष्टीतून ब्रँड दिसणार आहे.

सरकार आणि इतर आर्थिक समाज-गट अशा इतर स्टेकहोल्डर्सना या ब्रँडची समजूत कशी आहे, याची चर्चा आठव्या प्रकरणात आहे.

प्रकरण नऊमध्ये टाटांच्या भारतातल्या कीर्तीच्या संदर्भात टाटा ब्रँडचा विचार केला आहे. समाजाची सेवा हे टाटांचे नेहमीच एक उच्चतम मूल्य राहिले आहे. जमशेटजी टाटा आणि जे.आर.डी. टाटा यांच्या नेतृत्वाखाली, टाटांच्या उद्दिष्टांपैकी एक म्हणजे भारतीय अर्थव्यवस्था शक्तिशाली बनवण्यात हातभार लावणे आणि राष्ट्रीय समृद्धी निर्माण करणे, ही कल्पना निर्माण करून, समूहाच्या मनात पक्की ठसवली गेली होती. रतन टाटांनी तीच परंपरा पुढे चालू ठेवली, हे आपल्याला प्रकरणाच्या सुरुवातीच्या तीन गोष्टींमधून दिसलेच. आपण जर याला 'सामाजिक ब्रँड' म्हटले तर तो कीर्तीत भर घालून ब्रँड मूल्यात योगदान देतो आणि परिणामी ग्राहक, कर्मचारी आणि आर्थिक ब्रँड अधिक सशक्त बनवतो. भारतीयांना 'टाटा' ही एक 'चांगली' कंपनी वाटते, तशीच 'महान' वाटते. ही अशी कंपनी आहे, जिच्याकडून लोक वस्तू विकत घेता किंवा त्यात पैसे गुंतवतात किंवा तिच्यासाठी काम करतात; आणि तसे करताना त्यांचे त्यांनाच छान वाटत असते. याप्रकारे या मूल्यात किती भर पडते याची मोजदाद करण्याचा खात्रीचा मार्ग नाही, पण मूल्य आहे, हे निःसंशय!

समाजाची सेवा हे टाटांचे नेहमीच एक उच्चतम मूल्य राहिले आहे.

शेवटी प्रकरण दहा हे आधीच्या चार प्रकरणांना एकत्र आणते आणि एकत्रितरीत्या स्टेकहोल्डर्सच्या समजुती या ब्रँड मूल्य कसे निर्माण करतात हे दाखवते. ब्रँड व्यवस्थापनाच्या टाटांच्या दृष्टिकोनाचा गोषवारा या प्रकरणात मांडला आहे आणि भारताचे आधुनिकीकरण, विशेषतः जागतिक बाजारातले त्यांचे वाढते अस्तित्व आणि गुंतलेपण अशा ब्रँडसमोरच्या बाकीच्या आव्हानांकडेही पाहिले आहे. अशीच एकतानता, असेच तादात्म्य इतर देशांमधील ग्राहकांकडून, कर्मचाऱ्यांकडून आणि वित्तपुरवठादारांकडून टाटांना मिळेल का? हा खरा कळीचा प्रश्न आहे आणि कदाचित याच्या उत्तरावरच समूहाचे भविष्यातले यश अवलंबून असेल.

परंतु त्याच वेळी या प्रकरणात टाटा ब्रँडवरून घेतलेले धडेही आहेत आणि त्यांच्या अनुभवावरून जर काही शिकता येण्यासारखे असेल, तर ते काय हेही सुचवले आहे. ज्याची पुनरावृत्ती इतरत्र करता येईल, असे टाटांनी काहीतरी नेत्रदीपक केले आहे का? की हा अनुभव केवळ एकमेव आहे आणि म्हणून आणखी इतरत्र करता येण्याजोगा नाही? अर्थात प्रत्येक ब्रँड एकमेवच असतो, एकमेवाद्वितीय असल्यामुळेच मुळात तो ब्रँड बनतो; सामान्य उत्पादनांमुळे किंवा सेवांमुळे नव्हे, पण तरी काही गुण असे आहेत – विश्वास, विश्वासार्हता, सेवा, ग्राहकांप्रती (कर्मचाऱ्यांप्रती) बांधिलकी! – सर्व यशस्वी ब्रँड्समध्ये सामाईक आहेत. इतर कॉर्पोरेट ब्रँड व्यवस्थापकांना शिकण्यासारखे टाटा ब्रँडमध्ये काही आहे का आणि असलेच, तर ते काय आहे?

---

[i] मिलियन म्हणजे १०० लाख किंवा १ कोटी. विनिमय दर अंदाजे.

[ii] याबाबतीत टाटा एकमेव नाहीत; रिलायन्स आणि बिर्लांसारखे इतर भारतीय ब्रँड्सही असेच बहुआयामी आहेत.

[iii] १८६८मध्ये जमशेटजी टाटांनी पहिला व्यवसाय सुरू केला आणि टाटा समूह त्याला आपला 'स्थापना दिन' मानतो. आज ज्याला 'टाटा सन्स' म्हटले जाते ती संस्था १८८७मध्ये स्थापन झाली. (प्रकरण २ पाहा.)

[iv] टाटा सन्स ही 'पब्लिकली कोटेड' कंपनी नाही. परंतु टाटा मोटर्ससारख्या समूहातल्या काही कंपन्यांची भारतातल्या आणि परदेशातल्या भांडवल बाजारात नोंदलेल्या आहेत.

[v] तांत्रिकदृष्ट्या विक्रीच्या आकड्यानुसार, सरकारी मालकीची 'इंडियन ऑईल कॉर्पोरेशन' (आय.ओ.सी.) ही भारतातली सर्वांत मोठी कंपनी आहे. रिलायन्स इंडस्ट्रिज लिमिटेड (आर.आय.एल.) ही खाजगी मालकीची सर्वांत मोठी कंपनी आहे. टाटा समूहातली सर्वांत मोठी कंपनी टाटा स्टील हिच्यापेक्षा या दोन्ही कंपन्या कितीतरी मोठ्या आहेत. टाटा समूहाचा एकत्रित विचार केला, तर मात्र तो आय.ओ.सी. आणि आर.आय.एल.ला घसघशीत फरकाने मागे टाकतो.

[vi] निर्माल्य कुमारांच्या म्हणण्याप्रमाणे.

[vii] तरीसुद्धा आंतरराष्ट्रीयीकरणात टाटा पुढे जात असताना आणखी एक अत्यंत महत्त्वाचा प्रश्न उभा राहतो. ही मूल्ये आता समुद्रापार कशी पोहोचली आहेत आणि इतर लोक आणि इतर संस्कृती याला कसा प्रतिसाद देतील? पुस्तकात आपण या प्रश्नाकडे परत येऊ या. (विशेषत: प्रकरण ५मध्ये).

भविष्य पाहिलेला माणूस

'मी कार्यालयात हिशोबाच्या वह्या पाहत होतो.' अमेरिकन खाण अभियंता चार्ल्स पेज पेरिननी लिहिले आहे. 'तेवढ्यात दार उघडले आणि अनोळखी पोशाखातली एक अनोळखी व्यक्ती आत आली. ते आत आले, माझ्या टेबलाला रेलून उभे राहिले आणि एक पूर्ण मिनिट शांतपणे फक्त माझ्याकडे बघत राहिले. शेवटी खर्जातल्या आवाजात त्यांनी विचारले, 'तुम्ही चार्ल्स पेज पेरिन का?' मी होय म्हटले. पुन्हा ते शांतपणे माझ्याकडे खूप वेळ एकटक बघत राहिले. मग सावकाश म्हणाले, 'मला वाटते मी ज्याच्या शोधात होतो तो माणूस मला सापडला आहे.'

अनोळखी पोशाखातल्या त्या अनोळखी व्यक्तीने पुढे स्पष्ट केले की, भारतात पोलादाचा कारखाना उभारणीसाठी सल्लागार अभियंता म्हणून पेरिन यांना नेमण्याची त्यांची इच्छा होती. जागेची निवड, कारखान्याची संरचना याबाबतीत पेरिनला मोकळीक असणार होती आणि खर्चाचा सर्व भार तो अनोळखी माणूस उचलणार होता. 'अर्थातच मी अवाक झालो होतो.' पेरिनने म्हटले आहे, 'पण टाटांच्या मुद्रेवरून कुठले तेज आणि चारित्र्य फाकत होते, कोण जाणे; आणि ममतासुद्धा.'[१]

संस्थापक – जमशेटजी न. टाटा

पेरिनच्या कार्यालयात शिरलेले ते प्रभावी व्यक्तिमत्त्व म्हणजे 'जमशेटजी एन. टाटा.'[i] भारतीय उद्योगाच्या जनकांपैकी एक. टाटा

भविष्य पाहिलेला माणूस । २३

समूहाची कथा यांच्यापासून सुरू होते. समूहात त्यांना सरळ 'संस्थापक' म्हटले जाते. मुंबईतल्या बॉम्बे हाउस, या समूहाच्या मुख्य कार्यालयाच्या स्वागत-कक्षात गेल्यावर पहिल्यांदा दिसतो तो त्यांचा संगमरवरी अर्धपुतळा.[ii] त्यांना जाऊनही आता शंभरावर वर्षे झाली, तरी त्यांचा प्रभाव अजून जाणवतो. विशेषत: 'टाटा' मूल्यांचे ते जनक होते. विश्वास आणि समाजाची सेवा या आदर्शांवर जमशेटजी टाटांची दृढ श्रद्धा होती आणि त्यांनी स्थापन केलेल्या धंद्यांच्या संस्कृतीचा तो एक भाग होईपर्यंत त्यांनी ती ठसवली. आता या संस्थांच्या विणीतच ते धागे आहेत.

टाटा मूल्यांबद्दलची कुठलीही चर्चा जमशेटजी टाटा आणि त्यांची मूळ दृष्टी इथूनच सुरू होते. ही दृष्टी कशी विकसित झाली, त्यांनी स्थापन केलेल्या तीन उद्योगांमध्ये – एम्प्रेस मिल्स, ताज महाल हॉटेल आणि टाटा आयर्न अँड स्टील कंपनी (टिस्को) यात ती कशी साकार झाली आणि आजच्या ब्रँडवर तिचा कसा परिणाम झाला, हे आपण या प्रकरणात पाहणार आहोत.

संस्थापक

जमशेटजी नसरवानजी टाटा यांचा जन्म ३ मार्च १८३९ या दिवशी दक्षिण गुजराथमधील नवसारी या गावी झाला.[२] त्यांचे वडील नसरवानजी टाटा यांनी मुंबईत खरेदी-विक्री आणि सावकारीच्या व्यवसायात चांगला जम बसवला होता. हे कुटुंब पारशी होते. हजार वर्षांपूर्वी धार्मिक छळापासून सुटका करून पर्शियातून परागंदा झालेल्या निर्वासितांचे हे वंशज. निर्वासित म्हणून बराच काळ काढतानाही त्यांनी आपल्या पूर्वजांचा, झरत्रुष्ट्रांचा धर्म कायम ठेवला. नवसारी हे झोराष्ट्रियन धर्माचे – पारशांचे एक मुख्य केंद्र होते.

निदान अठराव्या शतकापासून तरी भारताच्या वायव्य भागात व्यावसायिक वर्तुळात पारशांचे प्राबल्य होते. टाटांचे अगदी अलीकडचे चरित्रकार आर.एम. लाला म्हणतात की, हिंदू धर्मातल्या जातीबंधनांचा पारशी समाजात अभाव होता. ते जास्त लवचीक व गुणग्राही होते. विशेषत: उच्चवर्णीय हिंदूंना समुद्र-उल्लंघनाला धार्मिक बंदी होती. पारशांना अशी कुठली बंदी नसल्यामुळे त्यांना प्रवास शक्य होता आणि त्यांनी तो भरपूर केला. टाटांच्या जागतिक दृष्टीचे मूळ कदाचित यात असावे, कारण त्यांच्या आयुष्यात त्यांनी भरपूर प्रवास केला आणि कल्पनांचा एक विस्तृत पट आत्मसात केला, ज्यातल्या अनेक कल्पनांचा ठसा त्यांच्या व्यावसायिक कारभारावर उमटला.

मुंबईतील एलफिन्स्टन महाविद्यालयात जमशेटजी टाटा यांचे शिक्षण झाले. आर्थिक वाढ आणि राजकीय स्थैर्य या दोन्हींसाठी सुशिक्षित भारतीय मध्यमवर्गाचे

अस्तित्व आवश्यक आहे, असे मानणाऱ्या शहराच्या उदारमतवादी गव्हर्नरने – माऊंट स्टुअर्ट एलफिन्स्टन याने या महाविद्यालयाची स्थापना एकोणिसाव्या शतकात केली होती. इथे जमशेटजी टाटा इंग्रजी शिकले आणि इथे त्यांना इंग्रजी साहित्यात रस निर्माण झाला; तो आयुष्यभरासाठी. १८५८मध्ये महाविद्यालयातून उत्तीर्ण झाल्यावर टाटांनी आपल्या वडिलांचे प्रतिनिधी म्हणून अति पूर्वेकडे काम पाहायला सुरुवात केली आणि हाँगकाँगमध्ये एक कंपनी सुरू केली.

टाटा १८६५मध्ये ब्रिटनला गेले ते १८६८ पर्यंत तिथे राहिले. त्यांनी लँकेशायर कापड गिरणीला भेट दिली आणि कापड उद्योगाची मूलतत्त्वे शिकून घेतली. तसेच लंडनमध्ये राहणाऱ्या आणि काम करणाऱ्या अनेक उदारमतवादी भारतीय उद्योजकांशी व वकिलांशी त्यांची मैत्री झाली. याच काळात त्यांचा परिचय जॉन रस्किन, जॉन स्टुअर्ट मिल आणि रिचर्ड कॉबडेन अशा उदारमतवादी विचारवंतांच्या कल्पनांशी झाला. नंतर त्यांच्या स्वत:च्या विचारांवर त्याचा परिणाम झाला. विशेषत: अर्थशास्त्र आणि शिक्षणाबद्दलच्या विचारांवर या कल्पनांचा फार मोठा प्रभाव दिसून येतो. भारतीय वस्त्रोद्योगावर ब्रिटिश कंपन्यांचे वर्चस्व होते, पण टाटांच्या मनात विचार आला की, योग्य व्यवस्थापन केले तर भारतीय कंपन्या या वर्चस्वाला आव्हान देऊ शकतात. त्यांनी आपल्या विचारांची परीक्षा पाहायचे ठरवले.

**अतिशय प्रभावी जमशेटजी एन. टाटा,
भारताच्या आद्य कारखानदारांपैकी एक;
यांच्यापासून टाटा समूहाची कहाणी सुरू होते.**

असे म्हणतात की, टाटांनी मँचेस्टरमध्ये तत्त्वज्ञ आणि इतिहासकार थॉमस कार्लाईलच्या भाषणाला हजेरी लावली होती आणि त्यांनी कार्लाईलची घोषणा ऐकली की, 'जो देश लोखंडावर हुकमत मिळवतो, तो लवकरच सोन्यावर हुकमत मिळवतो.' कार्लाईलने असे काही व्याख्यान दिल्याचा पुरावा नाही, आणि टाटांनी ही कल्पना कार्लाईलच्या १८३३-३४साली प्रकाशित झालेल्या 'सार्टर रिसार्टस' या कादंबरीतून उचलली असण्याची शक्यता आहे, ज्यात अशा प्रकारच्या कल्पनेची चर्चा होती.[iii] कल्पनेचे मूळ कुठेही असो, एका बाजूला लोखंड-पोलाद उद्योग आणि दुसऱ्या बाजूला आर्थिक आणि राजकीय सत्ता यांच्यातला दुवा या तरुण उद्योजकाने आपल्या मनात पक्का करून ठेवला होता.

१८६८मध्ये भारतात परतल्यावर हिराबाई डबू यांच्याशी टाटांचा विवाह झाला. आर.एम. लाला, हिराबाईंबद्दल 'मोजकं आणि महत्त्वाचं नोंदलेले आहे'[३] असे म्हणतात. त्यांना अनेक मुले झाली, दोराब आणि रतन ही दोन मुले त्यातलीच.

१८६८सालीच टाटांनी मुंबईच्या हद्दीलगत चिंचपोकळीला सूतगिरणी उभारून स्वत:च्या स्वतंत्र उद्योगाला सुरुवात केली. अलेक्झांडर मिल्सचा हा उद्योग दोन वर्षांनी फायद्यात विकला. टाटा इंग्लंडला परत गेले, अर्थात सूतगिरणी उद्योगाचा अभ्यास करण्यासाठी आणि नवीन यंत्रसामुग्रीबद्दल शिक्षणासाठी; परंतु वाटेत प्रवासी म्हणून इजिप्तला आणि पॅलेस्टाईनला ते बराच काळ थांबले. या ठिकाणी आपल्याला अशा एका अस्वस्थ युवकाचे चित्र दिसते, 'जो उदार विचारांनी भरून आणि भारून गेला आहे, पण अजून आपल्या आयुष्यात नेमके काय करायचे आहे हे त्याला गवसले नाही.'

टाटा अॅन्ड सन्स कंपनीचे पहिले संचालक

पुन्हा एकदा भारतात परतल्यावर १८७४साली टाटांनी आपले वडील आणि इतर भागीदारांसोबत 'सेंट्रल इंडिया स्पिनिंग, वीव्हिंग अॅन्ड मॅन्युफॅक्चरिंग कंपनी' या नावाने एक कंपनी स्थापन केली. कंपनीने, कापूस उत्पादनात केंद्रस्थानी असलेल्या नागपूर जिल्ह्याच्या ठिकाणापासून जवळच एक नवी कोरी गिरणी उभी केली. हा व्यवसाय चांगला चालला, याचे एक कारण म्हणजे टाटांनी दोन उत्तम मदतनीस नेमले होते. एक माजी रेल्वे अधिकारी बेझोनजी मेहता, ज्यांना सूत गिरणीचा मुळीच अनुभव नव्हता, पण ते लवकरच अतिशय प्रभावी मिल-मॅनेजर बनले आणि दुसरा इंग्रज जेम्स ब्रूक्सली, ज्याला तांत्रिक सल्लागार म्हणून नेमले होते आणि ज्याने गिरणी तंत्रज्ञानातले सर्वोत्कृष्ट आणि अत्याधुनिक असे या गिरणीला मिळवून द्यायला मदत केली.[iv] सर्वोत्तम माणसांना शोधणे आणि त्यांना आपल्याकडे काम करण्यासाठी आकृष्ट करणे हे त्यांना खरोखरच जमले होते, त्यांच्या नंतरच्या व्यावसायिक यशांचा हा मोठा भाग होता.

१८७७साली सुरू झालेल्या या गिरणीचे नामकरण तेव्हा भारताचीही महाराणी असलेल्या राणी एलिझाबेथ यांच्या स्मरणार्थ 'एम्प्रेस मिल्स' असे केले होते. याच्या अगदी विरुद्ध, लगेच काही वर्षांनी मुंबईजवळ स्थापलेल्या गिरणीचे नाव 'स्वदेशी मिल्स' ठेवले होते. भारतात, विशेषत: स्वातंत्र्यापूर्वी जन्मलेल्या लोकांसाठी, 'स्वदेशी' हा एक भारलेला शब्द होता. मूळ संस्कृत शब्दाचा अर्थ 'स्वत:च्या देशाचा' असा असला तरी त्याला 'स्वयंपूर्णतेचा' अर्थ आला होता. त्यानंतर गांधी

आणि इतर हाच शब्द स्वातंत्र्य चळवळीतही व्यापक अर्थाने वापरणार होते. पण इथे या शब्दाच्या वापराने, टाटांचे स्वतःचे विचार कसे स्पष्ट होत गेले, ते दिसते.

इंडियन नॅशनल काँग्रेसच्या १८८५ मधील सुरुवातीच्या बैठकांमध्ये जमशेटजी टाटांनी उपस्थित असणे यात काहीच विशेष आश्चर्य नव्हते. (काँग्रेसच्या संस्थापकांपैकी एक दादाभाई नौरोजी, हे त्यांचे जवळचे मित्र होते.)[४] संस्थापक म्हणून टाटांचे स्वतःचे नाव दिसत नसले तरी ते पक्षाचे सुरुवातीचे सभासद होते, असे मानले जाते आणि ते आयुष्याच्या अखेरपर्यंत सभासद राहिले.[५]

टाटांच्या उरलेल्या व्यवसायांच्या तपशिलात जाण्याची इथे गरज नाही. त्यांच्या चरित्रकारांनी, विशेषतः आर.एम. लालांनी 'फॉर द लव्ह ऑफ इंडिया'मध्ये त्याचे अधिक सविस्तर वर्णन केले आहे. त्यांचे आणखी एक कायमस्वरूपी योगदान म्हणजे १८८७मध्ये त्यांच्या व्यापारी पेढीचे कंपनीत केलेले रूपांतर. 'टाटा अँड सन्स' ही कंपनी त्यांचा मोठा मुलगा दोराब आणि चुलत भाऊ रतन दादाभाई टाटा – यांची दोराबच्या रतन नावाच्या धाकट्या भावाशी गल्लत होऊ नये म्हणून यांना आर.डी. म्हटले जायचे – यांच्याशी भागीदारीत होती. (दोराब बंधू रतनही पुढे दोन वर्षांत भागीदार झाला.) कुटुंबाने इतर अनेक उद्योगांमध्ये केलेली गुंतवणूक, ज्यामध्ये अनेकदा इतरही भागीदार असत. व्यवस्थापन करण्यासाठी टाटा अँड सन्स वाहन ठरली.[६] आजही टाटांचे वैशिष्ट्य असलेले संघात्मक स्वरूप मिळण्याची इथे ही सुरुवात होती. पुढे टाटा अँड सन्स हे नाव बदलून सरळ टाटा सन्स झाले.

नंतरच्या दोन सर्वांत यशस्वी धंद्यांच्या कहाण्यांकडे, ताज महाल हॉटेल (१९०३साली सुरू झालेले) आणि टिस्को (१९०७साली स्थापना आणि १९११साली उत्पादनाला सुरुवात) आपण क्षणभराने येऊ या. त्यांचे इतरही काही उद्योग यशस्वी झाले होते. जसे जलविद्युतनिर्मिती आणि मुंबईला अखंड वीज पुरवण्याची योजना. तरी धरण आणि विद्युतनिर्मिती केंद्राला त्यांच्या मृत्यूनंतर सहा वर्षांपर्यंत, १९१० पर्यंत सुरुवात झाली नव्हती.[४] जहाज वाहतूक सुरू करण्याचा प्रयत्न अयशस्वी ठरला. शेती उत्पादनातले प्रयोग आणि शेतजमिनीचा कस वाढवण्यासाठी केलेल्या प्रयत्नांना म्हणावे तसे यश मिळाले नाही. किंबहूना असेही दिसते की, आपल्याकडे पुरेसा पैसा आहे आणि धंदा वाढवण्याची गरज नाही ही भावना टाटांच्या मनात वाढली असावी. मुंबईचे माजी राज्यपाल व भारताचे राज्यसचिव (Secretary of State) असणारे त्यांचे मित्र लॉर्ड रे, यांना टाटांनी लिहिले आहे, 'जगातल्या सुखांचा प्रमाणाबाहेर वाटा मिळण्याचा कृपाप्रसाद लाभल्यामुळे आणि जीवनातले माझ्या यशाचे श्रेय हे असामान्य अनुकूल योगांना आहे हे पटल्यामुळे, मला माझी ही जबाबदारी वाटते की, माझ्याइतक्या नशीबवान नसलेल्या माझ्या देशवासीयांना मी असेच अनुकूल वातावरण सातत्याने पुरवले पाहिजे.'[७]

आर.एम. लाला हे जमशेटजी टाटांना 'भविष्य पाहिलेला माणूस' म्हणतात.

उद्योग आणि आदर्शवाद

एखाद्या उद्योजकाने किंवा उद्योजिकेने, विशेषत: यशाचे एक माप ओलांडल्यानंतर, दुर्दैवी जीवनांना मदत देण्यासाठी हात पुढे करावा, यात विशेष वेगळे काही नाही. जमशेटजी टाटांचे समकालीन अँड्र्यु कार्नेजी आणि विल्यम लीवर यांसारख्यांनी तसे केले; बिल गेट्ससारखी अलीकडच्या काळातली व्यक्तिमत्त्वे ही परंपरा जिवंत ठेवत आहेत. या पुस्तकाच्या दृष्टिकोनातून विशेष आहे, ती जमशेटजी टाटांची परोपकारी वृत्ती नव्हे, तर त्यांच्या परोपकारी विचारांनी धारण केलेली रूपे आणि त्यांच्या कल्पनांचा 'टाटा'वर आजही दिसून येणारा परिणाम.

ते परोपकारी होते हे लक्षात ठेवणे अर्थात महत्त्वाचे आहे. त्यांनी सहाय्य केलेल्या धर्मादाय संस्थांची यादी लिहायला काही पाने लागतील. एकोणिसाव्या शतकाच्या उत्तरार्धात 'मुंबई' हे अगदी अनारोग्याचे गाव होते. कांजिण्या, प्लेग आणि कॉलरा यांच्या साथींनी ग्रासलेले. ते सहन करावे लागणाऱ्यांना टाटांनी उदारहस्ते मदत केली आणि कांजिण्यांची लस टोचून घेण्याच्या मोहिमेला आर्थिक पाठिंबा आणि उत्तेजन दिले. जलविद्युतला असणारा त्यांचा पाठिंबा हा मुख्यत्वे मुंबईची हवा शुद्ध करण्याच्या प्रेरणेतून आला होता – तेव्हा शहरातल्या अनेक कारखान्यांमधल्या (अगदी त्यांच्या स्वत:च्यासुद्धा) वाफेच्या इंजिनांतून निघणाऱ्या धुरामुळे मुंबईची हवा काळवंडून गेली होती. त्यांचा दया-धर्म भारतापार पोहोचला होता, त्यांच्या मृत्यूपूर्वी नोंदली गेलेली शेवटची देणगी होती रशिया-जपान युद्धात बळी पडलेल्यांच्या कुटुंबांच्या मदतीसाठी होती. तेव्हा ते युद्ध नुकतेच सुरू झाले होते.

जमशेटजी टाटांचे वेगळेपण दर्शवणारे आणि ते द्रष्टे असण्याच्या दाव्याला पुष्टी देणारे काही खरोखर असेल, तर ते त्यांचे राजकीय, सामाजिक आणि व्यापारी यांच्याबरोबर असलेले संबंध. हे सारे समर्थ आणि स्वतंत्र भारत घडवणे या एकाच ध्येयासाठी वापरण्याचा त्यांचा हा प्रयत्न.

या आणि इतर कार्यांना मदत करणारे ते एकटे नव्हते. टाटांचे वेगळेपण दर्शवणारे आणि ते द्रष्टे असण्याच्या दाव्याला पुष्टी देणारे काही खरोखर असेल, तर

ते त्यांचे राजकीय, सामाजिक आणि व्यापारी हितसंबंधांबरोबर असलेले दुवे आणि समर्थ आणि स्वतंत्र भारत या एकाच विषयाच्या पुरस्कारासाठी ते सारे वापरण्याचा त्यांचा प्रयत्न. अगदी सुरुवातीलाच त्यांनी 'स्वदेशी' कल्पनेचा केलेला स्वीकार हे त्याचे उदाहरण आहे. इंग्लंडमध्ये शिकलेल्या उदार अशा राजकीय आणि सामाजिक कल्पनांचा संगम आता कार्लाईलकडून त्यांनी घेतलेल्या, औद्योगिकरणातून मिळवलेल्या आर्थिक स्वावलंबनाच्या कल्पनेशी झाला. आर.एम. लाला त्यांना 'भविष्य पाहिलेला माणूस' असे म्हणतात. त्यांनी पाहिलेल्या एका भविष्यात स्वतंत्र भारताला – एक दिवस स्वातंत्र्य येणार हे त्यांना नीट कळलेले होते – राजकीय शक्तीबरोबरच आर्थिकदृष्ट्या बलवान होण्याची गरज होती आणि या दोन्ही बाबतीत शक्तिशाली होण्यासाठी भारताला सशक्त शिक्षणव्यवस्थाही लागणार होती.

त्यानुसार आणि इंडियन नॅशनल काँग्रेसला पाठिंबा म्हणून – त्याची निश्चित व्याप्ती अजून अज्ञात आहे – टाटांनी मुंबई विद्यापीठासह अनेक शैक्षणिक संस्थांना मदत दिली. पण त्यांच्या या क्षेत्रातल्या ऊर्जेचा सर्वांत मोठा वाटा हा बंगलोरची इंडियन इन्स्टिट्यूट ऑफ सायन्सची निर्मिती करण्यात होता. मुंबई विद्यापीठासारखी भारतातली विद्यापीठे शिकवण्यात आणि परीक्षा घेण्यात मग्न होती. मूलभूत संशोधन होत नव्हते, नवीन ज्ञानाची निर्मिती होत नव्हती. व्यावसायिक लोकांनी 'नावीन्यपूर्ण', 'इनोव्हेशन' हा शब्द वापरण्याच्या कितीतरी आधी टाटांनी त्याचे महत्त्व ओळखले होते. भारतीय संशोधन संस्था स्थापण्याची कल्पना अगदी १८८९ पासून त्यांच्या मनात घोळत होती आणि १८९३ पर्यंत त्यांचा दृढनिश्चय झाला होता. नवी मुंबईतल्या आणखी इतर प्रतिष्ठित नागरिकांना एकत्र आणले, बंगलोरजवळ साजेशी जागा शोधली, म्हैसूरमधल्या सरकारी अधिकाऱ्याला जमिनीची देणगी देण्यासाठी राजी केले आणि आधी नाराज असलेल्या भारताच्या व्हॉईसरॉयला, लॉर्ड कर्झनला या प्रकरणाला साहाय्य करण्यासाठी आणि अगदी सरकारी अनुदान देण्याविषयीही मन वळवले.

जमशेटजी टाटांच्या प्रकल्पांपैकी 'इंडियन इन्स्टिट्यूट ऑफ सायन्स, बंगलोर', ही भारतातली पहिली अग्रगण्य संशोधन संस्था आहे.

या प्रकल्पावरील इतरांसारखे, हे काम फळाला आलेले ते पाहू शकले नाहीत. १९०४मध्ये हृदयविकाराने मृत्यू झाल्यानंतर त्यांनी आपल्या मालमत्तेचा एक तृतीयांश हिस्सा या नवीन संस्थेसाठी देणगी म्हणून दिला होता आणि त्यांच्या नंतर मुलांनी त्यांची ही इच्छा तडीस नेली.[८] 'इंडियन इन्स्टिट्यूट ऑफ सायन्स'ची स्थापना १९०९मध्ये झाली. ती भारतातल्या आघाडीच्या संशोधन संस्थांपैकी एक

आहे आणि इथला ग्रंथसंग्रह भारतातल्या उत्कृष्ट ग्रंथालयांमध्ये मोडतो. भारतातले कित्येक उत्कृष्ट संशोधक, शास्त्रज्ञ इथे तयार होऊन बाहेर पडले आहेत.

राजकीय आणि वैयक्तिक स्वातंत्र्य हे आर्थिक आणि व्यापारी सामर्थ्यावर अवलंबून असते, हा जमशेटजी टाटांचा विश्वास टाटा समूहाच्या अत्यंत शक्तिशाली वारशांपैकी एक आहे. आर.एम. लालांनी दिलेले, समूहाच्या इतिहासाचे शीर्षक 'संपत्तीचे निर्माण' – Creation of Wealth – हे त्या कल्पनेचा मथितार्थ चांगला पकडते. परंतु अंशत: लाला म्हणतात, त्याप्रमाणे टाटांचा विश्वास स्वत:साठी संपत्ती निर्माण करण्यावर नव्हता; तर भारतासाठी; म्हणजे देश समर्थ आणि जनता मुक्त करण्यासाठी संपत्तीचे निर्माण करण्यावर होता. संपत्ती लोकांसाठी; टाटांसाठी नव्हे.

पुढे जेव्हा जे.आर.डी. टाटा म्हणाले, 'लोकांकडून जे आले, ते कित्येक पटींनी लोकांपर्यंत परत पोहोचले आहे.' त्याचा संदर्भ जमशेटजी टाटांच्या या वारशाशी होता. (हे वाक्य टाटा समूहात अजूनही पुष्कळदा वापरले जाते.) भारतीयांना हे माहीत आहे आणि जमशेटजी टाटा कशासाठी उभे राहिले ते त्यांना माहीत होते – लालांनी लिहिलेले *'फॉर द लव्ह ऑफ इंडिया'* हे चरित्रात्मक पुस्तक, 'इंडियन इन्स्टिट्यूट ऑफ सायन्स'बाहेरचा त्यांच्या पुतळा, 'बॉम्बे हाउस'च्या हॉलमधल्या त्यांच्या अर्धपुतळा तसेच त्यांच्या नावाने अजूनही जिवंत असलेले जमशेदपूरमधील पोलाद शहर याद्वारे भारतीयांना सतत त्यांची आठवण करून दिली जात असते – ते सुद्धा या वारशात सामील होतात. टाटा समूह हा राष्ट्र उभारणीसाठी कटिबद्ध आहे हे भारतीयांना केवळ माहीतच नाही, तर ते तशी अपेक्षाच करतात. टाटांनी भारत हिताच्या विरोधात काहीतरी करायचे ठरवले आहे असे वाटले असते, तरी ती या वारशाशी केलेली प्रतारणा ठरवली गेली असती. या वारशाशी कायम ठेवलेल्या बांधिलकीतून टाटांनी भारतात नाव मिळवले आहे आणि ब्रँडची भविष्यात शक्ती ही येणाऱ्या पिढ्या या वारशानुसार आणि जमशेटजी टाटांच्या मूल्यांनुसार किती प्रमाणात जपतात, यावर अवलंबून आहे, असे म्हटले तर अतिशयोक्ती होणार नाही.

या मूल्यांचा व्यवहारात, धंद्यात काय अर्थ आहे याची अधिक चांगली कल्पना येण्यासाठी आपण जमशेटजी टाटांच्या तीन सर्वांत यशस्वी उद्योगांकडे जाऊ या. एम्प्रेस मिल्स, ताज महाल आणि टिस्को.

एम्प्रेस मिल्स

आपण वर पाहिल्याप्रमाणे एम्प्रेस मिल्स १८७७मध्ये नागपुरात सुरू झाली आणि जवळजवळ सुरुवातीपासून ती आर्थिकदृष्ट्या यशस्वी ठरली. याचे श्रेय काही

नागपूरमधील मूळची एम्प्रेस मिल्स, १८७७.

प्रमाणात दर्जेदार व्यवस्थापनाला आहे. यंत्रसामग्रीत आणि वापरलेल्या सुताच्या दर्जात सतत सुधारणांनीही आपली भूमिका बजावली. त्याच जागी आणखीही गिरण्या उभारल्या गेल्या आणि त्या साऱ्या संकुलाला एम्प्रेस मिल्स म्हटले जाऊ लागले. नागपूरमध्ये ती सर्वांत मोठी रोजगारनिर्माती बनली आणि भारताच्या नवजागृत भांडवलदाराचे मिरवण्यासारखे चिन्ह बनली.

ओवेन, विल्यम लिव्हर किंवा टायटस सॉल्ट यांसारख्या जागरूक ब्रिटिश उद्योजकांबद्दल जमशेटजी टाटांना किती माहिती होती हे सांगणे कठीण आहे. परंतु त्यांनी लँकेशायरमध्ये आणि ब्रिटनमध्ये इतर कापड उत्पादक परगण्यांमध्ये बराच काळ काढल्यावर त्यांना त्यांची अजिबात माहिती नसावी, यावर विश्वास ठेवणे कठीण जाते; विशेषत: त्यांचे उदारमतवादाशी असलेले लागेबांधे बघता. ग्लासगोजवळच्या न्यू लॅनार्क इथे जाण्यापूर्वी ओवेन हा मँचेस्टरमध्ये काम करत होता. लिव्हरचे मूळही लँकेशायरमध्ये होते आणि यॉर्कशायरवासी टायटस सॉल्ट हा कारखानदार आणि राजकारणी म्हणूनही प्रसिद्ध होता.[vi] एम्प्रेस मिल्समध्ये टाटांनी आणलेल्या कामगार व्यवस्थापनातील अनेक नावीन्यपूर्ण पद्धतींचे तत्कालीन ब्रिटिश पद्धतींशी साम्य आहे.

रॉबर्ट ओवेनप्रमाणे टाटांनाही दिसले की, कामगाराला जर प्रेरणा दिली आणि

त्याच्या कामाच्या गुणवत्तेचे कौतुक झाले, तर तो अधिक चांगले काम करतो. त्यांनी दर वर्षी गुणवंत कामगारांचा बक्षीस समारंभ सुरू केला आणि त्याला एव्हाना उत्सवाचे स्वरूप मिळाले आहे. एका वेळी जेव्हा भारतातल्या कापड उद्योगात गैरहजेरीचे प्रमाण २० टक्क्यांवर पोहोचले होते, तेव्हा टाटांकडे ती नगण्य होती.९ १८८६मध्ये जेव्हा कामगारांचा पेन्शन फंड सुरू करण्यासाठी टाटांनी स्वत:चा पैसा घातला, त्यामागोमाग कामादरम्यान जखमी होणाऱ्या कामगारांसाठी अपघात भरपाई फंड आला. अपघाताचे प्रमाण कमी करण्यासाठीही त्यांनी पावले उचलली. उदाहरणार्थ, आग प्रतिबंधक फवारे बसवणे, तसेच धुळीचे प्रमाण कमी ठेवण्यासाठी हवेत बाष्प पसरवणारी यंत्रे – ह्युमिडीफायर – बसवणे, ही आणखी एक अभिनव कल्पना होती – त्यायोगे कर्मचारी आणि यंत्रे दोघांचे आरोग्य सांभाळले गेले. इतर उत्कृष्ट जागरूक भांडवलदारांप्रमाणे त्यांनी कामगारांसाठी आणि त्यांच्या कुटुंबीयांसाठी इतर सोयी दिल्या. त्यात ग्रंथालय, करमणूक आणि खेळाच्या सोयी, मुलांसाठी क्रीडांगण आणि कालांतराने राहण्याची घरंही होती.

व्यवसायात 'नावीन्यपूर्ण शोध' – इनोव्हेशन – हा शब्द लोकांनी वापरायच्या कितीतरी आधीच जमशेटजी टाटांनी त्याचे महत्त्व ओळखले होते.

हे काहीतरी नवीन आणि आगळं-वेगळं घडत होते आणि एम्प्रेस मिल्सने घालून दिलेले उदाहरण काही मोजक्याच इतर भारतीय उद्योजकांनी गिरवले असले – म्हणजे इंग्लंडमध्ये न्यू लॅनार्क किंवा सॉल्टेअरचे उदाहरण जितपत गिरवले होते तितपत – तरी जमशेटजी टाटांनी आपल्या स्वत:च्या उद्योगात मात्र एक मापदंड निश्चितच घालून दिला आहे. कर्मचाऱ्यांशी नैतिक वर्तन आणि त्यांच्या कल्याणाची काळजी ही टाटांच्या व्यवस्थापनाच्या श्रद्धांमध्ये अंगभूत ठरली. पुन्हा ही काही निव्वळ भूतदया नव्हती, एक जागृत स्वार्थ या भावनेच्या तळाशी होता. उद्योगातले कर्मचारी जेव्हा निरोगी आणि आनंदी असतील, तेव्हा ते उद्योग अधिक कार्यक्षम होण्याची शक्यता असते. 'आम्ही इतरांपेक्षा अधिक नि:स्वार्थी, अधिक उदार किंवा अधिक परोपकारी प्रकल्पाचा दावा करत नाही.' एका दुर्मीळ जाहीर भाषणात १८९५साली ते म्हणाले, 'पण, आम्हाला वाटते आम्ही काही स्वच्छ व्यावसायिक तत्त्वांनिशी सुरुवात केली. आपल्या भागधारकांचे हित ते आमचे हित मानले आणि आमच्या कर्मचाऱ्यांचे आरोग्य आणि कल्याण हा आमच्या समृद्धीचा पाया मानला.''१० हे शब्द आजही कधीतरी टाटामध्ये उद्धृत केले जातात.

जागृत स्वार्थ हा इतक्या वर्षांमध्ये कायम टाटांचे वैशिष्ट्य ठरत आला आहे,

त्यांच्या कीर्तीत तो गुंफला गेला आहे आणि अर्थातच आजच्या ब्रँडचा महत्त्वाचा घटक आहे. एक चांगला आणि नैतिक मालक म्हणून टाटांचे नाव आहे. जर त्यांनी या नावाकडे पाठ फिरवायचे ठरवले असते तर तो त्यांच्या नावाला आणि ब्रँडला मोठाच हादरा ठरला असता. १९८८साली टाटा एम्प्रेस मिल्समधून बाहेर पडले, तेव्हा जवळजवळ ते दिसलेच होते.

१९७० पर्यंत एम्प्रेस मिल्स जरा अडचणीत येऊ लागली होती. व्यवस्थापनातल्या नंतरच्या पिढ्यांनी जमशेटजी टाटांची सतत आधुनिकीकरणाची बांधिलकी पाळली नाही आणि कंपनीचे तंत्रज्ञान अगदी कालबाह्य झाले. नवीन प्रकल्पांशी – विशेषत: पूर्व आशियातल्या – ते किमतीच्या बाबतीत स्पर्धा करू शकत नव्हते. टाटा सन्सचे सध्याचे अध्यक्ष रतन टाटा यांनी १९७७मध्ये कंपनी हातात घेतली आणि काही काळ नफा मिळवला, पण १९८०च्या मध्यापर्यंत दबाव डोंगराएवढा झाला होता. रतन टाटांनी टाटा सन्सकडे गिरणीच्या आधुनिकीकरणासाठी गुंतवणूक करण्याबद्दल विचारणा केली. चर्चेअंती, संचालकांनी नकार दिला आणि एम्प्रेस मिल्समधला पैसा काढून घ्यायचे ठरवले. मग ती गिरणी महाराष्ट्र राज्य वस्त्रोद्योग महामंडळाने घेतली. या महामंडळाची स्थापना आजारी कापड गिरण्यांना ताब्यात घेऊन त्या चालवण्यासाठी १९३६मध्ये करण्यात आली होती.[vii]

टाटांवर याचे गंभीर परिणाम होऊ शकले असते. एम्प्रेस मिल्स ही आता समूहाची ध्वजनौका राहिली नव्हती. तरी ती समूहातली सर्वांत जुनी कंपनी होती आणि संस्थापकांची तिच्याशी खास भावनिक जवळीक होती. भारतातल्या बहुतेकांना याची कल्पना होती आणि वस्त्रोद्योग व्यवसायाच्या ढासळत्या तब्येतीच्या वास्तवाबद्दल त्यांना अंधूकशीच कल्पना असली, तरी एम्प्रेस मिल्सचे टाटांना वाटणारे सांकेतिक मूल्य ते जाणून होते. बहुतेकांना हीसुद्धा जाणीव होती की गिरणी सरकारकडे हस्तांतरित करणे म्हणजे तिचा शेवट केवळ लांबवणे; टाळणे नव्हे. एम्प्रेस मिल्सला पुन्हा वर आणण्यास अपयश आल्यामुळे काही माध्यमांनी टाटांवर हल्ला चढवला.[११] पूर्वी टाटांनी एम्प्रेस मिल्समधून भरपूर नफा कमावला आहे, आणि आता कंपनी अडचणीत आल्यावर समूहाने तिच्याकडे पाठ फिरवली असे म्हटले गेले.

यावर प्रतिवाद करण्यासारखेसुद्धा पुष्कळ होते. पैसा मिळवण्याबरोबरच टाटांनी कितीतरी पैसा पुन्हा समाजात पेरला होता; जागरूक भांडवलदार हा संपत्तीच्या निर्माणाबद्दल होता, फसव्या कंपन्यांमध्ये पैसा घालून संपत्तीची विल्हेवाट लावण्याबद्दल नव्हता, वगैरे – पण यासारख्या केसमध्ये महत्त्वाच्या गोष्टींवर चूक-बरोबर ठरत नसते. लोकांना काय समजते, ते महत्त्वाचे. टाटा चुकीचे किंवा अन्याय्य वागले अशी समजूत झाली असती, तर नावाला खराखुरा आणि कायमस्वरूपी बट्टा लागला असता. प्रत्यक्षात, असे घडले नाही. याला अनेक कारणे असावीत. पहिले

म्हणजे, अडचणीत सापडलेली एम्प्रेस मिल्स ही एकमेव गिरणी अजिबात नव्हती. त्या परिसरातल्या अनेक गिरण्या कित्येक वर्षांपूर्वीच महामंडळाकडे गेल्या होत्या. अडचणीचा काळ सुरू झाल्याबरोबर टाटांनी बटण बंद केले नाही. त्यांनी कंपनी चालू ठेवण्याचा प्रयत्न तरी केला आणि दुसरे म्हणजे टाटांकडे विश्वासाची पुंजी होती, जिच्यातून ते उचल करू शकत होते. नैतिक रोजगार निर्माता म्हणून त्यांची ओळख होती आणि जर कंपनी म्हणते की, बंद केल्याशिवाय किंवा सरकारकडे दिल्याशिवाय गत्यंतर नाही, तर भागधारक बहुधा त्यावर विश्वास ठेवायला तयार झाले असावेत.[viii]

ताज महाल

असे म्हणतात की कुण्या युरोपियनाच्या मालकीच्या हॉटेलमध्ये पाटी होती की, 'कुत्री आणि भारतीय यांना प्रवेश नाही.' आणि त्या हॉटेलमध्ये जमशेटजी टाटांना प्रवेश नाकारण्यात आला. त्यानंतर ताज महाल हॉटेलची स्थापना झाली. त्यांनी असे एक हॉटेल उभारण्याची शपथ घेतली की, जिथे भारतीयांना प्रवेश होता. अपमान न होता जिथे त्यांचे आदरातिथ्य होईल आणि तेही इतरांना तिथे बोलावून आदरतिथ्य करू शकतील.[१२]

या कथेच्या खरेपणाबद्दल बरीच शंका आहे. ''तशी पाटी खरोखरच होती.'' ताज महाल हॉटेलचे डेप्युटी जनरल मॅनेजर बिर्जिट झोर्निगर म्हणतात. पण टाटांनी

मूळचे ताज महाल हॉटेल, जुनी बाग आणि ड्राइव्हवे यांच्या जागी आता पोहण्याचा तलाव आहे.

ताज महाल हॉटेल सुरू करण्याचे ते कारण नक्कीच नाही. खरी कारणे पुन्हा भारतीय अर्थव्यवस्थेच्या विकासासाठी असलेल्या त्यांच्या बांधिलकीत आहेत. मुंबईत कमी आणि सुमार हॉटेल्स होती. स्थानिकांच्या आणि पाहुण्यांच्या असमाधानाचे ते एक कारण होते. अमेरिकन लेखक मार्क ट्वेन यांनी तक्रार केली होती की, त्यांच्या हॉटेलमधल्या आचाऱ्याला एकच पदार्थ येत होता. आयरिश स्ट्यू आणि त्याने तो सलग चौदा वेळ पेश केला. फक्त काय येत आहे हे कळू नये म्हणून मेनूवर दर वेळी एक नवीन फ्रेंच नाव असायचे. अगदी उत्तम हॉटेलमध्येही उंदरांचा सुळसुळाट असे; शहरात वारंवार येणाऱ्या प्लेगच्या साथी लक्षात घेता ते फारच असह्य असे. टाटांना युरोपियन आणि अमेरिकन भांडवल आणि तंत्रज्ञान-तज्ज्ञ इथे आकर्षित करायचे होते; पण त्यांना हे कळत होते की, त्यांच्यासाठी स्वच्छ आणि सुरक्षित हॉटेल असल्याखेरीज ते इथे येण्याची शक्यता कमी होती.[ix]

खरेतर भारतात लक्झरी हॉटेल्स नव्हतीच. आशियातही तुरळक होती. पेनांगमधले ईस्टर्न अँड ओरिएंटल हॉटेल आणि रंगूनमधले द स्ट्रँड एवढीच काय ती होती. ती दोन्ही सारकीज बंधूंच्या मालकीची होती. सारकीजच्याच मालकीच्या सिंगापूरमधल्या हॉटेलला फक्त दहा खोल्या होत्या आणि कर्मचारी वगळता तिथे आशियाई लोकांना प्रवेश नव्हता. एका भव्य हॉटेलची टाटांची कल्पना – सुरुवातीच्या योजनेनुसार यात ५०० पाहुण्यांची व्यवस्था असणार होती – जिथे युरोपियन आणि आशियाई समान पातळीवर एकमेकांना भेटून धंद्याच्या गोष्टी करतील. ही योजना आर्थिक आणि सामाजिक अशा दोन्ही दृष्ट्या अतिशय क्रांतिकारी होती.

टाटा समूहाची राष्ट्र उभारणीच्या कामात बांधिलकी आहे. हे भारतीयांना केवळ माहीतच नाही, तर त्यांची ती अपेक्षाच आहे.

१८९८साली जमिनीची खरेदी झाली आणि १९००मध्ये त्या जागेवर त्वरीत काम सुरू झाले. टाटा नेहमी करायचे, तसे त्यांनी आपल्या गरजा समोर ठेवल्या आणि आरेखनाचे व हॉटेल बांधणीचे काम त्यांच्या विश्वासू तज्ज्ञांवर सोपवले. पण असे म्हणतात की, जवळजवळ रोज कामाची प्रगती पाहायला ते त्या जागेवर जात असत. त्यांनी युरोपियन आणि अमेरिकन लक्झरी हॉटेलमध्ये प्रत्यक्ष जे पाहिले होते – खोल्या, फर्निशिंग्ज, उपाहारगृहे, दुकाने, लाँड्री व्यवस्था; त्याच दर्जाची प्रत्येक गोष्ट हवी, ही त्यांची पहिली मागणी होती. विजेसाठी जनरेटर बसवण्यात आला होता आणि वातानुकूलनापूर्वीच्या त्या दिवसांमध्ये खोल्यांमध्ये हवा खेळती राहील असे आरेखन करायला त्यांनी सांगितले होते.[x] १६ डिसेंबर १९०३ रोजी हॉटेल सुरू झाले.

या प्रकल्पाचा खर्च, २५ लाख रुपये म्हणजे त्या काळात तो महाप्रचंड होता.

हा टाटांनी त्यांच्या स्वत:च्या खिशातून केला होता. हा टाटा अँड सन्सचा प्रकल्प नव्हता आणि त्या समूहाचा भाग असावा असेही त्यांच्या मनात नव्हते. आर.एम. लाला म्हणतात, 'ही त्यांची शहराला दिलेली भेट होती.' हॉटेलचे कामकाज सांभाळण्यासाठी एका अनुभवी हॉटेलियर शोधण्याचा त्यांनी प्रयत्न केला, पण मे १९०४मध्ये त्यांचे निधन होईपर्यंत त्यांना कुणी सापडले नाही. ओघानेच हॉटेल चालवण्याची जबाबदारी दोराब टाटा आणि टाटा अॅन्ड सन्समधल्या त्यांच्या भागीदारांकडे आली.

मुंबईकरांना या हॉटेलच्या असणाऱ्या अतिशय प्रेमामुळे आणि अभिमानामुळे, पुष्कळ वर्षे ते टाटांच्या घरट्यात कोकिळेसारखे राहिले. समूहातल्या इतर कंपन्यांपेक्षा प्रत्येक बाबतीत ते वेगळे होते. टाटांचा मुख्य व्यवसाय म्हणून त्याच्याकडे बघितले गेले नाही. हळूहळू समूहाच्या लक्षात आले की, ताजच्या रूपाने एक महत्त्वाची भौतिक संपत्ती आणि एका महत्त्वाच्या ब्रँडची क्षमता त्यांच्याकडे आहे आणि ताज हा शहरातल्या सर्वांत शक्तिशाली ब्रँड्सपैकी एक आहे. (प्रकरण ५ पाहा.) पण हे ठरवून झाले नाही.

आर. एम. लाला यांना – एक इतिहासतज्ज्ञ म्हणून आणि टाटा सन्सची मालकी ज्या संस्थांकडे आहे, त्यातल्या सर दोराबजी टाटा ट्रस्टचे दीर्घ काळ संचालक म्हणूनही – टाटा समूहाच्या इतिहासाबद्दल सध्या हयात असलेल्या कुणाहीपेक्षा त्यांना जास्त माहिती आहे. मी जेव्हा २००९साली त्यांना मुंबईत भेटलो, तेव्हा टाटांच्या यशाचे रहस्य काय असावे असे त्यांना वाटते, असे विचारले. क्षणभर थांबून ते म्हणाले, "नशिबाचा भाग तर आहेच." अर्थातच ताज हे त्याचे एक उदाहरण आहे. टाटांच्या मुकुटातला हा 'मुकुटमणी' सुरुवातीला जवळजवळ टाकून दिला जाणे, नंतर त्याच्याकडे दुर्लक्ष होणे, हे कुतूहलजनक आहे. जमशेटजी टाटांच्या मुलांना आणि वारसांना असे वाटले का, लक्झरी हॉटेल हे महात्मा गांधींच्या काळातल्या स्वदेशीच्या आणि देश बांधणीच्या तत्त्वात बसत नाही? केवळ संस्थापकाच्या आदरापोटी (आणि अर्थातच त्याच्या नफ्यापोटी) ते हॉटेलला धरून राहिले का? आपल्याला हे कधीच कळणार नाही. ते धरून राहिले हे उभयपक्षी सुदैवच, आणि आज हा मुकुटमणी खरोखरच तेजाने झळाळत आहे.

ज्या लोकांनी कधी त्याच्या दारात पाऊल टाकले नाही,
त्यांना त्याचा अभिमान वाटतो. जगातल्या सर्वोत्तम
हॉटेलांना टक्कर देणारे हे हॉटेल आहे –
एका भारतीयाने बांधलेले, एका भारतीयाने आरेखन केलेले –
आणि भारतीयांनी चालवलेले.

ताजची गोष्ट आपल्याला सांगते की, लोकच दंतकथा बनवतात. अगदी ताज हे टाटांच्या प्रतिमेत बसत नसले तरी ते मुंबईच्या स्वत:च्या प्रतिमेशी मात्र अगदी एकरूप झाले आहे. ज्या लोकांनी कधी त्याच्या दारात पाऊल टाकले नाही, त्यांना त्याचा अभिमान वाटतो. जगातल्या सर्वोत्तम हॉटेलांना टक्कर देणारे हे हॉटेल आहे – एका भारतीयाने बांधलेले, एका भारतीयाने आरेखन केलेले – आणि भारतीयांनी चालवलेले! आज शंभर वर्षांनंतरही ही अभिमानाची आणि उत्कृष्टतेची भावना हीच ताज ब्रँडच्या हृदयस्थानी आहे. ताजने जाहीर केले की, भारत हा दुय्यम दर्जाचा राहिलेला नाही. तो जगातल्या चांगल्याच्या तोडीचा झाला आहे. त्याच्या बाबतीतला काही खऱ्या नसणाऱ्या कथा सोडून द्या. त्या कथा चांगल्या आहेत, त्या लोकांना आवडतात आणि त्या इमारतीच्या गूढतेत भर घालतात; आणि आता २६/११ नंतरच्या काळात अर्थातच या कथांचे नवीन पीक आले आहे, त्यातल्या बहुतेक करुण आहेत. मात्र सगळ्याच्या सगळ्या महत्त्वपूर्ण आहेत. दंतकथा तशीच आहे आणि जगाला गवसणी घालणाऱ्या, विस्तारणाऱ्या हॉटेल साम्राज्याच्या हृदयस्थानी आहे. दंतकथा आणि ब्रँड यांचे आपापसात काही देणे-घेणे नाही असे म्हणणे चुकीचे आहे. [xi]

टिस्को

एखाद्या अर्थव्यवस्थेने खऱ्या अर्थाने आत्मनिर्भर होण्यासाठी तिच्याकडे पोलाद निर्मितीची क्षमता असण्याची गरज, ही कल्पना टाटांच्या पहिल्या ब्रिटनवारीपासून त्यांच्या मनात मूळ धरत होती. १८८२साली एका जर्मन सर्वेक्षकाचा अहवाल त्यांच्या वाचनात आला की, मध्य प्रदेशाच्या डोंगराळ भागात लोह खनिजाचे भरपूर साठे असावेत. त्याच भागात कोळशाचेही साठे होते. ही साधनसंपत्ती वापरात आणण्यासाठी टाटा एक कंपनी स्थापण्याच्या उद्योगाला लागले. पण नोकरशाहीची भिंत त्यांना आडवी आली. भारताच्या राज्यकर्त्यांना लोह खनिज आणि कोळसा या दोन्हींचे वैशिष्ट्यपूर्ण महत्त्व माहीत असल्याने ते आपल्या हातात ठेवण्याचा त्यांचा पक्का निर्धार होता.[१३]

परंतु लोहमार्ग आणि शस्त्रास्त्रे यांच्यासाठीची पोलादाची मागणी पुरवठ्यापेक्षा झपाट्याने वाढली आणि १८९९मध्ये भारताचा व्हाइसरॉय लॉर्ड कर्झनने आपले धोरण बदलून खाजगी कंपन्यांना या उद्योगात यायला परवानगी द्यायचे ठरवले. टाटांनी याला तत्काळ प्रतिसाद दिला. यासाठी परदेशातून मदत आणावी लागेल हे जाणून, ते युनायटेड स्टेट्सला गेले आणि तिथे, सुरुवातीला सांगितल्याप्रमाणे

टिस्को बिलेट मिल, १९५८.

चार्ल्स पेज पेरिनची सल्लागार अभियंता म्हणून नेमणूक केली. पेरिनने मग त्याच्या सहाय्यक सी.एम. वेल्ड आणि भारतीय भूशास्त्रज्ञांच्या चमूबरोबर मध्य प्रांत फिरून लोहखनिजाचे भरपूर साठे असल्याची खात्री केली.[xii] जमशेटजी टाटा त्यानंतर फार काळ राहिले नाहीत, पण त्यांचे पुत्र व वारसदार दोराब यांनी काम पुढे चालू ठेवले. शेवटी बंगाल प्रेसिडेन्सीमध्ये कोलकात्यापासून पश्चिमेला १५० मैलावर साकची गावाजवळ फौंड्रीसाठी जागा निश्चित केली आणि ती जागा रेल्वेमार्गाला जोडण्यासाठी त्यांनी सरकारचे मन वळवले. १९०७साली टाटा अँड सन्सबरोबर इतर अनेक गुंतवणूकदारांसह टाटा आयर्न अँड स्टील कंपनीची स्थापना झाली. १९०८साली फौंड्रीवर काम चालू झाले, १९११च्या अखेरीस लोखंडाचे आणि पाठोपाठ १९१२मध्ये पोलादाचे उत्पादन सुरू झाले.

ही फौंड्री आणि खाणी स्थापन करण्याची गोष्ट ऐकायला वाटते तेवढी सोपी नव्हती. भारतातील हा भाग (आत्ताचे झारखंड) घनदाट जंगलांनी व्यापलेला होता. रोगराई आणि वाघांच्या जोडीला अत्यंत असहकारी जनतेची अडचण होती. भारतातला अत्यंत गरीब असा हा भाग होता आणि आहे. तिथली बरीच जनता 'आदिवासी'

होती, ज्यांना ब्रिटिश किंवा भारतीय सारखेच अप्रिय होते.[xiii] एकोणिसाव्या शतकाच्या सुरुवातीला त्या भागात दोन मोठी बंडे झाली होती आणि तिसरे होते १८९६-१९००चे बिरसा मुंडाचे बंड, जे दडपायला हजारोंच्या संख्येने ब्रिटिश आणि भारतीय सैनिक लागले होते.[१४]

लोकांनी तिथे यावे, राहावे आणि काम करावे यासाठी टिस्कोने प्रत्येक सुविधा पुरवणे गरजेचे होते. केवळ राहाण्याची घरे नव्हे, तर दुकाने, करमणुकीची साधने आणि प्रार्थनास्थळेही. याचा अर्थ शून्यातून अख्खे गाव उभे करणे असा होता. जमशेटजी टाटांनी ही गरज ओळखली होती आणि त्यांच्या स्वभावाप्रमाणे त्यांचा आग्रह होता की, या नव्या नगरात केवळ घरेच नाहीत, तर त्यांच्या कर्मचाऱ्यांसाठी खऱ्याखुऱ्या समाजाची गरज पुरवली गेली पाहिजे. १९०२मध्ये त्यांनी त्यांच्या मुलाला, दोराबला लिहिलेल्या पत्रातला हा उतारा नेहमी उद्धृत केला जातो.

> भराभर वाढणाऱ्या सावलीच्या वृक्षांनी आच्छादलेले रुंद रस्ते असतील याची काळजी घ्या. हिरवळी आणि बागा यासाठी भरपूर जागा मोकळी सोडा. फुटबॉल, हॉकी आणि वाटिकांसाठी मोठमोठ्या जागा राखून ठेवा. हिंदूंची देवळे, मुस्लिमांच्या मशिदी व ख्रिश्चनांची चर्चेस यांना जागा ठरवा....[१५]

अगदी ठोस पुरावा नसला, तरी 'गार्डन सिटी'च्या कल्पनेचा जमशेटजी टाटांवर कळत-नकळत प्रभाव पडला होता असे दिसते. ही कल्पना मांडणारे सर एल्वर हॉवर्डचे 'गार्डन सिटीज ऑफ टुमारो' सुद्धा १९०२सालीच प्रकाशित झाले होते.[१६] आरोग्यपूर्ण चांगली घरे, भरपूर हिरवे पट्टे, करमणुकीसाठी आणि आणखी आरोग्यवर्धनासाठी बगीचे आणि झाडे, शिवाय शाळा, दवाखाने अशा सर्व सोयीसुविधा पुरवणाऱ्या सुनियोजित शहरांची कल्पना हॉवर्डने मांडली होती. जमशेदपूरमध्ये फिरत असताना, लगेचच मला वेल्विन आणि मिल्टन केन्ससारख्या 'ब्रिटिश गार्डन सिटीं'ची आठवण झाली. अगदी रस्त्यांच्या रचनेतसुद्धा सारखेपणा आहे.[xiv]

जमशेटजी टाटांच्या इच्छेबरहुकूम, पोलादाच्या कारखान्याभोवती एक सुनियोजित शहर आकाराला आले आणि १९१२ पर्यंत तिथे ४०० हून अधिक राहण्याच्या जागा, शिवाय एक हॉस्पिटल, शाळा, उद्याने, क्लब आणि क्रीडांगणे इत्यादी बनलेली होती. भारतात आणि इतरत्रही आठ तास कामाचा कायदा होण्यापूर्वी कितीतरी वर्षे आधीपासून इथे कामाचा दिवस ८ तासांचा होता. इतर क्षेत्रात अपघाताने झालेल्या दुखापतीची भरपाई, पगारी रजा, वैद्यकीय आणि इतर तरतुदी, मुलांच्या शिक्षणाची तरतूद, नफ्याच्या हिश्श्याच्या रूपात बोनस हे सगळे करणारी टिस्को ही भारतातील पहिली कंपनी होती. एवढेच नाही तर हे करणाऱ्या जगातल्या

पहिल्या कंपन्यांपैकी ती एक होती. ब्रिटिश फॅबियनचे बीट्रीस आणि सिडनी वेब या शिक्षण आणि समाजवादी नेते गृहरचनेच्या सुधारणांच्या खंदे पुरस्कर्त्यांना असलेल्या समाजवादी नेत्यांना दोराब टाटांनी १९१६ मध्येच भारतात येऊन भविष्यातला सुधारणांबद्दल सल्ला देण्यासाठी विचारले होते. वेब द्वयी आणि त्यांच्या सहकाऱ्यांनी सेवांसंदर्भात एक भविष्यकालीन विकासाचा आराखडाही बनवला होता. इथपर्यंत सारे ठीकठाक होते.

'एक चांगला आणि नैतिक मालक असल्याबद्दल टाटांची ख्याती होती; आदर्श मालक असणारी भारतातली पहिली कंपनी.'

परंतु रुद्रांशु मुखर्जींनी टाटा स्टीलच्या शतकाच्या इतिहासात म्हटल्याप्रमाणे, 'जमशेदपूर उभारणे याचा अर्थ पोलाद कंपनीने नगररचना आणि नगरपालिका यांचे रूप घेतल्यासारखेच होते.'[१७] टाटामधल्या कुणालाही या कशाचाच काही अनुभव नव्हता. तसेच टाटांचा खर्चाचा अंदाजही बहुधा चुकला असावा. टिस्को ज्या प्रमाणात घरे पुरवू शकत होती, १९१९ पर्यंत त्यापेक्षा निश्चितच जास्त वेगाने कामगार संख्या वाढली. त्या वर्षीच्या सरकारी अहवालात नोंद आहे की, अत्यंत दरिद्री कामगार आणि त्यांची कुटुंबं जमशेदपूरच्या एकूण लोकसंख्येच्या जवळजवळ पाऊणपट लोक या सुनियोजित शहराच्या बाहेर झोपड्यांत राहत होते. याला प्रतिसाद म्हणून कंपनीने सल्ला देण्यासाठी आणखीन तज्ज्ञ बोलावले आणि अधिकाधिक संख्येने घरे व सोयी उभारल्या. पण तरीही घरबांधणीला लोकसंख्या मागे टाकत होती. १९३१ पर्यंत जमशेदपूरमध्ये ८०,००० हून अधिक लोक होते आणि कंपनी यातल्या अगदी छोट्या अंशालाच घरे पुरवू शकत होती.

एका परीने टिस्कोही स्वत:च्याच यशाची बळी ठरली. वाढ फार भराभर होत होती आणि काही प्रमाणात ती बाहेरून थोपली गेली होती. इथे याची आठवण ठेवायला हवी की, टिस्कोने पोलाद बनवायला सुरुवात केल्यावर दोन वर्षांनी पहिल्या महायुद्धाला तोंड फुटले आणि त्या वेळी भारतातल्या व्हॉईसरॉय सरकारने टिस्कोला पोलाद निर्मितीची क्षमता कित्येक पटींनी वाढवायला लावली, जी नियोजनापेक्षा फारच वेगवान होती. टिस्कोने अमेरिकन व्यवस्थापक आणि अभियंत्यांची भरती चालू ठेवली, जे फ्रेडरिक विन्सलॉ टेलरच्या शास्त्रीय व्यवस्थापनाच्या मुशीतून घडलेले होते आणि ज्यांचा कमीत कमी वेतनात कामगारांना जास्तीत जास्त पिळून घेण्यावर विश्वास होता.[१८] यातले काही अमेरिकन व्यवस्थापक कामगारांमध्ये कमालीचे अप्रिय ठरले.

आज टाटा समूहाभोवती असलेले आणि त्या ब्रँडचा एक भाग असलेले 'चांगुलपणाचे' जे वलय आहे, त्याचे मूळ काही प्रमाणात जमशेदपूरमध्ये आहे.

याचा परिणाम होता १९२० पासून सुरू झालेली संपांची मालिका, जी क्वचित हिंसकही बनली आणि कधीकधी कामगारांविरुद्ध व्यवस्थापनाने बळाचा वापर केला. (अमेरिकेत तशी पद्धत होती.) गांधींजींनी १९२५मध्ये जमशेदपूरनगरीला भेट देऊन दोन पक्षांमध्ये समझोता घडवण्याचा प्रयत्न केला, पण १९२८सालच्या तंट्यात कारखाना ४ महिन्यांहून अधिक काळ बंद राहिला.

या प्रश्नाचा शेवट होण्यासाठी टिस्कोची व्यवस्थापकीय संस्कृती बदलावी लागली. मुखर्जींच्या मते १९३८चा काळ हा सर्वांत महत्त्वाचा होता. तेव्हा जे.आर.डी. टाटांनी अध्यक्ष म्हणून जबाबदारी घेतली आणि कामगारसंबंधांकडे पाहण्याची एक नवी आणि सहकार्याची दृष्टी आणली. तसेच सांस्कृतिक तेढ घालवण्यासाठी अमेरिकन व्यवस्थापकांच्या जागी भारतीय व्यवस्थापक आणण्यासाठी कंपनीने झटपट हालचाली केल्या. त्या वेळेपासून जमशेदपूरमधले कामगार संबंध खूपच सुधारले आणि जरी १९४२ आणि १९५८मध्ये बारीकसे संप झाले,[११] तरी एकूण वातावरण त्यानंतर शांततापूर्ण राहिले.[xv]

भारतीयांसमोर जमशेदपूरची जी प्रतिमा आहे, त्याच्या थोडा विपरीत असा हा संघर्षाचा इतिहास आहे. ताजसारखाच, टिस्को हा ही भारतीयांच्या राष्ट्रीय अभिमानाचा विषय आहे. हा भारताचा पहिला एकात्मिक पोलाद कारखाना आहे आणि आर्थिक ताकदीचे आणि स्वयंपूर्णतेचे प्रतीक आहे. जमशेदपूरचे सुनियोजित शहर हे 'जागृत' भांडवलवादाचे आदर्श रूप म्हणून गणले जाते आणि अनेक परींनी ते तसे आहेही! टाटा हे नगर नियोजनातले तज्ज्ञ नव्हते आणि त्यांच्या काही चुकाही झाल्या (पण त्याच दरम्यानच्या मुंबई आणि कोलकाता शहर नियोजकांपेक्षा फारच कमी आणि नंतर नाहीतच.), मात्र लोकांच्या लक्षात राहिला आहे तो हेतू; परिणाम नव्हे. टाटा समूहाभोवती असलेले आणि त्या ब्रँडचा एक भाग असलेले 'चांगुलपणाचे' जे वलय आहे, त्याचे मूळ काही प्रमाणात जमशेदपूरमध्ये आहे. चांगले करण्याची इच्छा लोक लक्षात ठेवतात आणि त्या दरम्यान झालेल्या चुका विसरून जातात किंवा माफ करतात.

एक माणूस आणि आख्यायिका

कुठल्याही यशस्वी आणि दीर्घायुषी कंपनीबद्दल काही दंतकथा तयार होतात.

सहसा त्या संस्थापकांबद्दल आणि इतर महत्त्वाच्या नेत्यांसंदर्भात असतात.[१०] कंपनी तिच्या हितसंबंधीयांसमोर आपली जी प्रतिमा ठसवते, तिच्या मर्मस्थानी या आख्यायिका असतात. त्याच खुद्द कंपनीच्या घडणीतही मर्मस्थानी असतात आणि व्यूहात्मक विचारापासून ते नव-संशोधन निर्मिती ते नैतिकतेच्या कल्पनांपर्यंत सगळ्यावर परिणाम करतात.

प्रत्येक समाजात आख्यायिका असतात आणि कंपनी एका विशिष्ट वयाची झाली की तिथेही असतात.

पुष्कळ लोकांना आख्यायिका म्हणजे खोट्या किंवा रचलेल्या वाटतात. त्या अगदी तशाच नसतात. आख्यायिका म्हणजे नैसर्गिक किंवा सामाजिक विषयांवरच्या लोकप्रिय कल्पना, ज्या एकमेकांना तोंडी सांगून सगळीकडे प्रसारित झाल्या आहेत. प्राचीन ग्रीक किंवा भारतीय आख्यायिका सांकेतिक असतात. समाजात जे घडते ते त्या दाखवतात. कधीकधी त्या सूचक असतात. समाजाला त्या मूल्ये देतात. तिथे नवीन येणाऱ्यांना शिकवतात आणि जुन्यांना आठवण करून देतात. लोकांनी एका विशिष्ट पद्धतीने वागण्याला त्या उत्तेजन देतात आणि चुकीच्या वागणुकीच्या परिणामांबद्दल सावधानही करतात. प्रत्येक समाजात आख्यायिका असतात आणि कंपनी एका विशिष्ट वयाची झाली की, तिथेही असतात.

नॉर्स पुराणकथांमध्ये आहे की, देव आपल्या गर्वासाठी आणि स्वार्थासाठी आपसात लढले आणि त्यांनी स्वत:चा विनाश ओढवून घेतला. ज्या कंपन्या स्वत:च्या पुराणाकडे पाठ फिरवतात त्यांची अशीच गत होते, असे दाखले आहेत; किमान त्यांना आपल्या मूल्यांशी तडजोड करायला लागण्याचा आणि आपली

जमशेदपूरच्या अगदी सुरुवातीच्या काळातील हा साकची बूलेव्हार्ड (हमरस्ता).

प्रतिमा डागाळण्याचा धोका असतो. या आख्यायिका व्यवस्थापक आणि कर्मचाऱ्यांना त्यांनी काय केले पाहिजे, कसे वागले पाहिजे याची आठवण देतात आणि तसे नाही केले, तर होणाऱ्या परिणामांबद्दल सावध करतात. कॉर्पोरेट आख्यायिकांचेही असेच दूरगामी काम असते. त्यांचा नीट वापर झाला, तर त्या लोकांना प्रोत्साहन, प्रेरणा अगदी स्फूर्तीसुद्धा देतात. आपण पाहिले तसे एकदा या आख्यायिका कंपनीबाहेर गेल्या की, त्या इतरांच्या समजुतींवरही परिणाम घडवतात. बाहेरचे हितसंबंधीही या आख्यायिका स्वीकारू लागतात. त्यावर विश्वास ठेवू लागतात – अगदी नव्या आख्यायिका तयार व्हायला मदत करतात, जसे आम्ही ताजबद्दल विशेषत्वाने पाहिले.

टाटा समूहाने जमशेटजी टाटांच्या आख्यायिका या सर्व कारणांसाठी वापरल्या आहेत : लोकांना मूल्ये शिकवण्यासाठी, तिचे नैतिक संकेत समजण्यासाठी, त्यांचे अनुकरण करायला लोकांना उद्युक्त करण्यासाठी, संपत्ती निर्माण करून बलशाली भारत निर्माण करण्यासाठी आणि आपली प्रतिमा हितसंबंधीयांपर्यंत पोहोचवण्यासाठी. हे कसे केले जाते याची उदाहरणे पाहण्यासाठी आपल्याला समूहाच्या प्रसिद्धी साहित्यात किंवा संकेतस्थळावर फार शोधायला नको. कॉर्पोरेट दस्तऐवजांची सुरुवात सहसा त्यांच्या वचनांनी होते. जमशेटजींना जाऊन आता शंभरावर वर्षे लोटली असली तरी त्यांचे आदर्श आजही जिवंत आहेत.

आपण जमशेटजी टाटांचा एक ब्रँड म्हणून विचार केला – काही प्रमाणात ते तसे होतेही – तर आपण म्हणू की, ते जी मूल्ये 'बोलले' तसे ते 'चालले' आणि ते ब्रँड 'जगले.'

जे. एन. टाटांचा वारसा जिवंत राहण्यामागे समूहाच्या नेत्यांनी जाणीवपूर्वक आखलेल्या धोरणांचा वाटा आहेच. सर दोराब टाटा, जे टाटा अँड सन्सचे अध्यक्ष म्हणून त्यांचे वारसदार होते, त्यांनी आपल्या पित्याचे चरित्र ग्रंथबद्ध करण्यासाठी लेखकाची नियुक्ती केली. त्यात कितीही त्रुटी असल्या तरी त्यांनी काय केले आणि ते कशासाठी जगले याच्या आठवणी जपून ठेवायला त्याची मदत झाली आहे. त्यांच्याच विनंतीवरून, जिथे टिस्कोचा पोलादाचा कारखाना आहे, त्या गावाचे साकची हे नाव बदलून त्यांच्या वडिलांच्या सन्मानार्थ, भारत सरकारने जमशेदपूर केले. पण खूपशा प्रमाणात ही आख्यायिका स्वतः जमशेटजी टाटांनी त्यांच्या शब्दातून, त्यांच्या कृतीतून आणि त्यांच्या कामातून निर्माण केली होती. भारतात लोक, त्यांनी काय सांगितले आणि ते कसे वागले त्यावरून त्यांचे नाव ठरवतात. आपण जमशेटजी टाटांचा एक ब्रँड म्हणून विचार केला – काही प्रमाणात ते तसे

होतेही – तर आपण म्हणू की ते जी मूल्ये 'बोलले' तसे ते 'चालले'. ते 'ब्रँड जगले'.

मूल्ये, कृती आणि कीर्ती यांच्यातला संबंध जमशेटजी टाटांची गोष्ट स्पष्ट करते. याच गोष्टी प्रत्येक नावात ब्रँडच्या हृदयस्थानी असतात. या आख्यायिका जपण्यात आणि त्यांचा संदर्भ घेत राहण्यात टाटाने शहाणपणा दाखवला आहे. कारण याच पायावर त्यांचा आजचा आधुनिक ब्रँड उभा आहे.

---

[i] कधीकधी जमशेटजी किंवा जमशेटजी असेही लिहिले गेले आहे. विशेषत: सुरुवातीच्या काळात टाटा स्वत: जमशेटजी असा शब्द वापरीत.

[ii] भारताशी अपरिचित वाचकांना – मुंबई हे अधिकृत नाव असले, तरी बरेच लोक अजूनही त्याचा उल्लेख 'बाँबे' असा करतात आणि 'बाँबे हाउस'सारख्या ठळक खुणांचे नावही बदलले नाही. बाकी सर्वत्र मुंबई हेच नाव वापरले आहे.

[iii] म्हणजे भाषण झालेच नाही असे नव्हे, तर ते झाल्याचा किंवा टाटा तिथे उपस्थित असल्याचा पुरावा नाही. टाटा कार्लाइलच्या पुस्तकांशी परिचित होते. त्यामुळे कम्युनिस्ट लेखक व्लादिमिर जाबोटिन्स्कीने त्याच्या *'प्रील्यूड टू डेलिला'* या सूचक कादंबरीत पोलाद आणि लोखंडावरचे नियंत्रण आणि राजकीय सत्ता यांचा संबंध प्रतिपादला आहे. ही थेट कार्लाइलची कल्पना होती.

[iv] १९११मध्ये उद्योगक्षेत्रातल्या कार्याबद्दल बेझोनजी मेहता यांना पंचम जॉर्ज राजाकडून 'सरदारकी' बहाल करण्यात आली.

[v] असे म्हणतात की, टाटांना या प्रकल्पाची स्फूर्ती नायगारा धबधब्याला भेट दिल्यावर आणि अमेरिकन अभियंता जॉर्ज वेस्टिंगहाउस, विद्युत निर्मितीच्या क्षेत्रातला प्रणेता, याच्याशी झालेल्या संभाषणानंतर मिळाली. आंतरराष्ट्रीय घडामोडी, प्रदर्शने आणि तांत्रिक प्रगती यांना सामोरे जाण्याचा टाटांच्या विचारांवर आणि व्यवसाय पद्धतीमध्ये मोठा वाटा आहे. (आज टाटा पॉवर ही विजेची निर्मिती, वहन, वितरण आणि विपणन यात कार्यरत असलेली भारतातली सर्वांत मोठी खाजगी कंपनी आहे.)

[vi] कामाचे कमी तास आणि न्याय्य कार्यपद्धतीसह कामगार व्यवस्थापनाचा ओवेन हा आद्य प्रणेता होता. तो ब्रिटिश समाजवादाचाही एक संस्थापक होता आणि सहकारी चळवळ स्थापनेतही सहभागी होता. लीव्हरने पोर्ट सनलाईट इथे कारखाना आणि आदर्श नगरी उभारली आणि त्याच्या कामगारांना अनेक सुविधा पुरवल्या. पुढे जाऊन त्याची कंपनी युनिलिवर झाली. सॉल्टने ब्रॅडफोर्डच्या प्रदूषित शहरातून आपली गिरणी आणि कामगार बाहेर हलवले आणि त्यांना अधिक चांगले जीवन आणि कामाचे चांगले वातावरण देण्यासाठी सॉल्टेअर इथे नवीन कारखाना आणि नगर वसवले.

[vii] एम्प्रेस मिल्स नुकसान सोसून २००२ पर्यंत चालू राहिली, परंतु एम.एस.टी.सी.

(महाराष्ट्र वस्त्रोद्योग महामंडळ)ने काही लाख कामगारांना कामावरून कमी करून त्यांच्या सर्व गिरण्या बंद केल्या होत्या.

[viii] ताजा कलम म्हणजे एम.एस.टी.सी.ने एम्प्रेस मिल्सची जागा २००६साली एका विकसकाला विकली. आज तिथे गृहसंकुल उभे आहे. एम्प्रेस मिलच्या मूळ जागेवर ताज हॉटेल्स, रिसॉर्ट्स अँड पॅलेसेस या ताज समूहातल्या कंपनीने हॉटेल उभे केले आहे.

[ix] चार्ल्स ॲलेन आणि शारदा द्विवेदी हेही त्यांच्या 'दि ताज : स्टोरी ऑफ द ताज महाल हॉटेल, बॉम्बे : १९०३-२००३' या पुस्तकात 'कुत्रे आणि भारतीयांना मज्जाव' किस्सा रद्दबातल ठरवतात. ते सुचवतात की, १८९६सालच्या साथीमुळे शहराची मन:स्थिती खालावली होती. आणि त्यांचा हॉटेलचा प्रकल्प हा शहराची गेलेली शान पुनर्स्थापित करण्याचा एक प्रयत्न होता. या घटनेकडेही दुर्लक्ष होऊ नये.

[x] हॉटेल संरचनेकडे पाहण्याचा टाटांचा दृष्टिकोन आणि प्रवासी जहाजांची संरचना करण्यामधला, हार्लेंड अँड वोल्फचे अध्यक्ष विल्यम पिरी यांचा दृष्टिकोन यांची तुलनाही रंजक आहे. १८८० पर्यंत प्रवासी जहाजे ही अत्यंत अपुऱ्या जागेची, सुविधा नसलेली आणि रटाळ होती. पुन्हा एकदा युरोपियन लक्झरी हॉटेलांना डोळ्यासमोर ठेवून पिरी यांनी जणू तरते महालच, अशा संरचना आणल्या, त्यात कल्पनेतली प्रत्येक सुखसोय हजर होती (निदान पहिल्या वर्गाच्या प्रवाशांसाठी तरी). त्याने जशी प्रवासी जहाजांच्या बाजारपेठेत क्रांती केली, अगदी तशीच टाटांनी आशियातल्या हॉटेलवाल्यांसाठी एक नवीन आदर्श निर्माण केला.

[xi] ताज समूह जसा आंतरराष्ट्रीय बनत गेला, तसा तो त्याच्या 'शुद्ध भारतीय' प्रतिमेपासून वाढत्या वेगाने दूर गेला आहे. पण ताजच्या कुठल्याही कर्मचाऱ्यासोबत तुम्ही पाच मिनिटे घालवली, तर तो अभिमान अबाधित असल्याची तुमची खात्री पटेल. त्यांना स्वत:ला त्यांच्या कीर्तीबद्दल अतिशय अभिमान आहे. प्रश्न असा आहे की, बाकीच्या जगालाही भारताइतकाच अभिमान वाटेल का? पाहात राहा....

[xii] हे साठे पहिल्यांदा कसे सापडले आणि त्यांचा अहवाल कसा गेला ही गोष्ट लालांच्या 'द रोमान्स ऑफ टाटा स्टील' आणि मुखर्जींच्या 'अ सेंचुरी ऑफ ट्रस्ट'मध्ये तपशिलाने आली आहे.

[xiv] पोलाद निर्माता आल्फ्रेड क्रुपने वसवलेल्या जर्मनीतल्या एस्सेनसारख्या औद्योगिक नियोजन केलेल्या इतर शहरांचाही त्यांच्यावर प्रभाव असेल अशीही शक्यता आहे. पण अर्थात त्याचाही थेट पुरावा नाही.

[xv] झारखंडमधल्या इतर ठिकाणच्या परिस्थितीशी पूर्ण विसंगत असा आहे. (प्रकरण ७ पाहा.)

लोकांसाठी विश्वास

आज 'टाटा' हे नाव घेतले की, बहुतेक भारतीयांना एकाच माणसाची आठवण येते – जहांगीर रतनजी दादाभॉय टाटा. मित्रांसाठी 'जे' या नावाने; पण बहुतेक समकालीनांना व नंतरही 'जे.आर.डी.' या नावाने परिचित. १९३९ ते १९९१ या काळात त्यांनी टाटा समूहाच्या अध्यक्षपदाची धुरा वाहिली आणि पूर्वसुरी जमशेटजी टाटांप्रमाणेच त्यांच्या स्वत:च्या विश्वासांचा व मूल्यांचा अत्यंत प्रभावी ठसा टाटा समूहावर उमटवला. त्यांची कीर्ती असामान्य होती आणि आहे. टाटांच्या स्वत:च्या घडणीमध्ये त्यांची भूमिका केंद्रस्थानी आहे आणि पुन्हा जमशेटजी टाटांप्रमाणे त्यांचे छायाचित्र जवळजवळ प्रत्येक टाटा कंपनी कार्यालयात लावलेले असते आणि त्यांची वचने अनेकदा औपचारिक आणि अनौपचारिक पत्रात-संवादात उद्धृत केली जातात.

स्वत:ची जी प्रतिमा जे.आर.डीं.नी जगासमोर आणली ती आणि जमशेटजी टाटांनी आणली ती, यात तीव्र विरोधाभास आहेत.[i] जमशेटजी हे त्यांच्या दाढीसह, पूर्ण भारतीय वेषात सहसा दिसतात – एक द्रष्टा, एक भारतीय. तर जे.आर.डी. स्वच्छ दाढी केलेले व क्लार्क गेबलसारख्या मिशा ठेवलेले, फॅशनेबल युरोपिअन सुटात दिसतात; कृतिशील माणूस, जागतिक व्यक्तिमत्त्व, तरीही हा विरोधाभास चालतो. कारण तो टाटांच्या कीर्तीच्या दोन बाजू दाखवतो. द्रष्टेपणा आणि कृती, भारतीय, तरीही जगाला सन्मुख; आणि त्यांची मूल्ये तर निश्चितच एक होती. अगदी विश्वास आणि सचोटीच्या गरजेसह, भारताच्या राष्ट्र उभारणीत असलेली बांधिलकीही तीच होती.

'व्यवसायाचा संपूर्ण हेतूच मुळी समाजाची सेवा हा आहे.' यावर जे.आर.डीं.चा जमशेटजी टाटांपेक्षा कांकणभर जास्तच विश्वास होता. त्यांनी जयप्रकाश नारायण यांना १९५५साली लिहिले, 'माझा मनापासून विश्वास आहे की, ज्यांच्या हातात दैवाने उत्पादनाचे नियंत्रण सोपवले आहे, मग ती त्यांची वैयक्तिक संपत्ती असो वा

नसो, त्यांनी त्यांच्या हातातले नियंत्रण आणि शक्ती या लोकांचे, समाजाचे विश्वस्त म्हणूनच वापरल्या पाहिजेत.'[१] त्याप्रमाणे त्यांनी कर्मचाऱ्यांप्रती असलेली टाटा समूहाची बांधिलकी आणखी खोलवर नेली आणि तिला बळ दिले. पण भारत सरकारविरुद्ध ते टाटा समूहाचा हिरीरीने बचाव करीत. १९४७मध्ये स्वातंत्र्यानंतरच्या काही वर्षांत जणू काही सरकार तो नष्टच करू पाहात होते. टाटांचा विश्वास होता की समाजवाद आणि केंद्रीय नियोजन यापेक्षा जागरूक भांडवलदार हा देशाच्या जागरूक समृद्धीचा कितीतरी खात्रीचा मार्ग आहे. त्यांचे म्हणणे होते की, टाटांचा बचाव करणे हे भारताचा बचाव करणेच होते.

जमशेटजी टाटांप्रमाणेच जे.आर.डीं.नी टाटा समूहावर स्वतःच्या विश्वासांचा आणि मूल्यांचा अत्यंत प्रभावी ठसा उमटवला.

जे.आर.डीं.च्या प्रदीर्घ अध्यक्षकालात, भारतीय जनतेची टाटांच्या समाजाप्रती असलेल्या बांधिलकीबद्दल आधीच दृढ असलेला विश्वास अधिक बळकट झाला. जेव्हा भारतात भ्रष्टाचार सतत वाढत होता. त्या वेळी टाटा समूह निष्कलंकतेची प्रतिमा ठरत होता. जेव्हा सरकारी कंत्राटे मिळण्यासाठी इतर कंपन्या लाच देत होत्या, तेव्हा लाच देऊन स्वतःची अप्रतिष्ठा करण्यापेक्षा टाटा सरळ-सरळ ते कंत्राट मिळवण्यात अयशस्वी होणे पसंत करीत. १९८०च्या काळात जेव्हा जे.आर.डीं.च्या स्वतःच्या शक्ती झाकोळल्या गेल्या, तेव्हा या नावालाही थोडी झळ लागली. पण त्यातूनही ते तावूनसुलाखून बाहेर पडले, वाढले. त्या काळात नावाच्या नुकसानामुळे नाव, कीर्ती ही खरोखर किती अमूल्य आहे, हे टाटांच्या लक्षात आले.

वाढ आणि निराशा

प्रकरण २मध्ये सांगितल्याप्रमाणे, जमशेटजी टाटांचे पुत्र दोराब टाटा त्यांचे वारस म्हणून टाटा सन्सचे अध्यक्ष बनले आणि ओघानेच टाटा कंपन्यांच्या समूहाचे नेता बनले. १९१०मध्ये उद्योगक्षेत्राच्या सेवेसाठी दोराब यांना 'सरदार'की देण्यात आली. त्यांनी पहिल्या महायुद्धाच्या काळात आणि १९२०च्या राजकीय वादळी वर्षांमध्ये समूहाचे नेतृत्व केले. १९३२मध्ये त्यांच्या मृत्यूपूर्वी काही काळ आधी त्यांनी दोन धर्मादाय संस्थांची स्थापना केली. एक म्हणजे, शिक्षणासाठी व गरिबी दूर करण्यासाठी सर दोराबजी टाटा ट्रस्ट. दुसरा म्हणजे लेडी टाटा मेमोरिअल ट्रस्ट. हा ट्रस्ट कर्करोगाने मृत्यू पावलेल्या त्यांच्या पत्नी मेहेरबाई यांच्या स्मृतिप्रीत्यर्थ

कर्करोगावर संशोधन करण्यासाठी स्थापन करण्यात आला होता.[ii] इतर कार्यांना मदत देण्याची परंपरा त्यांनी चालू ठेवली. १९२४च्या पॅरिस ऑलिंपिक्समध्ये सहभागी झालेल्या भारतीय संघाला त्यांनी स्वत: वैयक्तिकरीत्या आर्थिक आणि इतर पाठिंबा देऊन 'टाटा' आणि क्रीडा क्षेत्रातील संबंधांची सुरुवात करून दिली. (प्रकरण ९ पाहा.).

त्यांच्या मृत्यूनंतर त्यांचे भाचे सर नौरोजी सकलारवाला हे समूहाचे अध्यक्ष बनले. 'त्यांच्या अध्यक्षतेखाली विशेष कसली सुरुवात झाली नाही.' असे इतिहासकार आर.एम. लाला सांगतात.[२] इतरांचे म्हणणे वेगळे आहे. त्यांनी अनेक टाटा कंपन्यांचे आर्थिक सुसूत्रीकरण करून पुढच्या वाढीसाठी भक्कम पाया तयार केला, असे लाला सांगतात. मुंबईमध्ये कॅन्सर रुग्णालयाच्या योजनेला त्यांनी गती दिली. हे टाटा कॅन्सर रुग्णालय १९४१मध्ये सुरू झाले आणि टाटांच्या नावाशी निगडीत अशी ही सर्वांत मोठी संस्था बनली आहे. १९३८साली नौरोजी निवर्तल्यानंतर जे.आर.डी. त्यांचे वारस ठरले.

'व्यवसायाचा संपूर्ण हेतूचमुळी समाजाची सेवा हा आहे.' यावर जे.आर.डीं.चा जमशेटजी टाटांपेक्षा काकणभर जास्तच विश्वास होता.

जे.आर.डीं.चे वडील आर.डी. टाटा हे जमशेटजी टाटांच्या आईचे भाचे होते.[३] ते टाटा अँड सन्सच्या मूळ भागीदारांपैकी एक होते. पण पुढे पॅरिसला जाऊन त्यांनी स्वत:चा व्यवसाय उभारला. (तरीही त्यांचा कुटुंबाशी नक्कीच चांगला संपर्क व संबंध होता, त्यांची टाटा अँड सन्समधली भागीदारी अबाधित होती आणि त्यांनी युरोपात त्यांच्या व्यवसायाचे प्रतिनिधित्व केले असणेही शक्य आहे.) त्यांनी सुझान ब्रेअरे या फ्रेंच महिलेशी विवाह केला आणि जे.आर.डी. हा त्यांचा थोरला मुलगा, १९०४साली जन्माला आला. या कुटुंबाचे घर इंग्लिश खाडीच्या किनाऱ्यावर होते आणि इथेच लहानग्या जे.आर.डीं.नी लुईसा ब्लेरिऑटचे इंग्लिश खाडी ओलांडणारे हवाई उड्डाण पाहिले. फ्रान्समध्येच जे.आर.डी मोठे झाले आणि तिथेच त्यांचे शिक्षण झाले; कित्येक वर्षांनंतरही त्यांची बोलण्यातली फ्रेंच लकब गेली नाही, असे त्यांचे मित्र म्हणत. त्यांचे संगोपन आणि शिक्षण, त्यांचे अर्ध-फ्रेंच पालक आणि अर्ध-इंग्लिश पत्नी थेल्मा[iii] यांमुळे त्यांना त्यांच्या समकालीनांपेक्षा – त्यातले काही उच्चपदस्थ सरकारी अधिकारी बनले – एक अतिशय वेगळा असा वैश्विक दृष्टिकोन मिळाला. 'मी एक आंतरराष्ट्रीयवादी आहे. जागतिक व्यक्ती आहे.' असे ते एकदा त्यांच्या मित्राला म्हणाले होते. ते बढाई मारत नव्हते, फक्त ते जगाकडे आणि स्वत:कडे कसे पाहतात ते सांगत होते.

विमानोड्डाण हा जे.आर.डीं.चा जिव्हाळ्याचा विषय होता. 'टाटा एअरलाईन'च्या मुंबई-कराची विमानसेवेच्या तिसाव्या वाढदिवसाच्या वेळचे हे छायाचित्र

१९२६साली ते केंब्रिज विद्यापीठात जाण्याच्या बेतात असताना त्यांच्या वडिलांचे निधन झाले. ते भारतात परतले आणि वयाच्या बाविसाव्या वर्षी वडिलांचे वारस म्हणून टाटा अँड सन्सचे संचालक झाले.

ते जरी टाटा स्टीलचे संचालक होते आणि टाटा अँड सन्सच्या इतर पदांवर होते, तरी ते त्यांचे पूर्ण लक्ष कौटुंबिक व्यवसायात घालत नव्हते. उडण्याचे त्यांचे जुने प्रेम कायम होते आणि १९२९साली बाँबे फ्लाइंग क्लबचे सभासद होऊन ते विमान उडवण्याचे प्रशिक्षण घेऊ लागले. भारतात देण्यात येणारा उडण्याचा पहिला परवाना त्यांना मिळाला. १९३०साली त्यांनी 'आगाखान चषका'च्या स्पर्धेत भाग घेतला. इंग्लंड ते भारत अशी हवाई सफर एकट्याने करून पहिल्या येणाऱ्या व्यक्तीला हा चषक मिळणार होता. लालांच्या म्हणण्यानुसार (१९९६), बिघडलेल्या स्पार्क प्लगमुळे अलेक्झांड्रियामध्ये भरकटलेल्या दुसऱ्या एका वैमानिकाला मदत करण्यासाठी टाटांनी आपला रस्ता बदलला. दुसऱ्या स्पर्धकाने टाटांना मागे टाकून ही स्पर्धा काही तासांच्या फरकाने जिंकली.

अनेक वर्षांनंतर जे.आर.डीं.नी टाटा एअरलाईन्सची स्थापना केली आणि पत्रे घेऊन जाणाऱ्या पहिल्या मुंबई-कराची उड्डाणाचे सारथ्य केले.

त्यांना अध्यक्ष म्हणून नेमण्याच्या संचालकांच्या निर्णयाचे वर्णन त्यांनीच एकदा 'क्षणैक मानसिक चूक' असे केले होते.[४] त्यांच्या सहकाऱ्यांपेक्षा वयाने ते कितीतरी लहान होते आणि व्यवस्थापकीय अनुभवाचाही त्यांच्याकडे नक्कीच अभाव होता.

त्यांना का निवडले असेल हे त्यांना कधीच कळले नाही. त्याची दोन कारणे दिसतात. एक, त्यांचे आडनाव टाटा होते आणि जमशेटजी टाटांच्या नावाच्या कीर्तीशी (संस्थापकाच्या नावाशी, जनतेसमोर) जोडले जाण्याची आंतरिक गरज भासली असावी. दुसरे, त्यांना पाहून इतर संचालकांना त्यांची बुद्धिमत्ता आणि ऊर्जा जाणवली.

टाटा समूहाचे अध्वर्यू म्हणून त्यांच्या त्रेपन्न वर्षांच्या कारकिर्दीच्या तपशिलात जाण्याची गरज नाही. सारांश पुरेसा होईल. १९३९साली समूहात चौदा कंपन्या होत्या आणि विक्री २८० कोटी रुपये होती, १९८९मध्ये ते पदावरून पायउतार झाल्यानंतर दोन वर्षांनी विक्री १५,००० कोटी झाली, आता समूहात मोठ्या ५० कंपन्या व होल्डिंग, गुंतवणूक, उप आणि सहकंपन्या असे मिळून तो भारतातला सर्वांत मोठा उद्योगसमूह बनला आहे.

या वाटेवर समूहाला अनेक आव्हानांना सामना करावा लागला. इतर स्पर्धक कंपन्यांचा उदय झाला. विशेषत्वाने धीरूभाई अंबानींचा रिलायन्स समूह आणि जी.डी. बिर्ला व त्यांच्या सहकंपन्यांचा बिर्ला समूह. दोन्हींचे व्यवस्थापन आक्रमक होते आणि ते वेगाने वाढले. ते ग्राहकहितापेक्षा फायद्याकडे अधिक लक्ष देतात, असे म्हणत जे.आर.डीं.नी या स्पर्धकांकडे फारसे लक्ष दिले नाही.[iv] १९७७मध्ये जेव्हा बिर्ला समूहाने उद्योगाच्या एकूण आकारात टाटांना मागे टाकून (निदान काही वर्षांसाठी) भारतातील सर्वांत मोठ्या उद्योगसमूहाचे स्थान पटकावले, तेव्हा जे.आर.डी. फार त्रासले.

सरकारी आव्हान अधिक गंभीर होते. जे.आर.डीं.नी काँग्रेसला त्यांच्या कुटुंबाचा असलेला पाठिंबा थोड्या अंतरावरून, पण चालू ठेवला. उद्योगपतींनी थेट राजकारणात गुंतू नये अशा मताचे ते होते. पण जवाहरलाल नेहरूंशी त्यांचे अगदी जवळचे, एकेरीतले संबंध होते – ते पंतप्रधान होण्यापूर्वी आणि नंतरही. वाढते समाजवादी राजकारण करणाऱ्या, केंद्रीय नियोजनास कटिबद्ध असणाऱ्या आणि महत्त्वाच्या उद्योगांचे राष्ट्रीयीकरण करणाऱ्या सरकारपासून या मैत्रीनेच समूहाचा काहीसा बचाव केला असावा, परंतु पुरेसा नाही. टाटांच्या विमा समूहाचे राष्ट्रीयीकरण झाले आणि जे.आर.डीं.च्या वैयक्तिक आनंदाचा आणि अभिमानाचा विषय असलेल्या एअर इंडियाचीही तीच गत झाल्यावर त्यांच्या पदरी कटू निराशा पडली. कसोशीचे प्रयत्न केल्यामुळे आणि संबंध वापरल्यामुळे टिस्को या तडाख्यातून वाचली. उद्योगांसाठी सर्वसाधारणपणे परिस्थिती कठीण होत चालली होती.[५] मजुरी आणि किमतीवरील नियंत्रणे, आयातीवर प्रचंड कर आणि काही महत्त्वाच्या आयातींवर चक्क बंदी, भांडवलावर निर्बंध आणि इतर अनेक उपायांमुळे बदनाम झालेले 'लायसन्स राज' चालले होते, उद्योगच मुळी लाल फितीत आणि नियमावलींत अडकून गेले होते. अशा परिस्थितीत टाटा समूहाची जी वाढ झाली ती खरोखरच लक्षणीय आहे.

सर्व आदर्शवादी विचार असले तरी नेहरूंना आणि त्यांची वारसदार असलेली कन्या इंदिराजींना, 'भारताला टाटांची गरज आहे,' याची जाणीव होती.

टिस्को वाचली, याचे कारण काहींच्या मते भारताला पोलादाची अतिशय गरज होती आणि टिस्को ही भारतातली सर्वांत कार्यक्षम पोलाद-उत्पादक होती. आपण टाटांइतक्या कार्यक्षमतेने हा कारखाना चालवू शकणार नाही याची भारतातल्या सनदी अधिकाऱ्यांनाही कल्पना होती आणि देशात कधी लायसन्स राजमुळे समस्या उत्पन्न झाली, तर त्याचे उत्तर टाटांकडे असायचे. १९५०च्या दशकाच्या सुरुवातीला, भारताच्या देशी उत्पादनाला चालना देण्यासाठी आखलेल्या संरक्षणात्मक चालींपैकी एक म्हणून सर्व प्रकारचे परदेशी साबण, परफ्यूम्स आणि सौंदर्य प्रसाधने यांच्या आयातीवर सरकारने बंदी घातली; पण देशात हा उद्योगच अस्तित्वात नव्हता, याचा मात्र त्यांना विसर पडला. भारतीय स्त्रिया आणि त्यांच्या नेत्या, म्हणजे पंतप्रधानांची कन्या इंदिरा गांधी, चिडून उठल्या. त्यांच्या विरोधाला तोंड देण्यासाठी सरकार जे.आर.डी. टाटांकडे वळले. ते आपली एक शाखा उघडून सौंदर्य प्रसाधने बनवू शकतील का? होय तर, आणि बनवली! एका फ्रेंच फर्मच्या तांत्रिक सहकार्याने १९५०मध्ये लॅक्मे कंपनी स्थापन केली. पुढे जाऊन लॅक्मे हा आज भारतातल्या सर्वांत यशस्वी रिटेल ब्रँड्सपैकी एक ब्रँड बनला आहे.

कुप्रसिद्ध 'लायसन्स राज'मध्ये वाढणे, हेच टाटा समूहासाठी लक्षणीय होते.

जे.आर.डी.चा टाटा समूहावर प्रभाव राहिला. निदान १९४० पासून ते १९९१मध्ये त्यांच्या राजीनाम्यापर्यंत. त्यांचा जरी सहमतीच्या व्यवस्थापनावर विश्वास असला (ते लगेचच पुढे आपण पाहणार आहोत.), तरीसुद्धा त्यांचे व्यक्तिमत्त्व आणि त्यांचा करिश्मा यांनीच समूह एकत्र ठेवला, यात शंका नाही. समूहातल्या सर्व कंपन्यांचे नियंत्रक हक्क-भाग टाटा सन्सकडे नव्हते, खरोखर. १९७९साली टिस्कोमध्ये त्यांचे ४ टक्क्यांहून कमी भाग होते. (टाटांचे स्पर्धक बिर्ला यांचा टिस्कोमध्ये टाटांपेक्षा जास्त भाग होता.)[६] पण १९८० पर्यंत त्यांची सर्वंकष सत्ता मावळत चालल्याचे उघड दिसू लागले. टाटा समूहाचे विघटन होऊन अनेक स्वतंत्र कंपन्यांची साखळी उभी राहाते की काय अशीदेखील शक्यता दिसत होती. अगदी अखेरपर्यंत स्वत:च्या वारसदाराचे नाव जाहीर न केल्याने जे.आर.डीं.नी स्वत:ही या समस्येत भर घातली, त्यामुळे वरिष्ठ व्यवस्थापकांमध्ये तर्क सुरू झाले आणि एकूण समूह कोणत्या दिशेने जाणार याबद्दल अनिश्चितता निर्माण झाली.[७]

आणखी वाईट तर पुढेच होते. आपल्या सर्व कर्मचाऱ्यांकडून उच्च नीतिमत्तेचा

आग्रह जे.आर.डीं.नी धरला होता. पण त्यांची पकड सैलावल्याबरोबर ही पातळी घसरू लागली. १९८०च्या दशकाच्या अखेरीस सरकारी खात्यांनी टाटा समूहाच्या कंपन्यांचे तपासणी सत्र सुरू केले. त्यात जास्त करून कर आणि उत्पादन शुल्क कायद्यांचा भंग केल्याची प्रकरणे होती. त्यातली बरीचशी तुलनेने किरकोळ होती. पण हे टाटांकडे घडले – मोठ्या भारतीय कंपन्यांमधली सर्वांत जास्त नीतिमान असणारी – हे फारच गंभीर होते. भारतीय बिझिनेस इतिहासकार गीता पिरामल, 'बिझिनेस लीजंड्स'मध्ये जे.आर.डीं.वरच्या प्रकरणात म्हणतात की, बहुतेक वृत्तपत्रांनी टाटांना संशयाचा फायदा दिला आणि याला जाणीवपूर्वक केलेला गुन्हा न मानता खरोखरच घडलेली चूक म्हटले.[८] टाटांचा महान 'स्व' जखमी अन् रक्तबंबाळ झाला. त्या लिहितात, 'पण तरी बराच धडधाकट राहिला.' पण या घटनांनी टाटामधल्या अनेकांना खोलवर हादरवून टाकले आणि खडबडून जागे केले. टाटांची कीर्ती महान होती खरी, पण तिला डाग लागू शकत होता.

भारताला टाटांची गरज आहे, याची नेहरू आणि इंदिरा गांधी दोघांनाही जाणीव होती.

हा लौकिक, जे.आर.डीं.चे वारस रतन टाटा यांनी पुर्नस्थापित कसा केला आणि बळकट कसा केला हे चौथ्या प्रकरणात सांगितले आहे. स्वत: जे.आर.डी. हे भारताचे महान औद्योगिक नेते राहिले आहेत. पण त्यांच्या नेतृत्वाखाली समूहाची वाढ झाली असली तरी त्यांनी त्यांचा प्रचंड वेळ समूहाचा बचाव करण्यात, त्याच्या स्वातंत्र्यासाठी आणि प्रसंगी अस्तित्वासाठीही लढण्यात घालवला. ते मुक्त अर्थव्यवस्थेत राहिले असते आणि काम केले असते, तर त्यांनी काय साध्य केले असते याची आपण केवळ कल्पनाच करू शकतो. 'टाटा' कंपनीसाठी, भारतासाठी त्यांनी आणखी किती काय-काय केले असते? आणि तरीही हा लांबलचक लढा हाच जे.आर.डीं.चे गूढवलय झाला आहे. सामान्यांच्या मनात ते कधीच हार न मानणारे, स्वत:ला जे योग्य वाटते त्याबद्दल आवाज उठवणारे असेच आहेत. नैतिक योग्यतेची शक्तिशाली जाणीव ही त्यांच्या प्रतिमेच्या केंद्रस्थानी आहे – टाटा समूहामध्ये आणि भारतातही सर्वत्र!

प्रेमळ नेतृत्व

जे.आर.डी. टाटांचा आणखी एक वारसा नमूद केला पाहिजे, कारण त्याचा टाटा ब्रँडवर प्रत्यक्ष आणि अप्रत्यक्ष परिणाम आहे. सहमतीच्या व्यवस्थापनाशी

भारताच्या भल्यासाठी जे.आर.डी. वचनबद्ध होते

असलेली त्यांची बांधिलकी. ही सहमतीची शैली त्यांनी बोलून दाखवली आणि प्रत्यक्षातही आणली. १९६५साली त्यांनी एका पत्रात लिहिले होते, 'चांगले कर्मचारीसंबंध हे खूप मोठी वैयक्तिक बक्षिसे मिळवून देतेच, पण कुठल्याही उद्योगाच्या यशासाठी ते अत्यावश्यक आहेच.'[९] आधीच्या प्रकरणात पाहिल्याप्रमाणे, १९३८साली टिस्कोचे अध्यक्ष झाल्यानंतर तिथे चांगले कर्मचारीसंबंध प्रस्थापित करण्यात त्यांनी महत्त्वाची भूमिका बजावली. विशेष करून, कामगार संघटनांना त्यांनी विरोधकांसारखे नव्हे, तर व्यवसायातल्या भागीदारासारखे वागवले. कामगार संघटनेच्या नेत्यांनी याची पावती दिली आहे. १९७०मध्ये टाटा वर्कर्स युनियनचे प्रमुख व्ही. जी. गोपाळयांचे गौरवोद्गार, 'जे.आर.डीं.च्या आगमनानंतर टाटा स्टील व्यस्थापनाने त्यांचे 'युद्धाचं' धोरण बदलले. कामगार संघटना केवळ स्वीकारार्ह ठरल्या नाहीत, तर कामगारांच्या हितासाठी प्रमुख असणारी संघटना होती.'[१०]

जे.आर.डी. हे भारताचे महान औद्योगिक नेते राहिले आहेत नैतिक योग्यतेची शक्तिशाली जाणीव ही त्यांच्या प्रतिमेच्या केंद्रस्थानी आहे, टाटा समूहामध्ये आणि सर्वत्रही.!

मानव संसाधनाचे संपूर्ण आणि स्वतंत्र खाते असलेली टिस्को ही भारतातली पहिली कंपनी होती. हा कित्ता इतर टाटा कंपन्यांनीही गिरवला. टाटांच्या म्हणण्यानुसार, 'कोणत्याही यशस्वी कामगार धोरणाचे इंगित हे आहे की, कामगारांना आपण हवेसे आहोत असे वाटणे.' गीता पिरामल लिहितात, 'प्रचंड आणि एकवटलेल्या कामगारांच्या फौजेने बनलेल्या आधुनिक उद्योगांचा अंगभूत कमीपणा हा की, आपण एका सौहार्दपूर्ण आणि मानवी संस्थेचे एक बहुमूल्य घटक आहोत असे वाटण्याऐवजी, प्रत्येक माणसाला आपण एका निर्मम यंत्राचा बारीकसा खिळा आहोत असे वाटते!'[११] नेमकी हीच निर्ममता जे.आर.डीं.ना नष्ट करायची होती. त्यांना कामगारांबद्दल सह-भावना होती आणि त्यांच्या गरजा आणि मन:स्थिती जाणून घेण्याचा त्यांनी प्रयत्न केला.

जमशेटजी टाटांप्रमाणेच इथेही जागृत स्व-अर्थ नि:संशयपणे दिसतो. डझनावारी अभ्यासांमधून हे दिसून आले आहे की, ज्या संस्थांमध्ये कर्मचाऱ्यांना सन्मानाने वागवले जाते त्या, जिथे असे वागवले जाते नाही त्यांच्यापेक्षा, जास्त परिणामकारक असतात. कामगार आघाडीवर शांतता ठेवण्यासाठी कामगार संघटनांबरोबर सहकार्य हे धोरण होते. एकूणच ते फलद्रुप झाले. १९५८ मधला टिस्कोतला झंझावाती आणि रानटी संप एका फुटून निघालेल्या साम्यवादी युनियनने आखला होता आणि टाटा वर्कर्स युनियनने त्याला पाठिंबा द्यायला नकार दिला. पण या विषयावर इतक्या वारंवार आणि इतक्या पोटतिडकीने जे.आर.डीं.नी आपले विचार व्यक्त केले आहेत की, आपल्या कामगारांचे भले करण्याची त्यांची मनापासून इच्छा होती, हे सहज पटते. शेवटी भारताचे भले करण्यात त्यांना रस होता आणि त्यांचे कर्मचारी भारतीयच होते. याचा अर्थ ते संपूर्णपणे लोकशाहीचे खंदे पुरस्कर्ते होते, असा नव्हे! अनेकांना हे ऐकून धडकी भरेल की १९७५-७७च्या आणीबाणीच्या वेळी घटना बरखास्त करण्याला त्यांचा पाठिंबा होता.[१२] आणि एकदा त्यांनी जाता-जाता बेनिटो मुसोलिनीची प्रशंसा केल्याचे ऐकिवात आहे. त्यांच्या कामगारांप्रती त्यांची वृत्ती जरा पालकपणाचीच होती, पण त्यांच्या कामगारांप्रती त्यांचे कर्तव्य आणि जबाबदारी काय, याबद्दल ते ठाम होते आणि त्यानुसार वागण्याचा शक्यतो प्रयत्न करीत. अमेरिकन तेलसम्राट जॉन डी. रॉकफेलरने कामगारांची पिळवणूक केली आणि कोट्यवधींच्या देणग्या दिल्या, तसे ते मुळीच नव्हते. जे.आर.डी. त्यांच्या कामगारांचा आदर करीत. ते त्यांच्या मूल्यांनुसार जगले आणि त्यासाठीच जगात त्यांची आठवण काढली जाते.

त्यांच्या व्यवस्थापन शैलीत त्यांच्या अशाच जागृत स्व-अर्थाचे दर्शन होते;

> 'मी निश्चित सहमतवादी माणूस आहे. पण मी असहमत होतच नाही किंवा माझे मत व्यक्त करत नाही असे नाही. मुळात प्रश्न आहे तो वेगवेगळे उद्योग चालवणाऱ्या स्वतंत्र व्यक्तींशी व्यवहार करावा लागण्याचा... तुम्हाला त्यांच्या पद्धतींशी जुळवून घ्यावे लागते, त्याप्रमाणे वागावे लागते आणि त्या प्रत्येक व्यक्तीमधले उत्कृष्ट ते बाहेर काढावे लागते. माझ्यात जर कोणता गुण असेल, तर तो त्या त्या व्यक्तींच्या स्वभावांनुसार आणि पद्धतींनुसार जुळवून घेण्याचा!'
>
> पन्नास वर्षांत मी शंभर उच्च संचालकांशी व्यवहार केला आणि त्या सर्वांशी माझे चांगले जुळले. कधी-कधी तुम्हाला स्वत:ला बंधनात ठेवावे लागते. ते त्रासदायक, पण आवश्यक असते... नेता होण्यासाठी तुम्हाला अतिशय प्रेमाने माणसांचे नेतृत्व करावे लागते.[१३]

पुन्हा जे.आर.डीं.नी ही तत्त्वे नुसती सांगितली नाहीत, तर तसे ते जगले! काही वेळा तरी ते सहमतीचा जवळजवळ अतिरेक करीत. १९८०मध्ये उच्च व्यवस्थापनातल्या वाढत्या दर्‍यांमध्ये सहमती आणण्याबद्दल ते इतके आग्रही होते की, आवश्यक निर्णय पुढे ढकलले जात होते किंवा घेतलेच जात नव्हते. पण त्यांच्या प्रतिमेच्या संदर्भात हे गौण आहे. आग्रही, स्पष्टवक्त्या, जोरकस आणि आपली इच्छा इतरांवर लादणाऱ्या उद्योगपतींनी भारत इतका भरला आहे की, 'टाटांमधले नेतृत्व काही आगळंच आहे आणि बऱ्याच प्रमाणात ते जे.आर.डीं.च्या उदाहरणांवरून घेतलेले आहे.'[४] असे म्हणले जाते. 'ते बोलतात, ते ऐकून घेतात, ते संवाद साधतात, त्यांना सह-भावना असते.' आणि हे इतरांप्रती आदराचे, सहनशीलतेचे, सुसंस्कृतीचे आणि सन्मानाचे गुणविशेष टाटा कॉर्पोरेट ब्रँडमध्ये मुरले आहेत.

नेता होण्यासाठी तुम्हाला अतिशय प्रेमाने माणसांचे नेतृत्व करावे लागते – जे.आर.डी.

१९८७मध्ये जेव्हा महत्त्वाकांक्षी राजकारणी आणि तेव्हाचे भावी पंतप्रधान व्ही.पी. सिंग यांनी बिर्ला, अंबानींसारख्या इतर उद्योगपतींबरोबर टाटांवरही 'देशद्रोहीपणाचे' आणि 'समांतर अर्थव्यवस्था चालवण्याचे' आणि पैसा देशाबाहेर नेण्याचे दोषारोप केले, तेव्हा टाटा यात असतील यावर कुणीही विश्वास ठेवला नाही. 'साधारण शंभर वर्षांची समर्पित देशसेवा' या शब्दाने सुरू झालेल्या जे.आर.डीं.च्या खणखणीत जाहीर प्रतिक्रियेला निश्चित नैतिक पाठबळ होते.[१४]

एअर इंडिया

जे.आर.डीं.ची भारतावरील निष्ठा आणि नि:स्वार्थी वर्तनाची क्षमता यांचे मूर्तिमंत उदाहरण म्हणजे टाटा एअरलाईन्स आणि नंतर एअर इंडियाशी ४५ वर्षे त्यांचा असलेला संबंध![१५] हे रंजक वाटेल की, उत्तरायुष्यात त्यांना त्यांच्या मते मिळालेले सर्वांत मोठे यश विचारल्यावर त्यांनी फक्त 'एअर इंडिया'चे श्रेय घेतले. ते म्हणाले, 'बाकी सर्व यश त्यांच्या सहकाऱ्यांचे आणि अनुयायांचे होते.'[१६]

आपण आधी पाहिल्याप्रमाणे, ब्लेरिऑट कुटुंबीयांशी असलेल्या त्यांच्या मैत्रीतून त्यांना उडण्याचा 'किडा' लहानपणीच चावला होता. ब्लेरिऑटचे खाडी ओलांडणारे उड्डाण त्यांनी पाहिले होते. ब्लेरिऑटचा मुलगा हा त्यांचा खेळगडी होता. या दोन मुलांना विमानाच्या हँगरमध्ये मदत करायला कधीमधी परवानगी मिळे. विमान

उड्डाण हे त्यांचे प्रेम होते आणि टाटा अँड सन्समधला वडिलांचा वारसा चालवायला त्यांना बोलावले नसते, तर त्यातच त्यांनी कारकीर्द घडवणे अगदी शक्य होते.

टाटा एअरलाईन्स, तिची वाढ आणि जे.आर.डीं.ची त्यातली खोलवर वैयक्तिक गुंतवणूक ही सारी गोष्ट आर.एम. लाला लिखित 'बियाँड द लास्ट ब्ल्यू माउंटन्स' या चरित्रात तपशीलवार आली आहे. १९३२मध्ये टाटा एअरलाईन्सची स्थापना केलेली असल्यामुळे, स्वातंत्र्य मिळाल्यावर लगेच जे.आर.डी. एका आंतरराष्ट्रीय विमान कंपनीची – एअर इंडिया इंटरनॅशनलची – योजना घेऊन तत्कालीन सरकारकडे गेले. स्वत:ची आंतरराष्ट्रीय विमानसेवा असणे हे नवस्वतंत्र देशासाठी, स्वत:चा राष्ट्रध्वज किंवा राष्ट्रगीत असण्याइतके महत्त्वाचे होते. ४९ टक्के मालकी स्वत:कडे ठेवत सरकार राजी झाले. टाटा सन्सचा २५ टक्के वाटा होता. जे.आर.डीं.च्या हातात सुकाणू असल्यावर गोष्टी सुरळीत होत गेल्या आणि जून १९४८मध्ये 'एअर इंडिया'चे तारांकित विमान 'मलबार प्रिन्सेस'च्या मुंबई ते लंडन या उड्डाणाने उद्घाटन झाले. प्रवाशांमध्ये जे.आर.डी. व त्यांची पत्नी हेही होते.

स्वातंत्र्य मिळाल्यावर लगेच जे.आर.डी.
एका आंतरराष्ट्रीय विमान कंपनीची – एअर इंडिया इंटरनॅशनल –
योजना घेऊन तत्कालीन सरकारकडे गेले.

इथपर्यंत सर्व ठीक होते. परंतु १९ नोव्हेंबर १९४६ मध्ये, ब्रिटिश राज आता विमानसेवेचे राष्ट्रीयीकरण करणार अशा अफवा पसरू लागल्या.[१७] जे.आर.डीं.नी ताबडतोब आक्षेप घेतला. राष्ट्रीयीकरण हे सार्वजनिक हिताचे आहे हे जर दाखवून दिले, तर त्यांचा त्याला पाठिंबा असता, असे ते म्हणाले. पण तसे असण्याजोगा काही पुरावा नव्हता. भारताच्या नव्या सरकारला विमानसेवा चालवण्याचा काहीही अनुभव नव्हता आणि विशेषत: प्रवाशांच्या सुरक्षिततेचा विचार केला, तर व्यवस्थापन हे अनुभवी हातात असणे फारच महत्त्वाचे होते. यावर सरकारचे उत्तर असे होते की विमानवाहतूक उद्योग अडचणीत होता. दुसऱ्या महायुद्धाच्या आधी आणि नंतरही भारतात अनेक विमान कंपन्या स्थापन झाल्या आणि संख्येने अगदी मोजक्या प्रवाशांमागे फार जास्त विमाने लागत होती. १९४९ पर्यंत काही विमानकंपन्यांचे दिवाळे वाजले. राष्ट्रीयीकरणामुळे या उद्योगात सुव्यवस्था आणि सुसूत्रता येईल, हा जे.आर.डीं.चा प्रतिवाद फोल ठरला. १९५३ पर्यंत निर्णय ठरला होता. जे.आर.डीं.ना एका बाबतीत मात्र यश मिळाले. सुरुवातीला देशांतर्गत सगळ्या ११ विमानकंपन्या आणि एअर इंडिया ही आंतरराष्ट्रीय विमानकंपनी सगळ्या एकाच कंपनीत विलीन करण्याची सरकारची योजना होती. आंतरराष्ट्रीय विमानसेवेची वेगळी कंपनी असली

एअर इंडिया कर्मचाऱ्यांबरोबर जे.आर.डी.

पाहिजे असे प्रतिपादन जे.आर.डीं.नी केले. सरकारने ते मान्य केले आणि एअर इंडियाच्या अध्यक्षपदी राहण्याची जे.आर.डीं.ना विनंती केली. नव्याने राष्ट्रीयीकरण केलेल्या कंपनीच्या अध्यक्षांना सरकारने त्या पदावर राहण्याची विनंती करणे मुलखावेगळे होते. त्या अध्यक्षांनी ते मान्य करणे, एवढंच नव्हे तर विनावेतन काम करणे हे अधिकच मुलखावेगळे होते. त्यांनी लिहिले आहे, 'बऱ्याच विचाराअंती आणि सल्लामसलतीनंतर मी अशा निष्कर्षाप्रत आलो की, देशासाठी आणि भारतीय हवाई वाहतुकीप्रती कर्तव्य बजावण्याची ही संधी मी गमावता कामा नये. एअर इंडिया इंटरनॅशनलच्या सध्याच्या उच्च गुणवत्तेवर राष्ट्रीयीकरणामुळे विपरीत परिणाम होऊ नये म्हणून मला विशेष काळजी आहे.'[१८] त्यांच्यासमोर दोन पर्याय होते. एक म्हणजे त्यांच्या प्रिय कंपनीपासून दूर होऊन अननुभवी सरकारी व्यवस्थापकांकडून तिला रसातळाला नेलेली पाहणे किंवा तिथे राहून भारताच्या भल्यासाठी, त्यांनी जे निर्माण केले होते ते टिकवून ठेवणे. त्यांनी दुसरा पर्याय निवडला. हा माणूस आणि त्याची मूल्ये यांबद्दल जिवंत साक्ष देणारे असे काही निर्णय त्यांच्या आयुष्यात दिसतात.

पुढचे पाव शतक जे.आर.डीं.नी एअर इंडिया चालवली. तेही टाटा सन्सचे अध्यक्षपद आणि टाटा समूहातल्या इतर कंपन्यांचे संचालकपद सांभाळून. दुसरी नोकरी म्हणून केली. त्यांच्या नेतृत्वाखाली एअर इंडिया एक प्रचंड आणि नफ्यात

चालणारी विमानकंपनी बनली. प्रवाशांच्या संख्येत सदैव, सातत्याने वाढ होत राहिली. गुणवत्तेशी तडजोड करावी लागत नाही याकडे त्यांनी लक्ष ठेवले, तिचे सुरक्षिततेबद्दलचे रेकॉर्ड, भारतीय आणि परदेशी प्रवाशांमध्ये असलेली तिची कीर्ती दोन्ही उत्तम होते. सरकारी हस्तक्षेपापासून त्यांनी कंपनीचे हितसंबंध जपले आणि परिणामी काही शत्रू निर्माण केले.

फेब्रुवारी १९७८मध्ये पंतप्रधान मोरारजी देसाई यांनी जे.आर.डीं.ना एअर इंडियाच्या अध्यक्षपदावरून काढून टाकले. टाटांना स्वत:ला ही बातमी एका मित्राकडून आणि दुसऱ्या दिवशी बातम्यांमधून समजली. त्यानंतर काही दिवसांनी पंतप्रधानांनी प्रत्यक्ष जे.आर.डीं.ना पत्राने कळवले, तेही अत्यंत त्रोटक पद्धतीने, कुठलेही स्पष्टीकरण न देता. या निर्णयामुळे देशात उसळलेल्या संतापाच्या डोंबाचा मोराराजींना अजिबात अंदाज आला नव्हता. एअर इंडियाचे व्यवस्थापकीय संचालक आणि त्यांचे दुय्यम अधिकारी या दोघांनीही एकदमच राजीनामे दिले. टाइम्स ऑफ इंडियाने टिप्पणी केली की, 'मोरारजींनी पदभार स्वीकारल्यानंतर त्यांना मिळालेली ही सर्वांत वाईट प्रसिद्धी आहे.' त्यांचे स्वत:चे अनेक समर्थक त्यांच्या विरोधात गेले. आर.एम. लाला सुचवतात की, या विषयावरून आघाडी सरकारमध्ये पडलेल्या फुटीचा, पुढच्या वर्षी झालेल्या पडझडीत आणि पाठोपाठ मोरारजींच्या सत्ता वियोगात मोठा वाटा होता. त्यांचे हे मत बहुधा बरोबर असावे.[१९]

जे.आर.डीं.च्या नेतृत्वाखाली एअर इंडिया ही एक प्रचंड आणि नफ्यात चालणारी विमान कंपनी बनली.

विमान उद्योगातल्या जे.आर.डीं.च्या सहभागाबद्दल भारतात अजूनही आठवणी निघतात. त्यांनी कोरिऑरचा पहिला विमान प्रवास बघितलेला असणे, भारतातला विमानचालकाचा पहिला परवाना मिळवलेला असणे किंवा हवाई शर्यतीत त्यांनी घेतलेला भाग यासारख्या गोष्टींच्या आठवणी अजून निघतात. त्या गोष्टी पुन्हा एकमेकांना सांगितल्या जातात. एअर इंडियाचे काम विनावेतन चालू ठेवण्याचे त्यांचे आदरास्पद वर्तन, आपली हकालपट्टी स्वीकारण्यात त्यांनी दाखवलेला संयम या साऱ्यांमुळेही त्यांच्या प्रतिमेत भरच पडली आहे.

शेक्सपिअरच्या उदात्त शोकांतिकेसारखे, भोवतालच्या खुज्या माणसांनी निष्प्रभ केलेला महानायक म्हणून जे.आर.डीं.कडे पाहणे फारच सोपे आहे. प्रत्यक्षात मात्र ते त्यापेक्षा खूपच जास्त गुंतागुंतीचे व्यक्तिमत्त्व होते. ते काही संत नव्हते, पण आपल्या तत्त्वांप्रमाणे जगणे आणि भारताची सेवा करणे यासाठी माणूस म्हणून शक्य असलेले सर्व त्यांनी केले आणि याचसाठी त्यांना प्रेम आणि आदर मिळाला.

१९९३साली त्यांचा मृत्यू झाला, पण २००९मध्ये मी जेव्हा मुंबई, जमशेदपूर आणि इतर ठिकाणच्या लोकांशी बोलत होतो, तेव्हा ते मध्येच त्यांचा उल्लेख वर्तमानकाळात करायचे, जणू ते आजही जिवंत आहेत. निश्चितच त्यांच्या कृतीमुळे टाटा ब्रँड टिकण्यात आणि वाढण्यात मदत झाली आणि ती कायम आहे.

जागतिक व्यक्तिमत्त्व

आधी उल्लेख केल्याप्रमाणे जे. आर.डी. टाटांनी स्वत:चे वर्णन एक आंतरराष्ट्रीयवादी आणि एक जागतिक व्यक्तिमत्त्व असे केले होते, ते अनेक अर्थांनी खरे होते. विशेषत: भारताबाहेरच्या जगात बहुपरिचित असे ते पहिले भारतीय उद्योजक होते. त्यांना बाहेरच्या जगापुढे आणण्यात – विशेषत: युरोप आणि अमेरिकेतल्या समाजापुढे आणण्यात – एअर इंडियाने महत्त्वाची भूमिका बजावली. एअर इंडियाच्या अध्यक्षपदी असताना त्यांनी 'इंटरनॅशनल एअर ट्रान्सपोर्ट ॲथॉरिटी' (SATA)च्या अध्यक्षपदाचाही एक कार्यकाल पूर्ण केला.

भारताबाहेरची त्यांची पहिली महत्त्वाची भूमिका म्हणजे १९६९मध्ये ब्रिटिश डब्ल्यू.एच. ऑडेन, लेखक आर्थर कोसलर आणि ओवेन पारितोषिकाचे दोनदा मानकरी ठरलेले डॉ. लायनस पॉलिंग यांसारख्या दिग्गजांबरोबर त्यांनी स्वीडनच्या नोबेल फाउन्डेशनचे सल्लागार म्हणून काम केले. १९७०मध्ये एक्सपायर मासिकाच्या जगातल्या सर्वाधिक प्रभावशाली तीनशे व्यक्तींच्या यादीत त्यांनी स्थान मिळवले. अशी फक्त आणखी एकच भारतीय व्यक्ती होती आणि ती म्हणजे पंतप्रधान इंदिरा गांधी.[२०] १९९४मध्ये 'इंटरनॅशनल एनसायक्लोपिडिया ऑफ बिझिनेस अँड मॅनेजमेंट'च्या संपादकांनी त्यांच्या प्रकाशनात समाविष्ट करण्यासाठी एकमात्र भारतीय औद्योगिक नेतृत्व व विचारवंत म्हणून टाटांची निवड केली.[२१] कित्येक वर्षे जे.आर.डी. हे भारतीय उद्योगांचा चेहरा राहिलेले आहेत.

भारताबाहेरच्या जगात बहुपरिचित असे ते पहिले भारतीय उद्योजक होते. १९६९मध्ये त्यांनी स्वीडनच्या नोबेल फाउन्डेशनचे सल्लागार म्हणून काम केले.

आज अर्थातच हे चित्र बदलले आहे आणि अनेक भारतीय उद्योजक भारताबाहेरही प्रसिद्ध आहेत. टाटांसारख्या काहींची कीर्ती मोठी आहे, इतरांची दुर्दैवाने तितकीशी नाही आणि जे.आर.डीं.च्या मृत्यूनंतर १५ वर्षांनंतरही भारतात ते अजूनही प्रसिद्ध

आहेत, तर बाकीचे जग त्यांना विसरले आहे. टाटांची आंतरराष्ट्रीय प्रतिमा ही आता जास्त करून त्यांची उत्पादने, सेवा व त्यांची कीर्ती यावर आधारलेली आहे. टाटांशी थेट संबंध नसलेल्यांपैकी फार थोडे लोक आज समूहाच्या विद्यमान अध्यक्षांचे नाव सांगू शकतील. पण भारताची एक नवीन आणि सकारात्मक प्रतिमा उभी करण्यात आणि एअर इंडियाच्या यशामुळे भारतीय उद्योगांचीसुद्धा खरी प्रतिमा निर्माण करण्यात जे.आर.डीं.ची मोलाची मदत झाली आहे. उच्च दर्जा आणि सुरक्षिततेचे चांगले रेकॉर्ड यामुळे 'भारतीय वस्तू आणि सेवा म्हणजे दुय्यम प्रतीच्या असतात', हा समज खोटा आहे, हे एअर इंडियाने दाखवून दिले आहे. दुर्दैवाने या उपखंडातून येणाऱ्या बऱ्याच वस्तू आणि सेवा खरेच दुय्यम दर्जाच्या होत्या, त्यामुळे युरोप आणि अमेरिकेत हीच अपकीर्ती दृढ झाली होती. नंतरच्या वर्षांमध्ये टायटन इंडस्ट्रीजसारख्या टाटा समूहातल्या इतर कंपन्या या अपकीर्तीतून बाहेर पडल्या.

जे.आर.डीं.च्या वारशाचा एक भाग म्हणजे टाटा ब्रँडला आंतरराष्ट्रीय प्रतिमा देणे यापेक्षा, तशी देणे शक्य आहे हे दाखवून देणे असा आहे. टाटांसमोर असणारा एक प्रश्न म्हणजे, आज भारतात जशी टाटांची मूल्ये आणि प्रतिमा आहेत, तसाच प्रतिसाद त्यांना बाकीच्या जगाकडून मिळेल का? जे.आर.डीं.चे उदाहरण सांगते की, प्रतिसाद अगदी तंतोतंत तोच नसला, तरी प्रभाव पाडणे, ठसा उमटवणे शक्य आहे. टाटा ब्रँड वैश्विक बनवण्याची आकांक्षा धरत असताना जे.आर.डी.टाटा हा त्याचे स्फूर्ती, प्रेरणास्रोत कायम राहील.

---

[i] जे.आर.डी. टाटांचे आजोबा हे जमशेटजी टाटांचे मामा.

[ii] हा पहिला टाटा ट्रस्ट नव्हता. युवा भारतीयांना विद्यापीठीय शिष्यवृत्ती देण्यासाठी जमशेटजी टाटांनी एक ट्रस्ट स्थापन केला आणि सर दोराब यांचे बंधू सर रतन टाटा, जे १९१८मध्ये वारले, त्यांनी मृत्युपत्राद्वारे आणखी एक ट्रस्ट निर्माण केला.

[iii] जे.आर.डीं.ची पत्नी थेल्मा विकाजी ही भारतीय उद्योजक व इंग्लिश डॉक्टर यांची कन्या होती.

[iv] थोडा पाठिंबा असलेला एक दृष्टिकोन – पिरामल, 'बिझिनेस महाराजाज्' मधील विश्लेषण पाहा.

[v] यात अर्थातच तथ्य नाही. इन्फोसिसच्या नारायण मूर्तींसारखे इतर अनेक उद्योजक आहेत, जे सहमतीवर विश्वास ठेवतात आणि त्यांच्या कर्मचाऱ्यांशी उत्तम वागतात. तरीही पुन्हा आपण प्रकरण ३मध्ये पाहू. त्याप्रमाणे 'समज' काय होतो, ते महत्त्वाचे ठरते.

टाटा प्रतिमेतील बदल

१९९१मध्ये जेव्हा जे.आर.डी. टाटा, टाटा सन्सच्या अध्यक्षपदावरून पायउतार झाले आणि त्यांनी रतन टाटांकडे सूत्रं सोपवली, तेव्हा भारत हा बदलाच्या उंबरठ्यावर उभा होता. स्वातंत्र्यानंतरही त्रेचाळीस वर्षे भारताची अर्थव्यवस्था ही सरकारकडून नियंत्रित स्वरूपाची राहिली होती. परंतु १९९१मध्ये पहिल्या आर्थिक सुधारणा झाल्या आणि उद्योगातले वातावरण बदलू लागले. १९९०मध्ये इन्फोसिस, विप्रो आणि रणबक्षीसारख्या कंपन्यांनी जगाला भारताचा नवीन चेहरा दाखवून दिला. यापैकी काही कंपन्यांच्या वाढीचा वेग प्रचंड होता आणि जुन्या उत्पादन करणाऱ्या कंपन्यांनीही आपापल्या वाढीचा वेग वाढवला. आपण आधीच्या प्रकरणात पाहिले की बिर्ला समूहाने भारतातल्या सर्वांत मोठ्या उद्योगसमूहाच्या 'टाटां'च्या स्थानाला आव्हान द्यायला सुरुवात केली होती आणि त्यांच्या वाढीचे प्रतिबिंब रिलायन्स, महिंद्रा अँड महिंद्रा आणि इतरांमध्ये पडत होते.

या नव्या युगात, टाटा समूह हा अधिकाधिक रीतीने भारताच्या भूतकाळातल्या उद्योगासारखा दिसू लागला. माझ्या वडिलांची 'टाटा' असे ब्रँड प्रतिमेच्या नंतरच्या एका अहवालात वर्णन केले आहे. अजूनही कंपनीला कौतुक, विश्वास अगदी आदरसुद्धा मिळत होता. भारताप्रती टाटांची बांधिलकी किंवा देश उभारणीच्या कामातला त्यांचा सहभाग याबद्दल संशयच नव्हता. तसेच १९८०मध्ये अपकीर्तीकारक प्रसंग घडूनसुद्धा सर्वसाधारणपणे हा समूह विश्वास, विश्वासार्हता आणि सेवा या त्याच्या मूल्यांशी बांधील होता, याबद्दलही काही शंका नव्हती.

१९९१मध्ये आर्थिक बदलांची सुरुवात झाली आणि उद्योगातले वातावरण बदलू लागले. आधुनिक हायटेक कंपन्यांनी जगाला भारताचा नवा चेहरा दाखवला.

परंतु हे पुरेसं होते का? भविष्याकडून आणखी कसलीतरी अपेक्षा नव्हती का? इन्फोसिस आणि रणबक्षीसारख्या कंपन्या उद्योजकता आणि सर्जनशीलता यांच्या बळावर नाव कमवत होत्या. टाटासुद्धा असे करू शकतात का? की ते भूतकाळाला चिकटून बसणार? १९९०मध्ये टाटा समूहाचा काळ ओसरला की काय असेही लोकांना वाटू लागले. समूहाला आपली प्रतिमा बदलण्याची गरज होती, हे स्पष्ट होते.

रचनेमध्येही काही बदल करणे आवश्यक होते. काही अंशी टाटा समूहाबद्दल 'जुन्या पद्धतीची' हा समज त्यांची रचना आणि व्यवस्थापन कसे आहे या पायावर झालेली होती. प्रोफेसर सुमंत घोषाल यांनी लिहिले आहे, '१९७० पर्यंत अतिशय स्वतंत्र अशा टाटा कंपन्या या एकात्मीकरणाच्या अनेक प्रक्रियांच्या रेशमी धाग्यांनी एकत्र बांधलेल्या होत्या.' त्यांना यातली सर्वांत महत्त्वाची गोष्ट वाटत होती ती म्हणजे जे.आर.डीं.चे नेतृत्व, 'जे समूहाच्या मूल्यांचे मूर्तिमंत रूप होते आणि त्यांना कंपनीत आणि बाहेर मिळणाऱ्या आदरामुळे त्यांच्याबरोबर अत्यंत ठसठशीत पण सहज अधिकार असायचाच.' आणि विविध कंपन्यांमध्ये होणारी व्यवस्थापकांची आडवी ये-जा.[१] (आडवी म्हणजे त्याच पातळीवर – बदलीवर – बढतीवर नव्हे.) व्यवस्थापकांची ही देवाण-घेवाण टाटा ॲडमिनिस्ट्रेटिव्ह सर्व्हिसेस (TAS) मुळे शक्य झाली होती. टी.ए.एस. ही एक प्रायोगिक म्हणण्यासारखी व्यवस्थापन प्रशिक्षण संस्था होती. जी १९५० पासून, युवा व्यवस्थापकांना नोकरीवर घेऊन त्यांचा विकास करून त्यांना आणि बाकीच्या समूहाला टाटा कंपन्यांमध्ये वेळोवेळी नोकऱ्या बदलण्यास उत्तेजन देत असे. याने केवळ त्यांच्या करिअरचा विकास होई एवढंच नव्हे, तर घोषालांनी म्हटल्याप्रमाणे समूहामध्ये ज्ञानाचा प्रसार होण्यास आणि मूल्यांचे पुनर्स्थापन करण्यास यामुळे हातभार लागत असे.

इन्फोसिस आणि रणबक्षीसारख्या कंपन्या उद्योजकता आणि सर्जनशीलता यांच्या बळावर नाव कमवत होत्या, टाटांची प्रतिमा बदलण्याची गरज उघडच होती.

१९८०च्या उत्तरार्धापर्यंत मात्र, या प्रथा मोडत चालल्या. जे.आर.डीं.ची सत्ता कमी झाल्यावर त्यांनी ज्यांना १९५० आणि ६०मध्ये पुढे आणले होते. त्यांनी स्वायत्तपणे त्यांच्या कंपन्या चालवायला सुरुवात केली. त्यांच्या व्यवस्थापकांची आणि कामगारांची वाढती निष्ठा त्यांच्याप्रती होती, समूहाप्रती नव्हती. टाटा उद्योगांची एकमेकांशी स्पर्धा सुरू झाली, तशी व्यवस्थापकांची कंपन्यांमधली आवक-जावक मंदावली.[२]

'चार दिशांना तोंडं असणारी बेगडी संस्थानं आमच्याकडे होती.', रतन टाटा आज आठवण सांगतात. 'एकाच उद्योगात एकमेकांशी स्पर्धा करणाऱ्या कंपन्या आमच्याकडे होत्या. नवीन उद्योगातला प्रवेश आमच्याकडे अनियंत्रित होता.' एखाद्या कंपनीला एखादा नवीन धंदा सुरू करावासा वाटला किंवा एखादं नवीन उत्पादन बाजारात आणावंसं वाटले, तर ती कंपनी सरळ तसं करून मोकळी होत असे. उर्वरित समूहाशी त्याबद्दल विचारविनिमयही करत नसे. त्यामुळे आमच्याकडे लहान प्रमाणावर धंदा करणाऱ्या कंपन्या झाल्या, ज्यांचे प्रमाण अति प्रचंड नव्हते किंवा अगदी हवा तेवढा आकारही – क्रिटिकल मास – त्यांना नव्हता.'

'आमच्याकडे ब्रँडच नव्हता. आमचा ब्रँड पंधरा-वीस निरनिराळ्या पद्धतींनी व्यक्त व्हायचा, प्रत्येक कंपनी आपल्या मनाप्रमाणे वागायची.' रतन टाटा स्वच्छ सांगतात.

ब्रँडच्या बाबतीतही परिस्थिती अशीच गोंधळाची होती. 'आमच्याकडे ब्रँडच नव्हता.' रतन टाटा स्वच्छ सांगतात. 'आमचा ब्रँड पंधरा-वीस निरनिराळ्या पद्धतींनी व्यक्त व्हायचा, प्रत्येक कंपनी आपल्या मनाप्रमाणे वागायची.' प्रत्येक व्यवसाय हा टाटांचे नाव आणि चिन्ह हे त्यांना हवं तसं विविध पद्धतींनी वापरायचा. १९८१साली जेव्हा रतन टाटांची समूहाच्या धोरणाच्या सुसंगतीकरणासाठी एक व्यूहात्मक नियोजन व्यासपीठ उभारण्याची कल्पना मांडली, तेव्हा त्यांना सहकाऱ्यांकडून विरोध झाला. काहींना वाटले की, ते त्यांना वेसण घालत आहेत आणि त्यांच्या स्वायत्ततेवर मर्यादा आणत आहेत; तर काहींचा चक्क स्पर्धक मानल्या जाणाऱ्या इतर टाटा कंपन्यांना माहिती पुरवायलाच विरोध होता.[३] टाटांना एकत्र बांधून ठेवणारे रसायन हळूहळू वितळायला लागले, असे निदान बाहेरच्यांना तरी वाटू लागले.

नियंत्रण आणणे

जे.आर.डीं.कडून सूत्रं स्वीकारल्यानंतर रतन टाटांचे पहिले काम होते, ते म्हणजे टाटा सन्स आणि समूहातल्या इतर कंपन्या यांच्यातले बंध दृढ करणे. याचा अर्थ होता, इतर गोष्टींबरोबरच समूहाच्या मालकीच्या पॅटर्नचीही डागडुजी करायची होती. गेल्या काही दशकांमध्ये समूहातल्या इतर कंपन्यांमध्ये असलेला टाटा सन्सचा हिस्सा खूपच कमी झाला होता.[i] आपण दुसऱ्या प्रकरणात पाहिल्याप्रमाणे १९८० पर्यंत पोलाद बनवणाऱ्या टिस्कोमधला टाटा सन्सचा हिस्सा हा स्पर्धक बिर्लांच्या हिश्श्यापेक्षा कमी झाला होता. ट्रक बनवणाऱ्या टेल्कोमधल्या टाटा

सन्सचा हिस्सा ३ टक्क्यापर्यंत आला आणि अनेक ठिकाणच्या ताज हॉटेलची पितृसंस्था इंडियन हॉटेल्सच्या, मालकीमधला टाटा सन्सचा हिस्सा अवघा १२ टक्के राहिला होता. असे समूहातल्या सरसकट सर्व कंपन्यांच्या बाबतीत झाले होते. बिझिनेस इतिहासकार गीता पिरामल यांनी लक्षात आणून दिलेली एक विचित्र गोष्ट म्हणजे, खुद्द टाटा सन्समधला टाटा कुटुंबाचा स्वत:चा वाटा फक्त १.५ टक्के एवढा आकसला होता, तर बांधकाम सम्राट पालोनजी मिस्त्री यांचा मालकी हिस्सा १७.५ टक्के झाला होता.[४] रतन टाटा म्हणतात, 'एक प्रश्न असा होता की, या कंपन्या आम्ही चालवतो असा दावा करण्याचा आम्हाला हक्क तरी होता का? खरेतर आम्हाला कायद्याने हक्क नव्हता, त्या चालवण्याचा नैतिक अधिकारही आम्हाला नव्हता.'

रतन टाटांनी जे.आर.डीं. कडून सूत्रे स्वीकारली.

तर पहिली पायरी होती, ती समूहातल्या प्रत्येक कंपनीतला टाटा सन्सचा हिस्सा २६ टक्क्यांपर्यंत आणून नियंत्रण पुनर्स्थापित करणे. २६ टक्क्यांच्या पातळीवर एखादा भागधारक संचालक मंडळाचे निर्णय थांबवू शकतो. 'त्यानंतर मग, एक अधिक अर्थपूर्ण आणि ओळख पटण्याजोगा उद्योगसमूह आणि तोही अधिक मध्यवर्ती नियंत्रणासह म्हणून आम्ही स्वत:ला कसं उभं करू शकू, हे पाहण्याचे काम आम्ही हाती घेतले,' रतन टाटा म्हणतात. 'आपल्या सर्वांत महत्त्वाच्या कंपन्यांचा भविष्यवेध नव्यानं घेणे आणि विक्री आणि नफा यासंदर्भातही ध्येय निश्चित करणे, हे समूहाने सुरू केले.'

राजी नसलेल्या संचालक मंडळांना टाटा सन्सने पटवून दिले की, एकत्र काम करणे आणि सहकार्याच्या जुन्या मॉडेलकडे परत जाणे, हे त्यांच्याच हिताचे आहे.

टाटा म्हणतात, 'या सगळ्याला कडाडून विरोध झाला तो समूहातल्या कंपन्यांकडूनच. ही सगळी प्रक्रिया फारच नाजूक होती आणि समूहातल्या कंपन्यांच्या सार्वभौम आणि हळव्या अध्यक्षांना फार काळजीपूर्वक हाताळायचे होते. टाटा

स्टीलच्या रूसी मोदींसारख्या काहींनी राजीनामा देऊन हा प्रश्न सोडवला. इतरांना ज्याप्रकारे वागवले त्याचे वर्णन प्रो. निर्माल्यकुमार 'कॅजोलिंग'[५] – मनधरणी – असे करतात. समूह कंपन्यांच्या संचालक मंडळांवर असलेल्या प्रतिनिधींद्वारे टाटा सन्सने आपल्या इच्छा व्यक्त केल्या आणि राजी नसलेल्या संचालक मंडळांना टाटा सन्सने पटवून दिले की, एकत्र काम करणे आणि सहकार्याच्या जुन्या मॉडेलकडे परत जाणे हे त्यांच्याच हिताचे आहे.

एकूणात हे जमले. 'काळाबरोबर बऱ्यापैकी एकवाक्यता आली आहे.' रतन टाटा म्हणतात. उद्दिष्टे वरून थोपली जाणार नाहीत तर संचालक मंडळांशी विचारविनिमय करून ती ठरवली जातील. विक्री आणि नफा ही उद्दिष्टे परस्पर संमतीने ठरविली जाणार आहेत, हे जेव्हा समूह कंपन्यांमधल्या संचालक मंडळांच्या लक्षात आले, तसा त्यांचा संशय मावळत गेला. संचालक मंडळे ही स्वायत्तच राहणार होती आणि कंपन्यांचा कारभार त्यांच्या पद्धतीने करू शकणार होती, परंतु भौगोलिक उद्दिष्टे, हेतू अशांसारख्या बाबतीत समूहाचे असे सर्वंकष धोरण असणार होते. अगदी सुरुवातीलाच रतन टाटांनी ठरवले होते की, समूहाने आता भारताबाहेर आपला विस्तार करण्याची गरज आहे. त्यांनीच या प्रयत्नात पुढाकार घेतला आणि एकेकट्या टाटा कंपन्या परदेशात ज्याप्रमाणे काम करतात, त्या रचनेचा ढाचाही त्यांनीच विकसित केला.[६]

अगदी सुरुवातीलाच रतन टाटांनी ठरवले होते की, समूहाने आता भारताबाहेर आपला विस्तार करण्याची गरज आहे.

या मालकीच्या नवीन रचनेमुळे, टाटांची मूल्ये आणि आदर्श जपले जातात ना, हे पाहण्याचे अधिक अधिकार – तात्त्विकदृष्ट्या – टाटा सन्सला मिळाले. १९९८ पासून समूहातल्या प्रत्येक कंपनीला, टाटांची वर्तन मूल्ये सांगणाऱ्या, 'टाटा कोड ऑफ कन्डक्ट'वर स्वाक्षरी करावी लागते. कंपनीने जर हे 'कोड' पाळले नाहीत किंवा समूहाच्या सर्वोच्च हिताला बाधा येईल अशी काही पावले उचलली, तर टाटा सन्सना त्यांचा हिस्सा दुसरीकडे वळवण्याचा पर्याय खुला राहतो. टाटा सन्सचे व्यवस्थापकीय संचालक आर. गोपालकृष्णन यांच्या म्हणण्यानुसार असे करण्यात आलेले आहे. परंतु प्रत्यक्षात मात्र इतर सारे उपाय थकल्यानंतर अगदी कल्पांतीच वापरण्याचे हे शस्त्र आहे. जेव्हा टाटांनी आपला हिस्सा इतरत्र वळवण्याचा धाक दाखवण्याएवढी परिस्थिती चिघळलेली असेल, तेव्हा टाटा सन्स आणि ती कंपनी यांच्यातील संबंध खरोखरच रसातळाला गेलेले असतात आणि परस्पर विश्वास शून्यावर आलेला असतो. सर्वसाधारणपणे नाराज सदस्यांचे 'मन वळवण्याकडे'

समूहाची प्रवृत्ती असते. समूहाच्या एकत्रीकरणातल्या महत्त्वाच्या घटकाचे श्रेय निदान मागच्या शतकात तरी कॉर्पोरेट ब्रँडची वाढती शक्ती आणि लोकांच्या डोळ्यांसमोर असणे यालाच आहे.

ब्रँडचे संकेतीकरण

संस्थात्मक ज्ञानाबद्दलचे तज्ज्ञ ज्ञानाची वर्गवारी नेहमी दोन प्रकारात करतात, 'सांकेतिक' आणि 'असांकेतिक'७. संकेतीकरण केलेले ज्ञान म्हणजे ज्याच्या संकल्पना समजायला आणि व्यक्त करायला सोप्या असतात. जे स्पष्ट आणि नि:संदिग्ध स्वरूपात बोलले किंवा लिहिले जाऊ शकते आणि इतरांपर्यंत पोहोचवता येते.

उलटपक्षी अ-सांकेतिक ज्ञान म्हणजे ते, जे आपल्याला माहीत असते, पण ते ठोसपणे मांडताना अडचण येते. त्यामुळे असांकेतिक ज्ञानाबद्दल प्रश्न विचारले, तर आपण उत्तर देताना चाचपडतो. एखादा महान क्रिकेटवीर हा स्वीपचा फटका कसा मारायचा याचे तपशीलवार वर्णन करू शकतो व तो मारण्याचे प्रात्यक्षिकही करून दाखवू शकतो. त्या फटक्याची निवड करताना होणारी विचारप्रक्रिया, दृष्टीला मिळणारे संकेत हे त्याच्या अगदी ओळखीचे असतात, पण ते उत्तर शब्दात मांडताना त्याची गडबड उडते. याचे कारण म्हणजे हे ज्ञान अ-सांकेतिक असते, तिथे बरोबर किंवा चूक, काळे किंवा पांढरे असे नसते, करड्या रंगाच्या अनेक छटा असतात.

बऱ्याच अंशी ब्रँड्स हे अ-सांकेतिक ज्ञानाचाच एक प्रकार आहेत. या ब्रँडवरून आपण कशी मूल्ये ठरवतो ते लोकांना ठाऊक असते, पण ते शब्दांत व्यक्त करणे कठीण जाते. नुकतंच मी माझ्या एम.बी.ए.च्या विद्यार्थ्यांना विचारले की, आयफोन ब्रँडमधल्या कशाला ते मूल्य मानतात? हा ब्रँड फार शक्तिशाली असल्याचे या सर्वांनी मान्य केलेले होते. त्यांनी थोडा वेळ विचार केला आणि मग हळूहळू विशेषणांच्या रूपात उत्तर येऊ लागली. 'मजेदार', 'वापरायला सोपा' असे त्या उत्पादनाचे वर्णन करणारी विशेषणे. पण तो ब्रँड एक संकल्पना म्हणून अमूक इतक्या शब्दात व्यक्त करणे त्यांना जड जात होते.

नाव किंवा ब्रँडचे चित्र यांसारखी चिन्हे एवढी महत्त्वाची आहेत, कारण त्यांचे संकेतीकरण करता येते आणि त्याबरोबर – संपूर्णपणे नव्हे तर काही प्रमाणात – ब्रँडबद्दलच्या अ-सांकेतिक ज्ञानावर आधारित निर्णयांची आणि प्रतिसादांची एक माळच ते पेटवू शकतात. टाटा कॉर्पोरेट ब्रँड प्रस्थापित करण्याच्या पहिल्या पायऱ्यांपैकी एक म्हणजे ब्रँड मार्कमध्ये सुसूत्रता आणणे, कारण तो समूहातल्या कंपन्यांनी वापरायचा होता. रतन टाटांनी म्हटल्याप्रमाणे 'कंपन्यांनी वापरलेल्या

वेगवेगळ्या चिन्हांनी एक सबंध भिंत भरली असती.' आता ही सगळी बाजूला सारायची होती आणि एकसारखी पद्धत आणायची होती. 'टाटा' हे नाव लिहिण्यासाठी एकच फाँट वापरला गेला आणि मग ते प्रसिद्ध अंडाकृती निळं, लंबगोलात नक्षीने बनलेले 'टी' अक्षर निर्माण झाले.

दुसरा बदल म्हणजे खुद्द 'टाटा' हे नाव अधिक प्रमाणात डोळ्यांपुढे आणणे, ठसवणे. अनेक दशकं टाटा हा उद्योगसमूह टिस्को, टेल्को, टॉम्को (टाटा ऑइल मिल्स कंपनी.) अशा नावांच्या कंपन्यांनी भरलेला होता. या टाटा कंपन्या आहेत हे जरी प्रत्येकाला माहीत असले, तरी टाटांशी असलेला संबंध अधोरेखित होत नव्हता. त्यामुळे टाटा आयर्न अँड स्टील कंपनी म्हणजे 'टिस्को' ही आता थेट टाटा स्टील बनली. तर टाटा इंजिनिअरिंग अँड लोकोमोटीव्ह कंपनी – 'टेल्को' ही टाटा मोटर्स बनली.[ii] ही नवी नावे छोटी आणि थेट होती.

ही पद्धत सर्वत्र अमलात आणली गेली नाही. कॉर्पोरेट ब्रँडचे काही तत्त्वज्ञ मानतात की, सर्व उपकंपन्यांनी कॉर्पोरेट ब्रँडचे नाव लावले पाहिजे. जसे जनरल इलेक्ट्रिकच्या सर्व उपकंपन्या त्यांच्या नावामध्ये 'जी. ई.' जोडतात.[८] टाटांकडे मात्र तसे न करण्याची काही कारणे होती. उदाहरणार्थ, ताजच्या बाबतीत समूहाच्या लक्षात आले की, 'ताज हाच एक शक्तिशाली ब्रँड आहे. तो बदलणे म्हणजे एक पाऊल मागे जाण्यासारखे झाले असते.'

इतर ठिकाणी मात्र, जिथे कंपनी ही समूहाच्या मूळ गाभ्यापासून दूर असेल किंवा ती अशा धोकादायक क्षेत्रात काम करत असेल, ज्याचा समूहाला मुळीच अनुभव नाही किंवा त्या क्षेत्रात समूहाचे अस्तित्व नाही, तिथेसुद्धा टाटा नाव लावायला परवानगी नव्हती. 'अशा कितीतरी नवीन कंपन्या होत्या की ज्यांना टाटा नाव लावायची आजही परवानगी दिलेली नाही.' रतन टाटा म्हणतात, १९९६मध्ये सिमॉन टाटांनी स्थापलेली, किरकोळ विक्रीच्या क्षेत्रातली 'ट्रेंट' ही अशांपैकी एक कंपनी होती.[९] सिमॉन टाटा या अत्यंत यशस्वी व्यवस्थापक होत्या, ज्यांनी अलीकडच्या दशकात लॅक्मे ब्रँड विकला जाईपर्यंत त्याचे समर्थ नेतृत्व केले होते. परंतु त्यांचे आणि रतन टाटांचे एकमत झाले की, ज्या क्षेत्रात समूहाने पूर्वी कधीही काम केलेले नाही, त्या क्षेत्रात ही कंपनी काम करत असताना कंपनीने टाटांचे नाव थेट वापरू नये; साहचर्य एवढं असावे की कॉर्पोरेट ब्रँडचे सर्व फायदे मिळावे, परंतु जर हा व्यवसाय अयशस्वी ठरला तर टाटांच्या नावाला धोका पोहोचवण्याएवढेही ते साहचर्य जास्त नसावे. 'ट्रेंट' (टाटा रिटेल एंटरप्रायझेस) हे नाव उभयपक्षी तडजोडीचे प्रतीक आहे.[iii]

अखेरीस टाटा सन्सने टाटा ब्रँड औपचारीकरित्या कायदेशीरपणे प्रस्थापित केला. १९९८ नंतर कंपन्यांना आपल्या मनाप्रमाणे टाटा म्हणवून घ्यायला आणि

आपल्याला हवा तसा तो ब्रँड वापरायला परवानगी नव्हती. त्याऐवजी त्यांना टाटा सन्सबरोबर 'ब्रँड इक्विटी अँड बिझिनेस प्रमोशन' करार करावा लागणार होता.

टाटा कोड ऑफ कंडक्टच्या कलम १४मध्ये अटी आहेत, 'टाटा नाव व ट्रेड मार्कचा वापर हा टाटा सन्सकडून काढण्यात येणाऱ्या हस्तपुस्तिका, नियम व करार यांनी नियंत्रित केला जाईल. टाटा ब्रँडचा वापर हा टाटा ब्रँड इक्विटी अँड बिझिनेस प्रमोशन करारान्वये ठरवला जाईल. कुठलीही त्रयस्थ व्यक्ती किंवा जॉईंट व्हेंचर हे त्यांचा हेतू पुढे नेण्यासाठी, स्पष्टपणे अधिकृतता मिळाल्याखेरीज टाटा ब्रँड वापरू शकणार नाहीत.' इतर गोष्टींबरोबर करारावर सह्या करणाऱ्या कंपनीला टाटा बिझिनेस एक्सलन्स मॉडेलला बांधील व्हावे लागते. या मॉडेलचे उद्दिष्ट आहे संस्थेच्या कामगिरीचे मोजमाप करायला आणि ती सुधारायला व्यवस्थापनाला मदत करणे. कंपन्यांना अधिक सर्जनशील बनवणे आणि ज्या व्यावसायिक प्रक्रियांचा उत्पादने व सेवांच्या दर्जावर परिणाम होतो त्या सुधारणे, हे या मॉडेलचे ध्येय आहे. या दोन्ही गोष्टींचा ब्रँडच्या समजुतीवर महत्त्वाचा परिणाम होतो. एका कार्यक्रमांतर्गत कंपन्यांनी एकमेकांच्या वार्षिक प्रगतीचा आढावा घ्यायचा असतो, जेणेकरून आपण कुठवर मजल मारली हे कंपन्यांना पाहता येते.

वेगळ्या शब्दात, टाटा ब्रँड कसा वापरला जातो यावर टाटा सन्सचे नियंत्रण आले. या करारांद्वारे कंपन्यांना 'टाटा' नाव व ब्रँड वापरण्याची परवानगी मिळत होती आणि तसे करण्याबद्दलच्या अटी व शर्तीसुद्धा त्या करारात होत्या.[iv] बदल्यात, करारावर सह्या करण्याऱ्या कंपन्या वार्षिक उलाढालीच्या ०.२५ टक्के वर्गणी जमा करत होत्या. (जर नावात टाटा नावाचा थेट वापर नसेल, उदाहरणार्थ – टायटन, ट्रेंट किंवा ताज, तर ही वर्गणी थोडी कमी होती.) या वर्गणीतून मिळालेले उत्पन्न हे ब्रँडच्या प्रसिद्धीकरता व रक्षणाकरता तसेच अनेक साहाय्यकारी कामांसाठी ते पुन्हा गुंतवले जाते. उदाहरणार्थ, टाटा बिझिनेस एक्सलन्स मॉडेलची कार्यवाही.

काही किरकोळ सुधारणा वगळता ही पद्धत आजही सुरू आहे. टाटा ब्रँडचा मेन्टेनन्स करण्यात महत्त्वाची भूमिका निभावत आहे. भारतातल्या ब्रँड फायनान्स या सल्लागार संस्थेने व्यवस्थापकीय संचालक उन्नीकृष्णन यांनी ओळखले आहे, ते म्हणतात, 'टाटांची ब्रँड मूल्याचे नियमन करण्याची पद्धती' (brand value governance) या जगातल्या सर्वोत्तम पद्धतीपैकी आहेत. टाटांनी आता समूहातल्या कंपन्यांमध्ये ब्रँड मूल्यांचे नियमन जसे रुजवले आहे, तसे क्वचितच कुणा पाश्चिमात्य कंपनीने केले आहे.'

इथे लक्षात घेतले पाहिजे की, हा करार हा अजिबातच 'कंपल्सरी' नसतो. 'टाटांचे नाव लावण्याचा हक्क कमवावा लागतो.' गोपाळकृष्णन म्हणतात. नव्या कंपन्यांच्या बाबतीत, त्या विकत घेतलेल्या असोत किंवा नव्याने सुरू केलेल्या, या

नवीन कंपनीची उद्दिष्टे आणि समूहाची उद्दिष्टे यांची जोडी तंतोतंत जुळते याची समूहाला खात्री पटावी लागते. तसे झाले नाही, तर लंडन बिझिनेस स्कूलचे प्राध्यापक पॅट्रिक बारवाइज म्हणतात की, ते कॉर्पोरेट ब्रँडचीच हानी करणे होईल. ते उदाहरण देतात की, वोक्सवॅगनने VW चे पदक लावून लक्झरी कार आणायचा प्रयत्न केला. त्यातील अपयशाचा नकारात्मक परिणाम VW ब्रँडवर झाला. आपण आधी पाहिले त्याप्रमाणे 'ट्रेंट' टाटांचे नाव लावत नाही. नवीन खरेदी केलेल्या कोरस किंवा जग्वार लँड रोव्हरसारख्यांनासुद्धा करार करण्याची सक्ती नसते आणि कितीतरी जण ताबडतोब तसे करतही नाहीत. 'आम्ही भरीस घालत नाही.' टाटा सन्सचे मुख्य कार्यकारी अधिकारी फरोख सुभेदार म्हणतात. कंपन्या येऊन आम्हाला कराराबद्दल विचारेपर्यंत आम्ही थांबतो. प्रत्येक नवीन व्यवसाय हा ताबडतोब टाटांच्या मानदंडापर्यंत पोहोचू शकतो असे नाही, जुळवून घ्यायला थोडा वेळ लागतोच. टाटा या वेळावर कुठलीही मर्यादा घालत नाहीत. जेव्हा दुसऱ्या कंपनीची तयारी होते आणि ती तयारी झाल्याची टाटांची खात्री होते, तेव्हाच करार होतो, त्याआधी नाही!

या सर्व उपक्रमांमुळे टाटा ब्रँडचे संकेतीकरण व्हायला मदत झाली आणि तो ब्रँड व त्याच्यामागे असलेली मूल्ये ही भारतीय स्टेक होल्डर्सना अधिक नि:संदिग्धपणे आणि अधिक सारखेपणाने समजली. समूहातल्या सर्व कंपन्यांमधली माणसे आता 'टाटा'चा अर्थ सर्वसाधारणपणे सारखाच सांगू लागली. याचे दोन परिणाम झाले. पहिला म्हणजे समूहातल्या सर्व कंपन्यांना पुन्हा एकत्र आणून त्यांनी समूहात अंतर्भूत असलेली सामाईक मूल्ये ओळखायला मदत झाली आणि दुसरा, एकूण जगापुढे खूपशा एकसंध ब्रँड प्रतिमा उभ्या करायला समूहाला आणि सहभागी कंपन्यांना मदत झाली. याचाच परिणाम भागधारकांच्या ब्रँडवरही झाला.

ब्रँड लोकांपर्यंत पोहोचवणे (ब्रँडचे कम्युनिकेशन)

स्टेकहोल्डर्सच्या समजुतीकडे जाण्याअगोदर ब्रँड लोकांसमोर पोहोचवण्यासाठी त्यांनी वापरलेल्या काही पद्धती पाहणे रंजक ठरेल. जाहिरातींवर खूप मोठ्या प्रमाणावर भिस्त ठेवणाऱ्या नायके किंवा कोकाकोला या जागतिक कंपन्याच्या उलट, टाटांनी जास्त करून हळुवार पद्धतीने, कॉर्पोरेट जाहिराती कमीत कमी ठेवून भारतात आणि परदेशातही, प्रचार केला.

आधीच्या अभ्यासांमधून दिसून आले होते की, टाटांचे नाव १९८० आणि १९९०मध्ये फारच दुबळे झाले होते. पहिले म्हणजे जी पिढी उद्याचे नेते (आणि ग्राहक, आणि कर्मचारी) पुरवणार आहे, त्या तरुण पिढीशी टाटांचा संपर्क संपलेला

२००४-०५मध्ये 'विश्वासाचे शतक' जाहिरातींमधील छापील माध्यमांतील एक जाहिरात

होता. दुसरे म्हणजे समूह आता सर्जनशील राहिला नाही अशी समजूत वाढली होती. लोकांच्या मनात टाटांची सांगड ही धातू, पत्रे, पोलाद आणि लॉरीज या जुन्या काळच्या उद्योगांशी बसली होती; नव्या तंत्रज्ञानाशी नव्हे. जाहिरात आणि इतर प्रचार उपक्रमांमधून ही समजूत बदलण्याचा प्रयत्न केला गेला.

२००२-०३ आणि २००४-०५मध्ये भारतात झालेल्या दोन जाहिरात मोहिमांमधून टाटांची 'पारंपरिक' मूल्ये ठसवण्याचा आणि त्या वारशाला वर्तमानकाळ आणि भविष्यकाळाशी जोडण्याचा प्रयत्न झाला. पकड घेणाऱ्या ओळी होत्या 'अ सेंच्युरी ऑफ ट्रस्ट' (विश्वासाचे शतक) आणि 'इम्प्रूव्हिंग द क्वालिटी ऑफ लाईफ' (जीवनाचा दर्जा सुधारताना). छापील जाहिरातींमध्ये दिसते की, टाटांनी नेहमी भारताच्या आणि इथल्या लोकांच्या भल्यासाठी काय काय केले. उच्च तंत्रज्ञानावर आधारित पद्धती बसवल्या आणि नवीन तंत्रज्ञानाचा वापर पहिल्यांदा केला. शेतीचे उत्पादन वाढवण्यासाठी उपग्रह तंत्रज्ञानाची मदत घ्यायला टाटा कंपन्या शेतकऱ्यांना कसे शिकवतात हे एका जाहिरातीत दाखवले होते. दुसऱ्या एका जाहिरातीत वर्णन होते की, 'एका सॉफ्टवेअर प्रोग्रॅमच्या मदतीने अवघ्या चाळीस तासांत वृत्तपत्र वाचण्याइतपत चांगले वाचायला शिकवता येते.'

२००४ वर्ष हे टाटा समूहासाठी दोन शतकांचे वर्ष होते. संस्थापक जमशेटजी टाटा यांची शंभरावी पुण्यतिथी आणि जे.आर.डीं.ची शंभरावी जयंती. आणखी एका जाहिरातीत त्यांची मूल्ये आणि विश्वास आणि आधुनिक भारत यांच्यातला दुवा

दाखवण्याचा प्रयत्न होता. जमशेटजी किंवा जे.आर.डी. यांची उघडउघड आठवण काढलेली नव्हती. जाहिरातीत फक्त तरुण माणसे दाखवली होती आणि असा मुद्दा अधोरेखित केला होता की, टाटांच्या सबंध इतिहासात त्यांची म्हणून जी वैशिष्ट्यपूर्ण मूल्ये आहेत, ती खरेतर भारतीयांची मूल्ये आहेत.

२००४ मध्येही टाटांनी फिरते प्रदर्शन बनवले – अ सेंच्युरी ऑफ ट्रस्ट – ज्यात टाटांची कथा सांगितली होती आणि प्रेक्षकांच्या मनावर टाटांचा वारसा ठसवला होता. विशेषत: विकास आणि राष्ट्राप्रती निष्ठा ही मूल्ये. टाटा सर्व्हिसेसचे कॉर्पोरेट अफेअर्सविषयक उपाध्यक्ष अतुल अगरवाल यांच्या म्हणण्यानुसार हे प्रदर्शन ८०,००० प्रौढांनी आणि दोन लाखांहून अधिक लहान मुलांनी पाहिले. या मुलांच्या प्रतिसादामुळे, शाळांबरोबर दीर्घकालीन संबंध सुरू करण्याकडे समूहाचे मत बनले. याचा परिणाम म्हणजे 'बिल्डिंग इंडिया' ही शालेय निबंध स्पर्धा. यात भारताच्या भवितव्याबद्दल विचार करून भारतभरातल्या विद्यार्थ्यांनी एकाच ठरलेल्या प्रश्नावर लिहायचे असते. आत्तापर्यंतचे प्रश्न होते. 'भारताला जागतिक महासत्ता बनवण्यासाठी तुम्ही काय कराल?' आणि '२०१६च्या ऑलिंपिक स्पर्धांमध्ये २० सुवर्णपदकं जिंकण्यासाठी भारताने काय करावे?'

२००४मध्ये केलेल्या जाहिरातीत फक्त तरुण माणसे दाखवली होती आणि असा मुद्दा अधोरेखित केला होता की, टाटांच्या सबंध इतिहासात त्यांची म्हणून जी वैशिष्ट्यपूर्ण मूल्ये आहेत, ती खरेतर भारतीयांची मूल्ये आहेत.

प्रचंड प्रतिसाद मिळाला. २००६साली स्पर्धेच्या पहिल्या वर्षी सहा शहरांतले १००,००० विद्यार्थी सहभागी झाले. पुढच्या वर्षी ही संख्या तिप्पट झाली आणि विजेत्या स्पर्धकांना, राष्ट्रपती प्रतिभाताई पाटील यांना भेटण्यासाठी दिल्लीला निमंत्रित करण्यात आले होते. २००९-१०मध्ये १०० शहरांमधल्या ३५०० शाळांमध्ये, सहा भाषांमध्ये ही स्पर्धा घेण्यात येईल. टाटा सर्व्हिसेसचे ब्रँड मॅनेजर आणि या स्पर्धेच्या संयोजकांपैकी एक अभिषेक पाठक यांच्या अंदाजानुसार २० लाख विद्यार्थी यात भाग घेतील. अर्थात १०० कोटींहून जास्त लोकसंख्येच्या देशात २० लाख हा आकडा म्हणजे 'दर्या में खसखस' वाटू शकतो. पण या स्पर्धेचा आनुषंगिक परिणाम फार विस्तृत आहे; प्रत्यक्ष भाग घेणाऱ्यांपेक्षा कितीतरी जास्त लोकांना याबद्दल माहिती आहे.[१०]

'तरुणांशी बांधिलकी असलेली कंपनी', ही टाटांची प्रतिमा टाटा जागृती यात्रेमुळेही अधिक ठसली आहे. या यात्रेत तरुण-तरुणींना भारतभरचे, प्रत्यक्ष चालू

असलेले विविध सामाजिक उपक्रम आणि प्रकल्प दाखवायला रेल्वेने नेले जाते. दर वर्षी फक्त काहीशे जणच सहभागी होतात, पण पुन्हा आनुषंगिक परिणाम पुष्कळ जास्त असतो. २००८ मधील पहिल्या यात्रेने माध्यमांचे लक्ष बऱ्यापैकी वेधले होते. टाटा सर्व्हिसेसच्या ब्रँड मॅनेजर ॲनी पिंटो रॉड्रिक्स या यात्रेच्या संयोजनाला मदत करतात. त्या म्हणतात, 'ही यात्रा दाखवून देते की, राष्ट्र उभारणी आणि सामाजिक उद्योजकता ही टाटा तत्त्वज्ञानाच्या केंद्रस्थानी आहेत आणि विशेष करून तरुणांपर्यंत हा संदेश पोहोचतो.' एका वेगळ्या पातळीवर टाटा क्रुसिबल बिझिनेस क्विझ ही बिझिनेस स्कूलचे विद्यार्थी आणि युवा व्यवस्थापक यांच्यात समूहाची प्रतिमा दृढ करायला मदत करते. दर वर्षी होणारी ही क्विझ, ही स्पर्धा आता भारताबरोबरच सिंगापूर आणि लंडनमध्येसुद्धा भरवली जाते आणि सुरुवातीपासून उत्तरोत्तर ती अधिक लोकप्रिय होते आहे.

'सर्जनशील असणे हा आधुनिक असण्याचा एक भाग आहे.' टाटा इंडस्ट्रीजचे व्यवस्थापकीय संचालक किशोर ए. चौकर म्हणतात. टाटा इंडस्ट्रीज ही कंपनी नवीन आणि उद्योजकीय स्वरूपाचे व्यवसाय विकसित करण्यासाठी साधन म्हणून तिचा उपयोग करते. पण सर्जनशील 'असणे' वेगळे आणि एखाद्याच्या सर्जनशील प्रयत्नांमुळे त्याची ओळख निर्माण होणे वेगळं. खरे म्हणजे नवीन उत्पादने, नवीन सेवा आणि नवीन प्रक्रिया-पद्धती या दोन्हींमध्ये सर्जनशीलतेची टाटांची कारकीर्द फार उज्ज्वल आहे. सर्जनशीलता हे तर बिझिनेस एक्सलन्स मॉडेलचा गाभा आहे. यावर सर्व सुस्थित टाटा कंपन्यांचे एकमत आहे. पण हे लोकांपर्यंत नीटसे पोहोचत नव्हते.

वर सांगितलेल्या 'इम्प्रूव्हिंग द क्वालिटी ऑफ लाईफ' या जाहिरातींनी टाटांच्या सर्जनक्षमता प्रकाशात आणायला सुरुवात केली. तरीपण, जास्त करून ही समजूत त्या कंपन्यांनी स्वतःच लोकांपर्यंत पोहोचवली. ग्राहकांच्या गरजा पूर्णत्वाने पूर्ण करणारी नवी उत्पादने त्यांनी विकसित केली. तंत्रज्ञानावरचे आपले प्रभुत्व त्यांनी दाखवून दिले. मग ते जगातले सर्वांत चपटे (thinnest) घड्याळ असो किंवा जगातली सर्वांत कमी किमतीची कार असो किंवा खाजगी कंपनीने तयार केलेला भारतातला पहिला महासंगणक असो. बिझिनेस एक्सलन्स मॉडेलसारख्या किंवा २००७साली संपूर्ण समूहातला सर्जनशीलतेला उत्तेजन देण्यासाठी स्थापण्यात आलेला 'टाटा इनोव्हेशन फोरम'सारख्या माध्यमातून अशा उपक्रमांना खतपाणी मिळते. समूह अशा उपक्रमांना फार नियमबद्ध वगैरे करण्याच्या विरुद्ध आहे. सर्जनशीलतेला संस्थात्मक स्वरूप देता येईल का, याबद्दल रतन टाटा साशंक आहेत आणि आर. गोपालकृष्णन यांचा विश्वास आहे की, 'टाटा ग्रुप इनोव्हेशन फोरम'सारख्या उपक्रमाचा उद्देशच मुळी 'आकाश मोकळे करणे' हा आहे. लोकांमधली

सुप्त प्रतिभा जागृत करणे आणि आपल्या कल्पना पुढे कशा न्यायच्या हे त्यांना दाखवणे असा आहे.

सर्जनशीलतेचे उपक्रम हे कॉर्पोरेट ब्रँड आणि इतर कंपन्या यांच्यातल्या चांगल्या संबंधांचे चांगले द्योतक आहे. सर्जनशीलता दाखवण्यासाठी समूहातल्या कंपन्यांना मुळात ती आचरणात आणावी लागते; नुसते बोलून पुरत नाही. कृती करावी लागते. बाकीच्या समूहातल्या यशस्विता उचलून कॉर्पोरेट ब्रँड एक असा पट तयार करतो, ज्यात सर्जनशीलता ही काही मोजक्या कंपन्यांचे वैशिष्ट्य न राहता सर्व समूहभर पसरलेली एक चांगली साथ बनते.

आर. गोपालकृष्णन यांचा विश्वास आहे की, 'टाटा ग्रुप इनोव्हेशन फोरम'सारख्या उपक्रमाचा उद्देशचमुळी 'आकाश मोकळे करणे,' हा आहे. लोकांमधली सुप्त प्रतिभा जागृत करणे आणि आपल्या कल्पना पुढे कशा न्यायच्या हे त्यांना दाखवणे असा आहे.

परिणाम? भारतात टाटांसाठी केल्या गेलेल्या ब्रँड ट्रॅकिंग अभ्यासांमधून असे दिसून आले की, टाटा ही इतर कोणत्याही भारतीय कंपनीपेक्षा, अगदी इन्फोसिससारख्या तांत्रिक कंपनीपेक्षा अधिक सर्जनशील म्हणून सरसकट मान्यता पावत आहे आणि हीच कीर्ती जगात सर्वदूर पसरली आहे. एप्रिल २००८मध्ये बिझिनेस वीक मासिकाने जगातल्या सर्वोत्तम सर्जनशील अशा पन्नास कंपन्यांची यादी प्रसिद्ध केली.११ पहिल्या पाच होत्या ॲपल, गुगल, टोयोटा, जनरल इलेक्ट्रिक आणि मायक्रोसॉफ्ट. त्यांच्यानंतर सहाव्या स्थानावर टाटा समूह होता आणि त्याच्यानंतर होते आय.बी.एम., सोनी आणि नोकिया. अर्थात 'सर्वोत्तम सर्जनशील' म्हणजे काय आणि या कंपन्यांमध्ये तुलना कशी केली गेली, हे वादाचे मुद्दे ठरू शकतात. पण पुन्हा 'समजूत' हेच सर्व काही असते. जगाला जर असा विश्वास वाटत असेल की, टाटा हा विशेष सर्जनशील कंपन्यांचा समूह आहे, तर त्याने ब्रँडला बळ मिळते आणि एक झळाळी प्राप्त होते.

ब्रँडचे संरक्षण

शक्तिशाली ब्रँडना 'टॉल पॉपी' सिंड्रोमची लागण होण्याचा धोका असतो. म्हणजे ब्रँड जसा प्रसिद्ध आणि मौल्यवान होत जातो, तसा त्याची नक्कल होण्याचा धोका वाढतो. फारोख सुभेदार यांनी मला सांगितले की, 'टाटा ट्रेडमार्कला नकलेची समस्या १९३० पासून होती. पण गेल्या दहा वर्षांत ही समस्या अधिकच बिकट

झाली आहे. कारण ब्रँड आता अधिक सुस्थित आणि नजरेत भरणारा झाला आहे.' ही समस्या दोन स्वरूपात समोर येते. एक म्हणजे जुन्या पद्धतीची ब्रँड चोरी, म्हणजे दुसऱ्याच कुणीतरी बनवलेल्या, सहसा कमी प्रतीच्या वस्तूंवर टाटा नाव चिकटवणे. शिवाय टाटांचे नाव किंवा त्यांच्या ब्रँड्सपैकी एखादं नाव वापरून केलेले डोमेन रजिस्ट्रेशनही असते.

'टाटा' हे नाव संरक्षित करायला तेवढंसे सोपं नाही. आश्चर्य म्हणजे कितीतरी भाषांमध्ये 'टाटा' हा जोडशब्द आहे. जसे पुष्कळ इंग्रज मंडळी निरोप घेताना टा-टा म्हणतात. टाटा ही ठिकाणांची नावे आहेत, त्यात एक हंगेरीतले गावदेखील आहे. खरोखरच कित्येक वेळा कित्येक लोकांनी निव्वळ अज्ञानापोटीही 'टाटा' हे नाव धारण केलेले असते. हीच गोष्ट टाटांच्या ताज महाल, ट्रेंट आणि टायटनसारख्या इतर ब्रँड्सबाबतही खरी आहे.

जेव्हा अशा चोरांना, ट्रेडमार्क नकलाकारांना आणि डोमेन चोरांना हाताळण्याची वेळ येते, तेव्हा टाटांचे धोरण मवाळपणाचे असते. ते प्रत्येक चोराला टिपून काढत नाहीत किंवा धंद्यातून हद्दपार करत नाहीत. 'कुठल्याही सामान्य माणसाच्या मागे लागायचे नाही.' ते म्हणतात. सुभेदारांच्या म्हणण्याप्रमाणे जेव्हा ही चोरी, नक्कल त्यांच्या समूहावर वाईट परिणाम करते, तेव्हा तो कळीचा मुद्दा बनतो. उदाहरणार्थ एखादं उत्पादन धोकादायक असल्याचे किंवा धोकादायक ठरू शकत असल्याचे निदान होते किंवा गैरमार्गाने त्याची विक्री होत असेल, तर टाटा सन्स न्यायालयात जातात आणि आपल्या बाजूसाठी भांडतात. देशी चोरीसाठी भारतीय न्यायालये आणि परदेशातल्या चोरीसाठी 'वर्ल्ड इंटलेक्चुअल प्रॉपर्टी ऑर्गनायझेशन' (डब्ल्यू.आय.पी.ओ.) ची मदत घेतली जाते. WIPO ही राष्ट्रसंघाची संस्था आहे आणि तिचा उद्देश 'जगभरातील बौद्धिक संपदेच्या रक्षणाला उत्तेजन देणे' असा नोंदलेला आहे.[१२] त्यामुळे ही संस्था अशा बाबतीत आंतरराष्ट्रीय लवादाचेच काम करते.

ब्रँड ट्रॅकिंग अभ्यासांमधून असे दिसून आले की, टाटा ही इतर कोणत्याही भारतीय कंपनीपेक्षा; अगदी इन्फोसिससारख्या तांत्रिक कंपनीपेक्षा अधिक 'सर्जनशील' म्हणून मान्यता पावत आहे आणि हीच कीर्ती जगात सर्वदूर पसरली आहे.

डावी वृत्तपत्रे कधीकधी टाटांना आपली आर्थिक शक्ती वापरून, आपल्याला आव्हान देणाऱ्या कुणालाही ठेचण्याबद्दल दोषी धरतात, पण न्यायालयातील प्रत्येक

खटला टाटा जिंकत नाहीत. उदाहरणार्थ टाटा समूहातल्या टायटनच्या कंपनीने त्यांचा दागिन्यांच्या 'तनिष्क' ब्रँडचे नाव आपल्या डोमेनमध्ये वापरल्याबद्दल अबुधाबीच्या एका कंपनीबद्दल तक्रार केली होती. WIPO ला दिसून आले की त्या दुसऱ्या कंपनीने चांगल्या प्रकारे ते नाव वापरले होते, टाटांचे नाव चोरण्यासाठी नव्हे आणि त्यांनी खटला निकाली काढला. आणि फारोख सुभेदारांनी म्हटल्याप्रमाणे कंपनी कित्येक छोट्या माशांना तर सोडूनच देते. फक्त ब्रँडची नक्कल केल्याने फार बिघडत नाही, पण जर टाटांच्या नावाला आणि मूल्यांना धक्का लागत असेल, तर मात्र समूह निर्णायक कृती करतो.

नवीन टाटा

२००२ पासून टाटा त्यांच्या कॉर्पोरेट ब्रँडबद्दल भारतातील समजुतीचा मागोवा घेत आहेत आणि इतर कॉर्पोरेट ब्रँड्सबरोबर त्याची तुलना करत आहेत. ब्रँडचा मागोवा तीन स्तरांवर केला जातो. (१) ब्रँडचा सुसंदर्भ (म्हणजे लोक ब्रँडच्या संबंधाला देतात ते सापेक्ष मूल्य/ब्रँड माझ्यासाठी काय करतो?), (२) ब्रँडशी जवळीक (म्हणजे लोकांची ब्रँडबद्दलची जागरूकता आणि या संबंधात असलेली शक्ती, मी या ब्रँडच्या किती जवळ आहे?) (३) ब्रँड व्यक्तिमत्त्व, लोकांनी ब्रँडला जोडलेले गुणविशेष.

मुंबईस्थित फर्म जी.एफ.के. मोडद्वारे वर्षातून दोनदा ब्रँडचा हा मागोवा घेतला जातो. जी.एफ.के. मोडचे विशिख तलवार यांनी मला या मागोव्याची कार्यपद्धती समजावली. त्यांचे संशोधक शक्य तेवढ्या दूरवर त्यांचे जाळे कसे पसरवतात हे समजावून सांगितले. फेब्रुवारी २००९मध्ये झालेल्या मागोव्यात भारतभरातल्या पंधरा निरनिराळ्या शहरातल्या ३३०० लोकांच्या मुलाखती घेतल्या गेल्या. त्यांची स्टेकहोल्डर्सच्या तीन गटात विभागणी केली : सामान्यजन (ग्राहक धरून), 'माहीतगार' मंडळी म्हणजे पत्रकार, शिक्षणतज्ज्ञ, सनदी अधिकारी अशांसारखे आणि 'आतल्या गोटातले' म्हणजे टाटांशी थेट संबंध येणारे लोक. उदाहरणार्थ कर्मचारी किंवा कंत्राटदार वगैरे.

यातल्या प्रत्येक पातळीवर टाटा कॉर्पोरेट ब्रँडने स्पर्धकांना चांगल्या घसघशीत फरकाने तेही १० ते १५ टक्क्यांनी मागे टाकले होते. एकूण गुणसंख्येत थोडा इकडेतिकडे फरक पडला तरी सबंध देशभरातून आणि प्रत्येक गटातून असेच घडले. सर्वेक्षण केल्या गेलेल्या प्रत्येक गटाने इतर कुठल्याही भारतीय ब्रँड्सपेक्षा टाटा ब्रँडला काळानुरूपता, आपुलकी आणि व्यक्तिमत्त्व या बाबतीत खूप जास्त गुण दिले आहेत. जुनाट, कालबाह्य अशी टाटांची प्रतिमा साफ पुसून गेलेली

दिसते. तीन प्रकारच्या ब्रँड व्यक्तिमत्त्व प्रकारांमध्ये उदाहरणार्थ विजेता, पालक आणि झुंजार प्रकारांमध्ये दहा वर्षांपूर्वी टाटांना 'पालक' म्हणून पहिला क्रमांक मिळाला असता, 'विजेता' म्हणूनही चांगले गुण मिळाले असते, पण त्याला कुणी 'झुंजार' समजत नव्हते, आता समजतात. टाटाला 'झुंजार' समजणाऱ्या लोकांची टक्केवारी २००२मध्ये ५० टक्क्यांपेक्षा कमी होती. ती सातत्याने वाढत जाऊन २००९मध्ये जवळजवळ ७० टक्के झाली आहे.

टाटांच्या कॉर्पोरेट ब्रँडचे व्यवस्थापन करणारे जे लोक आहेत, ते यामुळे खूश असणार हे सांगायला नको. पण या यशात त्यांचा वाटा किती?

प्रकरण १मध्ये आपण सह-निर्मितीच्या संकल्पनेची चर्चा केली, ज्यात लोक ब्रँडकडून माहिती मिळवतात आणि त्यावरून त्यांची स्वत:ची अशी प्रतिमा बनवतात. अशी अलीकडची वरील उदाहरणे सांगता येतील. नॅनोचे उदाहरण आपण पहिल्या प्रकरणात पाहिले, तिचा अभूतपूर्व आणि सर्वदूर परिणाम टाटांच्या नावावर झाला आणि ब्रँड पुष्कळ अधिक बळकट झाला. पण नॅनोच्या कथेची आणखी एक बाजू आहे, जी टाटा ब्रँडवर प्रकाश टाकते.

२००६साली नॅनोचा कारखाना पश्चिम बंगालमध्ये, कोलकात्यापासून साधारण ४० किमीवर 'सिंगूर' इथे, संपूर्णपणे नवीन (ज्याला ग्रीनफील्ड साईट म्हटले जाते.) उभारायचा असा निर्णय घेतला. राज्याच्या औद्योगिकीकरणात टाटा प्रचंड गुंतवणूक करत होते. त्यामुळे राज्य सरकारने पूर्ण सहकार्य केले होते. पण लवकरच याला राजकीय रंग चढला. विरोधी पक्षांनी मागणी केली की, दिलेल्यापैकी ३०० एकर जमीन परत करावी. कारण या प्रकल्पाला एवढ्या जमिनीची गरज नाही, असे विरोधी पक्षाचे मत होते. वाद चांगलाच तापला आणि शेवटी टाटा मोटर्सला कारखान्याच्या आणि कामगारांच्या सुरक्षिततेची भीती वाटू लागली. ऑक्टोबर २००८मध्ये प्रकल्पावर १५०० कोटी रुपये खर्च केलेले असतानादेखील रतन टाटा आणि टाटा मोटर्सचे तेव्हाचे व्यवस्थापकीय संचालक रवि कांत यांनी आपण बाहेर पडत असल्याची घोषणा केली. नॅनोची जुळणी दुसरीकडे कुठेतरी करता आली असती.४

ब्रँड ट्रॅकिंगने दाखवले की, या घटनांमुळे पूर्व भारतात टाटांची कीर्ती किंचित कमी झाली, पण भारतात इतरत्र मात्र ती उलट वाढली. लोकांना समजले होते की, या मुद्द्यांवर तृणमूल काँग्रेसने टाटांना ओलीस धरले होते आणि तिथून बाहेर पडण्यात टाटांनी योग्य केले. 'ही बातमी ऐकल्यावर मी टाळ्या वाजवल्या.' असे मुंबईतल्या माझ्या पत्रकार मित्राने मला सांगितले. अहेतुकपणे आणि खरेतर नियंत्रणाबाहेरच्या गोष्टींनी, टाटांनी स्वत:च्या कीर्तीत आणखी एक तुरा खोचला होता.

...बऱ्याच लोकांचा समज होता की, पश्चिम बंगालमध्ये नंदीग्राम येथे विशेष आर्थिक क्षेत्र निर्माण करण्यामागे 'टाटा' ही कंपनी होती. खरेतर कंपनीचा त्या प्रकल्पाशी काहीही संबंध नव्हता... जेव्हा एखाद्या मोठ्या भारतीय उद्योगाबद्दल कुणीही विचार करते, तेव्हा टाटा समूहाचा विचार त्यांच्या डोक्यात प्रथम येतो.

मार्च २००७मध्ये प. बंगालमधील नंदीग्राम येथील विशेष आर्थिक क्षेत्रावरून (सेझवरून) चाललेला विरोध हिंसक बनला आणि पोलिसांच्या गोळीबारात चौदा लोक मृत्युमुखी पडले, आणखी काही जखमी झाले. पुन्हा ब्रँड ट्रॅकिंग संशोधनातून दिसले की, बऱ्याच लोकांच्या समजुतीनुसार विशेष आर्थिक क्षेत्राच्या निर्मितीमागे टाटा कंपनी होती. प्रत्यक्षात त्यांचा त्या प्रकल्पाशी मुळीच संबंध नव्हता. त्यामागे असणारी कंपनी होती इंडोनेशियास्थित सलीम समूह. पण टाटांची जनमानसातली प्रतिमा अशी आहे की, कधीही कुणी मोठ्या भारतीय उद्योगाबद्दल विचार करते तेव्हा त्याच्या मनात टाटा समूहाचा विचार प्रथम येतो. भारताबाहेरही असेच घडते. काही वर्षांपूर्वी आर्सेलर-मित्तल समूहाने कॅनडातल्या हॅमिल्टन शहरात एक पोलादाची गिरणी विकत घेतली. मि-त्त-ल हे नाव मुख्य इमारतीच्या भिंतीवर प्रचंड अक्षरात लिहिलेले आहे. पण तरी हॅमिल्टनमधल्या कितीतरी लोकांना विचारले की, ही गिरणी कुणाची, तर ते तुम्हाला सांगतील 'टाटांची' आणि मित्तलचे काही चुकले किंवा कामगारांना कामावरून काढले, तर ठपका येतो तोही टाटांवरच.

पुन्हा एकदा हे 'टॉल पॉपी' दुखणे आहे. बहुतेक काय घडले आणि का घडले याच्या सार्वत्रिक गोंधळामुळे नंदीग्रामच्या घटनेची फार झळ टाटांना पोहोचली नाही आणि धामरा बंदराबाबतीतही स्वत:ला चार हात दूर ठेवणे समूहाने जमवले. पण हा मुद्दा पुन्हा निघणार हे नक्की. ब्रँड प्रतिमा आणि मूल्ये कितीही जोरकसपणे लोकांपर्यंत पोहोचली तरी स्टेकहोल्डर्स त्यांना जे समजायचे तेच समजतात.

यामुळे ब्रँड ट्रॅकिंग आकडेवारी कितीही महत्त्वाची असली तरी त्याने वास्तवता किंचित झाकली जाते. सर्वेक्षण केल्या गेलेल्या साधारण समजाला मिळालेल्या गुणांनी एक गोष्ट किंचित झाकोळली की, सर्वेक्षण केल्या गेलेल्या ३३०० जणांपैकी प्रत्येकाची आणि खरेतर प्रत्येक भारतीयाची टाटांबद्दलची एक स्वतंत्र आणि विशेष समजूत तयार झालेली असते. जी त्याच्या पार्श्वभूमीवर, आर्थिक स्थिती, राजकीय झुकाव, टाटांबरोबर काम करण्याचा अनुभव, त्यांची उत्पादने व सेवा यांचा अनुभव, टाटांची मूल्ये व परंपरा यांचे आकलन जमशेटजी टाटा आणि जे.आर.डीं.सारख्या पुरुषोत्तमांच्या ऐकलेल्या कहाण्या यांवर आधारलेली असते; थोडक्यात इतक्या वर्षांत टाटांभोवती रचल्या गेलेल्या दंतकथा आणि चिन्हे यांच्या

जोडीला त्यांचे आणि त्यांच्या आसपासच्या इतरांचे अनुभव यांच्यावर आधारलेली असते. हे खरेच आहे की, हा सर्व स्टेकहोल्डर्सच्या त्याबद्दलच्या समजुतींची बेरीज आहे; पण हेही लक्षात ठेवले पाहिजे की वैयक्तिक समजुती फार गुंतागुंतीच्या आणि वेगवेगळ्या असतात.

मागील दहा वर्षांमध्ये कॉर्पोरेट ब्रँड व्यवस्थापनाच्या बाबतीत टाटांनी तीन गोष्टी अतिशय चांगल्या केल्या – माहिती देणे, एकच सुसंगत गोष्ट सांगणे आणि शब्द खरा करणे.

टाटा खरोखरच ब्रँडचे व्यवस्थापन करतात का? की अधिक चांगले चित्र निर्माण करण्यासाठी ते स्टेकहोल्डर्सना विश्वास ठेवायला भाग पाडत असतील? (आणि खरेच, ते ब्रँड व्यवस्थापन म्हणजे नक्की असते तरी काय हो?) मागील दहा वर्षांकडे पाहता कॉर्पोरेट ब्रँड व्यवस्थापनच्या बाबतीत टाटांनी तीन गोष्टी अतिशय चांगल्या केल्या आणि त्याचा स्टेकहोल्डर्सच्या ब्रँडच्या समजुतींवर प्रभाव पडला हेही स्पष्ट दिसतेच. आणि ब्रँड ट्रॅकिंग संशोधनातून समोर आल्याप्रमाणे, एक सर्वसाधारण चांगली प्रतिमा निर्माण केली. तरीही आपण ते तत्त्व लक्षात ठेवले पाहिजे की, सर्वसाधारण चिन्हाच्या मुखवट्यामागे अनेक व्यक्तिगत ठसे असतात.

अलीकडच्या वर्षांमध्ये केलेल्या जरा आक्रमक जाहिरातींमध्ये अध्याहृत असा संदेश होता ते की, 'आम्ही हे करतो.' ब्रँड प्रसाराच्या दोन्ही मोहिमांनी टाटांची मूल्ये तर सांगितलीच, पण त्यांनी काही सत्य माहितीही सांगितली. ती म्हणजे नवीन तंत्रज्ञानामुळे लोकांना वाचायला शिकवता येते, शेतकऱ्यांना मदत करता येते वगैरे, वगैरे. ती गोड-गोड विधानं नव्हती, तर टाटा कंपन्यांनी काय केले याची नेमकी उदाहरणे होती.

ब्रँडचे नाव आणि चिन्ह यांच्या सुसूत्रता आणल्यामुळे एक अधिक सुसंगत संदेश निर्माण व्हायला मदत झाली. पण अशीच मदत ही 'बिल्डिंग इंडिया' निबंध स्पर्धा, 'टाटा जागृती यात्रा' यांसारख्या उपक्रमांमधून एका निराळ्या पद्धतीने झाली. भारताशी आणि त्याच्या विकासाशी टाटा वचनबद्ध आहेत हा संदेश अगदी योग्य रीतीने पोहोचला. नॅनोसारख्या कल्पक प्रकल्पांमधून, सर्जनशीलतेप्रती ठेवलेल्या बांधिलकीमधून आणि बिझिनेस एक्सलन्स मॉडेलमध्ये अंगभूत असलेल्या उत्कृष्टतेमधून टाटांनी वचनपूर्तीची एक मालिकाच सादर केली आहे. दुसऱ्या कुठल्या कंपनीने हिंमतसुद्धा केली नाही ते आम्ही करू शकतो, हे त्यांनी दाखवून दिले आहे आणि ब्रँडिंगच्या परिभाषेत खराखुरा ताकदवान आणि सुप्त संदेश तो हाच.

‘जेव्हा तुम्ही यशस्वी होता, तेव्हा लोकांच्या तुमच्याकडून अपेक्षा वाढलेल्या दिसतात. मग आम्ही अधूनमधून लोकांना आठवण करून देतो की, आम्हीपण माणसेच आहोत.’

याचा अर्थ अपयश आलेच नाही असा नाही आणि गेल्या दहा वर्षांत टाटा फायनान्स कोसळण्यासारख्या घटनाही घडलेल्या आहेत. त्याबद्दल आपण प्रकरण ८मध्ये पाहणार आहोत. पुन्हा टाटा हे काही अंशी स्वत:च्याच यशाचे बळी आहेत. त्यांचे नाव आता असे आहे की, कुठल्याही अपयशाने समूह आणि त्याची प्रतिमा दुप्पट मार खातात. ‘जेव्हा तुम्ही यशस्वी होता, तेव्हा लोकांच्या तुमच्याकडून अपेक्षा वाढलेल्या दिसतात.’ आर. गोपालकृष्णन म्हणतात आणि कडवटपणे पुस्ती जोडतात, ‘मग आम्ही अधूनमधून लोकांना आठवण करून देतो की आम्हीपण माणसेच आहोत.’ अगदी याचासुद्धा एका विचित्र प्रकाराने उपयोग होतो. आपल्या उच्च नैतिक मानदंडांबद्दल अभिमान बाळगतानाही टाटा परिवार किंवा टाटा समूह यातले कुणीच शिष्टपणाची किंवा अभिजन असल्याची प्रतिमा उभी केली नाही. भारतातले एक अग्रगण्य उद्योगपती जेव्हा दक्षिण मुंबईत करोडो रुपये खर्चून एक भव्य प्रासाद बांधत असतात, तेव्हा टाटा कोलकात्यात एक नवीन कॅन्सर रुग्णालय बांधत असतात. पुन्हा एकदा ते आपले धन आपल्या तत्त्वांच्या ठिकाणीच लावत असतात. भारतवासी हे जाणतात आणि म्हणूनच त्यांचा ब्रँड इतर स्पर्धकांना प्रत्येक बाबतीत मागे टाकतो.

नॅनोसारख्या कल्पक प्रकल्पांमधून सर्जनशीलतेप्रती ठेवलेल्या बांधिलकीमधून आणि बिझिनेस एक्सलन्स मॉडेलमध्ये अंगभूत असलेल्या उत्कृष्टतेमधून टाटांनी वचनपूर्तीची एक मालिकाच सादर केली आहे. दुसऱ्या कुठल्या कंपनीने हिंमतसुद्धा केली नाही, ते आम्ही करू शकतो, हे त्यांनी दाखवून दिले आहे.

परदेशातली समज

भारताबाहेर पाऊल टाकले, तर लगेच हे चित्र बदलते. अगदी युकेसारख्या देशात, जिथे भारताबाहेरचे त्यांचे सर्वांत बळकट ठाणं आहे, तिथेही या ब्रँडबद्दल किंवा तो कशाचे प्रतिनिधित्व करतो याबद्दल तुलनेने फार कमी लोकांना माहिती आहे. दक्षिण आफ्रिकेत टाटा ब्रँडचा जोरदार प्रचार झाला आहे. तिथे ब्रँडची माहिती, त्यांच्या मूल्यांची माहिती जास्त आहे. बाकी मग आंतरराष्ट्रीय आर्थिक वर्तुळात टाटा

प्रसिद्ध आहेत आणि काही क्षेत्रांमध्ये, त्या त्या उद्योगातल्या मंडळींना, त्या त्या क्षेत्रातली टाटा कंपनी माहीत असते. म्हणजे रसायने बनवणाऱ्या इतर कंपन्यांना टाटा केमिकल्स माहीत असते. टाटा कम्युनिकेशनचे नाव टेलिकॉम क्षेत्रात चांगले आहे, वगैरे. जगभरात १३०,००० कर्मचारी असलेली टाटा कन्सल्टन्सी सर्व्हिसेस ही खरे तर भारताबाहेर सर्वांत जास्त माहितीची कंपनी असायला हवी होती. पण ती सरळ टी.सी.एस. याच नावाने ओळखली जाते आणि त्यांचे टाटांशी असलेले नातं चटकन लक्षात येत नाही. बऱ्याच लोकांना टाटा समूहापैकी कोणतातरी एक भाग माहीत असतो, तुलनेने कमी लोकांना तो एक 'पूर्ण' म्हणून माहीत आहे.

उदाहरणार्थ, २००७मध्ये चीनमध्ये 'इप्सॉस पब्लिक अफेअर्स'ने केलेल्या मार्केट रिसर्चचा निष्कर्ष होता – 'टाटांबद्दलची लोकांना असणारी माहिती ही फारशी खोलवर नाही आणि काही बाबतीत त्याबद्दल चुकीची माहितीही आहे.'[१३] हे संशोधन उच्चभ्रू वर्गात – व्यावसायिक, सरकारी अधिकारी, शिक्षणतज्ज्ञ आणि पत्रकार – यांच्यात केले होते आणि त्यात असे दिसले की, त्यातल्या सुमारे फक्त पन्नास टक्क्यांनाच टाटांची काहीतरी माहिती होती. ज्यांनी टाटांचे नाव ऐकलेले असल्याचा दावा केला होता, त्यांपैकी जवळपास एक चतुर्थांश लोकांना ही भारतीय कंपनी आहे हे माहीत नव्हते आणि साधारण अर्ध्यांच लोकांना अशा एका उद्योगाचे नाव सांगता आले, ज्यात टाटा कार्यरत आहेत. निदान त्या अहवालाच्या निष्कर्षाप्रमाणे चीनमध्ये टाटांबद्दल नकारात्मक माहिती तरी नव्हती आणि त्यामुळे ब्रँड बिल्डिंगची सुरुवात कोऱ्या पाटीपासून करता येणार होती. पण त्यात धोकेही होते. 'जोपर्यंत टाटांची प्रतिमा ही कमी माहितीवर आधारित आहे, तोवर टाटांचे फारसे हितचिंतक नसलेलेही टाटांची प्रतिमा घडवू शकतात. टाटांनी जोरदार हालचाली करून इतरांना टाटांची प्रतिमा घडवण्यापासून रोखले पाहिजे, हे फार महत्त्वाचे आहे.' चीनची बाजारपेठ ही टाटांनी स्वत:च्या दीर्घ पल्ल्याच्या वाढीसाठी लक्ष्य ठरवली आहे हे लक्षात घेता, ही फारच गंभीर बाब आहे.

असेच युनायटेड स्टेट्सच्या बाबतीतही आहे. तिथे टाटा कन्सल्टन्सी सर्व्हिसेस आणि टाटा केमिकल्सची छोटी गुंतवणूक आहे. २००८साली यू.एस.मध्ये केलेला असाच उच्चभ्रू वर्गातला अभ्यास सांगतो की, त्यातल्या अर्ध्यांनी टाटा हे नाव कधी ऐकलेलेच नव्हते आणि ज्यांनी ऐकले होते, त्यांना त्यांच्या मूल्यांबद्दल काही माहिती नव्हती. बहुधा टाटा कन्सल्टन्सी सर्व्हिसेसच्या तिथल्या प्रभावी अस्तित्वामुळे त्यांनी टाटांचे नाव माहिती तंत्रज्ञान आणि आउटसोर्सिंगशी जोडले आणि इथेही भारतीय उद्योगांबद्दलची टोकाची मते होती. ती त्या उद्योगांच्या पर्यावरणविषयक आणि नैतिक बाबतीतल्या भिकार रेकॉर्डमुळे झालेली होती. समूहाच्या परंपरांबद्दल किंवा मूल्यांबद्दल काहीच माहिती नसल्याने लोकांनी हाच

समज टाटांनाही लागू केला.[१४]

त्याच काळातील युकेमध्ये केलेल्या पाहणीत मात्र तेथील लोक टाटांबाबत पुष्कळच सजग असल्याचे जाणवते. इथे कोरस आणि जग्वार लँड रोव्हरच्या खरेदीमुळे टाटांचे नाव बातम्यांमध्ये होते. त्यापूर्वी मात्र माहिती फार मर्यादित होती. २०००मध्ये 'टेटली टी' विकत घेऊन 'टाटा टी' नजरेच्या टप्प्यात आली होती आणि २००५मध्ये जेव्हा टाटा केमिकल्सने ब्रूनर मॉड विकत घेतली, तेव्हा व्यवस्थापकीय संचालक जॉन कॅरिगन आणि त्याच्या सहकाऱ्यांना वाटले होते की, ही युकेमधली टाटांची पहिली खरेदी आहे. तसे नव्हते हे त्यांना नंतर कळले. टाटा स्टील युरोपचे (या कंपनीने आता कोरस सामावून घेतली आहे.) व्यवस्थापकीय संचालक कर्बी ॲडम्स म्हणतात की, 'पोलाद उद्योगात टाटा स्टील प्रसिद्ध होती आणि ती काय करते, याबद्दल बऱ्यापैकी माहिती होती.' पण २००८ साठी खरेदी केलेल्या जग्वार लँड रोव्हरचे माजी सीईओ डेव्हिड स्मिथ म्हणतात की, कर्मचाऱ्यांची पहिली प्रतिक्रिया होती – 'हे कोण टाटा?'

पण एकदा कर्मचाऱ्यांना कंपनीची अधिक माहिती कळू लागली तशी ती त्यांना रंजक वाटू लागली आणि जे समोर दिसले ते त्यांना आवडू लागले. खरेदी केलेल्या कंपन्यांमधून अगदी याचाच प्रतिध्वनी असतो. त्यांना पहिल्यांदा टाटांची फारशी माहिती नव्हती, पण जशी जास्त माहिती मिळत गेली, तशी त्यांची मते अनुकूल झाली. या कंपन्यांच्या बाहेर मात्र फार अनिश्चितता वाटते. रस्त्यावरच्या बऱ्याच स्त्री-पुरुषांनी (आणि इमिग्रेशन ऑफिसर्सनी) नॅनोबद्दल ऐकलेले आहे. खूप लोकांना कोरस आणि जग्वार लँड रोव्हरच्या खरेदीचीही माहिती असते. पण फारच कमी जणांना ही माहिती आहे की, 'टाटा म्हणजे काय आणि त्यांची मूल्ये कोणती.' इप्सॉसने केलेल्या उच्चभ्रूंच्या पाहणीत, टाटांच्या धर्मादायबद्दल व समाजसेवेबद्दल फार कमी लोकांना माहिती होती; टाटा सन्समधले बहुतांश समभाग हे धर्मादाय/विश्वस्त संस्थांकडे आहेत, हे सत्य सगळ्यांना माहीत नाही.

'अर्धवट ज्ञान महाधोकादायक.' असे कवी अलेक्झांडर पोपने म्हणून ठेवले आहे. इप्सॉसच्या पाहाणीतून असे दिसले की, ब्रिटनमधल्या उच्चभ्रूंपैकी ८० टक्के लोकांना 'टाटा' या नावाचा परिचय होता. ५९ टक्क्यांनी त्यांच्याबद्दल अनुकूल मत दर्शवले, पण फक्त ४० टक्के लोकांना त्या नावावर भरवसा होता. भरवसा, विश्वास हे जर टाटांचे मूल्य मानले, तर इथे नक्कीच दरी आहे. भारतीय उद्योगांचे युएसमध्ये आहे त्यापेक्षा बरं नाव ब्रिटनमध्ये आहे. पण ब्रिटिश लोकांना परकी मालकीविषयी एक जुना आणि दृढ संशय असतो. परकी मालकीला ते स्वत:च्या मालमत्तेचा ऱ्हास आणि रोजगार गमावणे याला समानार्थी समजतात. काही बाबतीत त्यालाही कारण आहे. टाटा हे ब्रिटिश अर्थव्यवस्थेत दीर्घ मुदतीची गुंतवणूक करत आहेत, ही

कल्पनाच लोकांच्या गळी नीटशी उतरत नाही. रेडकार इथला कोरसचा कारखाना बंद करणे किंवा डिसेंबर २००९मध्ये १७०० कामगारांना कामावरून कमी करणे, अशा घोषणांमुळे ही कीर्ती वाढायला अटकावच झाला.vi

ब्रिटिश लोकांना एकतर टाटांबद्दल फार जास्त माहिती आहे किंवा पुरेशी माहितीच नाही. या समूहाबद्दल स्वत:ची समजूत करून घेण्याइतके तुकड्या तुकड्यातले ज्ञान त्यांना आहे; पण या समजुती बरोबर आहेत, याची खात्री करून घेण्याइतके ते पुरेसं नाही. टाटा ग्लोबल बीव्हरेजेसचे मुख्य कार्यकारी अधिकारी (सीईओ) पीटर उन्सवर्थ आठवण सांगतात की,vii 'नोव्हेंबर २००९ मध्ये, काही महिने संपावर असलेल्या आसाममधल्या चहाच्या मळ्यातल्या कामगारांना पाठिंबा देण्यासाठी ब्रिटिश कामगार संघटनांनी वातावरण ढवळायला सुरुवात केली. तो चहाचा मळा ज्या कंपनीच्या मालकीचा होता त्यात टाटा टीचा हिस्सा होता, म्हणून कामगार संघटनांनी टाटांना 'अन्यायी' मालक ठरवून टाकले आणि आता ते टेटलीला लक्ष्य करणार अशी काळजी पसरली. वास्तविक नोवेरा नडी इस्टेटच्या संपाबद्दल (मळ्यातल्या वैद्यकीय कर्मचाऱ्याला काही कामगारांनी मारहाण करून पळवून नेले म्हणून केलेल्या टाळेबंदीपासून ही सुरुवात झाली.) असलेला तपशील अगदी संदिग्ध होता आणि त्या मुद्द्यांचे थेट व्यवस्थापन टाटांच्या हातात नव्हते. टाटा समूहाची रचना, तो कसा काम करतो, त्याची मूल्ये, भारतात आणि जगात इतरत्र चहा उद्योगातील त्यांचे स्थान याबद्दलच्या अज्ञानामुळे टाटांबद्दलचे प्रतिकूल मत तयार झाले.

आणि बहुतेक इंग्रजांना टाटा किंवा त्यांची मूल्ये समजत नाहीत म्हणून ब्रिटनमधल्या टाटांच्या उपकंपन्या – विशेषत: ज्या ग्राहकाभिमुख आहेत त्या – त्यांचे टाटांशी असलेले जवळचे संबंध जाहीर करायला कचरतात. विशेषत: जग्वार लँड रोव्हर आणि टेटली, यांच्या अधिकाऱ्यांचा आग्रह होता की, त्यांचे स्वत:चे ब्रँड आणि टाटा यात काहीही नातं असता कामा नये. आत्ताच तो संबंध जोडणे म्हणजे आधी सुस्थापित झालेल्या ब्रँडची शक्ती कमी केल्यासारखे होईल. पीटर उन्सवर्थला वाटते की, 'युकेमध्ये विकल्या जाणाऱ्या चहाच्या पुड्यांवर दर्शना भागात टाटांचा ब्रँड आहे अशी वेळही येईल, पण त्याला असेही वाटते की टाटा ब्रँडबद्दलची जागृती हळूहळू होईल, कदाचित त्याला काही वर्षेही लागतील.' एकूणात टाटांच्या अधिकाऱ्यांनाही हे पटते आहे. टाटा ब्रँडच्या युकेमधल्या ओव्हर एक्सपोजरबद्दल त्यांना काळजी आहे; अनिश्चिततेचे आणि अज्ञानाचे वातावरण पाहता, त्यांच्या स्वत:च्या ब्रँडला धोका आहे. त्यामुळे जॉन कॅरियनसारख्या अधिकाऱ्यांना – जे टाटा ब्रँड स्वीकारायला आनंदाने तयार आहेत – त्यांनाही नम्रपणे 'थाडे थांबायला' सांगितले जातेय; योग्य वेळ अजून आली नाही.

उभय पक्षांचा सावधपणा समजण्यासारखा आहे. पण इथे धोका आहे. केवळ टेटली, जग्वार लँड रोव्हर, कोरस आणि ब्रुनेट मोड हे टाटांचे नाव वापरत नाहीत, म्हणून काही लोक त्यांचा संबंध टाटांशी लावल्याशिवाय राहात नाहीत. पहिल्या प्रकरणात ब्रँड हे कंपनी आणि स्टेकहोल्डर्सकडून कसे 'सह-निर्मित' होतात हे आपण पाहिले. शेवटी ब्रँड ही स्टेकहोल्डर्सच्या समजुतीची गोळाबेरीज असते, पण कंपनीनेही ही समजूत योग्य, बरोबर करून देण्यासाठी स्वत:बद्दलची, आपल्या मूल्यांबद्दलची, हेतूंबद्दलची माहिती पुरवून हातभार लावलाच पाहिजे. तिने जर तसे केले नाही तर लोक दुसरीकडे कुठेतरी माहिती शोधतील. त्यात आसाममधल्या संपासारख्या, जगाच्या इतर भागांमधल्या घटनांची विकृत आणि अर्धवट समजलेली माहिती आली. जर आपल्या प्रतिमेला आकार देण्यासाठी टाटांनी कृती केली नाही, तर चीनमधल्या इप्सॉस अहवालात म्हटल्याप्रमाणे, त्यांच्याऐवजी इतर कुणी त्यांच्या प्रतिमेला आकार देतील. 'आम्ही कधीकधी जास्त गप्प राहण्याची चूक करतो.' कर्बी अॅडम्स म्हणतात, 'आत्ताच्या घटकेला ब्रँडला योग्य मूल्य मिळत नाहीये, असे मला खरोखरच वाटते. जागतिक, औद्योगिक ब्रँड म्हणून त्याचे नाव जी.ई.सारखे घराघरात पोहोचायला काहीच हरकत नाही. ते पोहोचणे सहज शक्य आहे.'

'टाटा' फारच समोर आले, तर काही प्रस्थापित कंपन्यांची शक्ती कमी होईल. पण ते जर पुरेसे दृष्टीसमोर राहिले नाहीत आणि लोकांनी कंपनीला प्रतिकूल अशी 'आपल्या स्वत:च्या कल्पनेनुसार' प्रतिमा बनवली, तर तेही ब्रँड कमजोर होणार. युकेमध्ये मात्र टाटांसमोर जो प्रश्न उभा आहे तो इतर देशांत, विशेषत: उत्तर अमेरिका आणि पश्चिम युरोपमध्ये, काळाबरोबर अधिकाधिक गंभीर बनत जाईल. टाटा भारताबाहेरही एक यशस्वी कॉर्पोरेट ब्रँड उभारू शकतात, हे आपण पुढच्या प्रकरणात दक्षिण आफ्रिकेची 'केस' बघताना पाहणारच आहोत. पण प्रत्येक भौगोलिक क्षेत्रात वेगळे असे आव्हान असेल. ही आव्हानं कशी पेलायची हे कदाचित टाटा कॉर्पोरेट ब्रँड आणि समूहातल्या इतर कंपन्या यांच्यातल्या संबंधांवरील सर्वसाधारण चर्चेतून मिळू शकतात आणि आता आपण याच संबंधाकडे आपले लक्ष वळवणार आहोत.

---

[i] हे घडण्याची अनेक कारणे आहेत. पण सार्वत्रिक कारण म्हणजे सभासद कंपन्यांनी वाटलेल्या नवीन समभागांमुळे टाटांचा मूळ हिस्सा कमी झाला.

[ii] 'टॉमको' ही खाद्यतेल आणि साबण बनवणारी टाटा समूहातली कंपनी पूर्वीच हिंदुस्थान लीवरला विकली असल्याने तिने या बदलात भाग घेतला नाही.

[iii] इतर कंपन्यांबरोबर, विशेषतः परदेशी कंपन्यांबरोबरची जॉईंट व्हेंचर्स, भागीदारी याबाबतीत अपवाद केला जाऊ शकतो. तिथे दोन्ही नावे जोडीने येतात. अलीकडच्या दोन भागीदाऱ्यांची नावे आहेत टाटा व्हर्जिन आणि टाटा डोकोमो आणि विमा क्षेत्रातले जॉईंट व्हेंचर आहे – 'टाटा एआयजी'.

[iv] समूह काही फायदेही देतो – काही ब्रँडशी संबंधित तर काही इतर. त्यात जनसंपर्क, ट्रेडमार्क संरक्षण, मनुष्यबळविषयक सेवा उदाहरणार्थ : प्रशिक्षण, कायदेशीर सल्ला इ. देतात.

[v] हे लिहीत असताना गुजराथमध्ये साणंद येथे नवीन कारखाना उभारला जात आहे.

[vi] रेडकार गडगडण्याच्या वेळी ब्रिटिश प्रसारमाध्यमांनी टाटांच्या कोरस बरोबरच्या संबंधाला फार उचलून धरले नाही. पण कोरसची मालकी टाटांकडे आहे, हे देशात सर्वांना माहीत होते.

[vii] टाटा ग्लोबल बीव्हरजेस या एकछत्री व्यवस्थापनाखाली टाटा टी, टेटली, एट ओ'क्लॉक कॉफी आणि इतर अनेक ब्रँड्स येतात.

ब्रँड सहजीवन

'डू द न्यू' बंगलोरमधल्या अनेक जाहिरात फलकांवर झळकले. तो २००९चा शरद ऋतू होता आणि 'टाटा डोकोमो' ही टाटा टेलिसर्व्हिसेसची नवी सेवा होती.[i] प्रति मिनिट आकाराच्या रूढ पद्धतीऐवजी आम्ही दर सेकंदाप्रमाणे आकार लावू अशी घोषणा टाटा डोकोमोने केली. हा आकार – एक पैसा प्रति सेकंद – सुद्धा लक्ष वेधणारा ठरला. वेळेचा सगळ्यात लहान भाग, चलनाच्या सर्वांत कमी भागाने विकत घेता येत होता.[ii]

ही घोषणा अशा वेळी झाली, जेव्हा भारतातले मोठे मोबाइल ऑपरेटर्स : भारती एअरटेल, रिलायन्स आणि वोडाफोन, एस्सार यांचे किमतीवरून तुंबळ युद्ध सुरू होते. किमती प्रचंड खाली आल्या होत्या. खरे पाहता काही वर्तमानपत्रांनी लगेचच लक्षात आणून दिल्याप्रमाणे टाटा डोकोमोचा साठ पैसे प्रति मिनिट हा दर काही सर्वांत स्वस्त नव्हता. काही ऑपरेटर्स मिनिटाला ५० पैसेच आकारत होते. त्याने काही झाले नाही. टाटाने पुन्हा वर्तमानपत्रातले मथळे काबीज केले. जाहिरात फलक, वर्तमानपत्रातल्या जाहिराती ओळी फेकत होत्या, 'जे वापरले नाही, त्याचे पैसे कशाला द्यायचे?' आणि 'एक सेकंदाचा पल्स जीवनभर' आधीच्या वाक्यात पैशाचे पुरेपूर मूल्य होते, तर दुसऱ्याचे साधर्म्य हृदयाच्या ठोक्यांशी – पल्सशी होते. या दोन्हींचा अध्याहृत संबंध टाटांच्या बाकीच्या मूल्यांशी होता – विश्वास आणि लोकांची आयुष्यं सुधारण्याची बांधिलकी.

टाटा टेलिसर्व्हिसेस ही भारतातल्या मोबाइल फोनच्या बाजारपेठेतली आघाडीची खेळाडू नाही. एअरटेल आणि एस्सारसारख्यांशी तिचा पाठशिवणीचा खेळ गेली काही वर्षे चालू आहे. २००९मध्ये त्यांनी ३६ लाख ग्राहकांचा दावा केला. जो भारतातल्या ग्राहकसंख्येच्या १० टक्क्यांहून थोडा जास्त आहे. टाटा टेलिसर्व्हिसेसचे व्यवस्थापकीय संचालक (चीफ एक्झिक्युटिव्ह) अनिल सरदाना म्हणतात, 'स्पर्धेत उतरताना मोठ्या स्पर्धकांपेक्षा कंपनीने जास्त कल्पक असले पाहिजे.' प्रतिसेकंद दर

टाटा डोकोमोची जाहिरात

आणि 'डू द न्यू' मोहीम या निश्चितच अभिनव कल्पना होत्या आणि त्यांनी खळबळ माजवली. या पुस्तकाच्या दृष्टीने आपल्याला रस आहे तो ब्रँडिंग संदर्भातल्या त्याच्या परिणामांमध्ये.

आपण वर पाहिले त्याप्रमाणे टाटा डोकोमो ब्रँडने परतून टाटांच्या मूल्यांना आणि कॉर्पोरेट ब्रँडला स्पर्श केला आहे. कंपनीच्या वारशाबद्दल आडून सांगत उघडपणे कंपनीच्या नव्या कल्पकतेच्या कीर्तीबद्दल सांगितले आहे. त्याच वेळी या मोहिमेच्या प्रसिद्धीने कॉर्पोरेट ब्रँडचे पोषण करून त्याला बळकट केले आहे. नॅनोच्या लाँचसारखे, एक पैसा प्रति सेकंद हा दर लोक केवळ टाटा डोकोमो किंवा टाटा टेलिसर्व्हिसेसशी जोडत नाहीत, तर टाटा या सर्वसाधारण नावाशी जोडतात. त्यामुळे सेवा आणि सर्जनशीलता यांबद्दलच्या टाटांच्या कीर्तीत भर पडली आहे.

या प्रकरणात आपण कॉर्पोरेट ब्रँड आणि इतर ब्रँड यांच्या संबंधांकडे पाहणार आहोत आणि हे नाव कसे काम करते तेही पाहणार आहोत. ही चर्चा केवळ टाटा आणि त्यांचे कॉर्पोरेट ब्रँड्स यांच्याबद्दलच आहे हे महत्त्वाचे आहे. इतर ब्रँड्सशी तुलना करणे किंवा एकमेकांच्या तुलनेत ब्रँड्सचे मोजमाप करून ते किती 'चांगले' आहेत हे दाखवण्याचा माझा इरादा नाही. ब्रँड्सच्या एका परिवारातल्या नातेसंबंधाचे वर्णन करणे एवढाच इथला हेतू आहे.

टाटा ब्रँड परिवार

टाटा कॉर्पोरेट ब्रँड हा अर्थातच टाटा समूहातल्या अनेक ब्रँड्सपैकी एक आहे. आधीच्या प्रकरणात अथवा कॉर्पोरेट ब्रँडच्या निर्मितीबद्दल चर्चा केली. इतर स्वतंत्र उत्पादनांचे आणि सेवांचे ब्रँड्स आहेत. त्यात पुन्हा काहीजण टाटा नाव उघडपणे वापरतात. टाटा नॅनो आणि टाटा इंडिका कार वगैरे. तर इतर काही, जसे तनिष्क हा दागिन्यांचा ब्रँड, वेस्टसाईड डिपार्टमेंटल स्टोअर आणि जिंजर ही बजेट हॉटेल्सची मालिका वगैरे तसे वापरत नाहीत. सबंध टाटा समूहात असे कितीतरी ब्रँड्स आहेत.

टाटा डोकोमोमुळे टाटांची सेवा आणि सर्जनशीलता या संदर्भातल्या कीर्तीत भर पडली आहे.

यांच्यामध्ये कुठेतरी असलेल्या ब्रँड अस्तित्वाची (ब्रँड एंटिटी) व्याख्या करणे अधिकच अवघड आहे.[१] पहिल्या प्रकरणात पाहिल्याप्रमाणे टाटा समूह हा शंभराहून अधिक कंपन्यांचा संच आहे आणि यातले काही जुने आणि मोठे ब्रँड स्वत:च एक कॉर्पोरेट ब्रँड असल्यासारखे वागतात, तेही बरोबर आहे. त्यांनी निदान काही स्टेकहोल्डर्सबरोबर तरी त्यांचे स्वत:चे नातेसंबंध प्रस्थापित केलेले असतात. आणि टाटा ब्रँडपेक्षा ते वेगळे, थोडेसे का होईना पण वेगळे समजले जातात. त्यांचे वर्णन आणि व्याख्या कशी करायची हा प्रश्न इथे मोठा कठीण आहे. 'कॉर्पोरेट ब्रँड कशाला म्हणावे याची काही व्याख्या ठरलेली नाही.' लंडन बिझिनेस स्कूलचे प्रोफेसर पॅट्रिक बरवाइज म्हणतात.[iii] 'जरा बरा शब्द हवा, तर मी त्यांना 'कंपनी ब्रँड' म्हणेन, म्हणजे त्याचे दुय्यम स्थान दर्शवले जाईल आणि त्याच वेळी कॉर्पोरेट ब्रँडची बाकीची वैशिष्ट्यंही त्यात दिसतील.'[iv]

प्रोफेसर बरवाईज सुचवतात की, आपण त्याला काय म्हणतो यापेक्षा ते काम कसे करतात ते जास्त महत्त्वाचे आहे. एक चाचणी म्हणून वेगवेगळ्या स्टेकहोल्डर्सच्या विचारांचे आपण उदाहरण घेऊ. ग्राहकांसाठी, पहिले नाते हे उत्पादनाशी किंवा सेवेशी असणार हे उघड आहे. 'एखादा ग्राहक जेव्हा टाटा इंडिका विकत घेतो तेव्हा तो ब्रँड खरेदी करतो.' टाटा सन्सचे कार्यकारी संचालक आर. गोपालकृष्णन म्हणतात, 'पण तो ती कीर्तीही खरेदी करत असतो. टाटा या नावाची प्रभावळ, टाटा आणि त्यांची कीर्ती हे ग्राहकाच्या निर्णयावर खूपच प्रभाव टाकतात; टाटा मोटर्स आणि तिचे नाव हे ग्राहकांच्या समजुतीत असते, व्यापक टाटा ब्रँडमध्ये ते बुडलेले असते. फारच थोडे ग्राहक थेट टाटा मोटर्सकडून कार विकत घेतात, बाकीचे डीलर्सकडूनच घेतात. बाकीच्यांच्या बाबतीतही हे सत्य आहे. (ज्या कंपन्यांमध्ये 'टाटा' नाव नाही, अशा टायटन, भारतातील ताज हॉटेल्स किंवा युकेमधली 'टेटली टी' अशांकडून वस्तू किंवा सेवा विकत घेताना हा परिणाम थोडाफार कमजोर होतो.)

बिझिनेस टू बिझिनेस ग्राहकांच्या बाबतीत मात्र चित्र बदलते. टाटा स्टीलचे ग्राहक हे त्यांच्या दर्जाची आणि सेवेची कीर्ती मुख्यत: खरेदी करत असतात. एकूण टाटा समूहाची नव्हे. आर. गोपालकृष्णन याला 'पेनुंब्रा परिणाम' म्हणतात. टाटा आणि त्यांची कीर्ती असते, पण पार्श्वभूमीवर. ग्राहकांच्या मनात मोठा भाग व्यापलेला असतो, तो टाटा स्टीलने (टाटा स्टीलच्या उत्पादनांचेही ब्रँड आहेत. पण त्यांची महान प्रतिमा टाटा मोटर्सच्या ग्राहकांएवढी शक्तिशाली नाही.) प्रकरण ६मध्ये

आपण विविध ग्राहक गटांचे विविध टाटा ब्रँड्सशी असलेले संबंध, कॉर्पोरेट कंपनी आणि उत्पादने तसेच सेवा यांच्यातल्या नातेसंबंधांची चर्चा करणार आहोत.

टाटा आणि त्यांची कीर्ती यांचा ग्राहकांच्या निर्णयावर खूपच प्रभाव पडतो.

परंतु ग्राहक हा स्टेकहोल्डर्सचा एक गट झाला. कर्मचाऱ्यांची समजूत एका वेगळ्या प्रकारची असते. त्यांच्यासाठी उत्पादने व सेवांचे ब्रँड हे तसे गौण असतात. त्यांचे प्राथमिक नाते आणि निष्ठा – किंवा तिचा प्रभाव – हे त्यांना कामावर ठेवणाऱ्या आणि पगार देणाऱ्या कंपनीशी असते. अशा रीतीने 'कंपनी' हा ब्रँड त्यांच्यासाठी महत्त्वाचा असतो. तरीही कंपनी ब्रँडच्या मागे कॉर्पोरेट ब्रँडचे अस्तित्व आणि शक्ती मोठ्या प्रमाणात असते. जमशेदपूरमध्ये काम करणाऱ्या खूप कर्मचाऱ्यांची प्रखर निष्ठा टाटा स्टीलवर आहे. पण ते तुम्हाला असेही सांगतील की, ती जर टाटा कंपनी नसती तर कामाची ती जागा काहीतरी वेगळी राहिली असती. टाटा समूह हा माणसांचा एक शक्तिशाली ब्रँड आहे आणि हा ब्रँड आणि कंपनी ब्रँड असे एकाच वेळी लोकांवर प्रभाव टाकतात. कर्मचाऱ्यांचे टाटा ब्रँडशी असलेले नातं प्रकरण ७मध्ये तपशिलाने चर्चिले आहे.

आर्थिक संस्थांचे लक्षही स्वतंत्र कंपन्यांवर केंद्रित झालेले असते आणि शेअरबाजारात 'कोट' झालेल्या प्रत्येक एकेकट्या कंपनीची कामगिरी कशी आहे याकडेच गुंतवणूकदारांचे प्रथम लक्ष जाते. तरीसुद्धा त्यांच्यावरही, अजाणता का होईना, टाटांच्या मोठ्या प्रतिमेचा, विशेषतः त्यांच्या पारदर्शीपणाचा आणि सचोटीचा प्रभाव पडतोच. आपण हे प्रकरण ८मध्ये पाहणार आहोत. शेवटी जेव्हा आपण एकंदर समाजाकडे येतो, तेव्हा निदान भारतात तरी, टाटा कॉर्पोरेट ब्रँड 'छा गया है!' लोकांना 'टाटा' म्हणजे एकच संस्था वाटते. जरी संस्थात्मकदृष्ट्या ते अगदी वेगळे आणि स्वतंत्र असले तरी. या नात्याबद्दल अधिक प्रकरण ९मध्ये पाहू.

कॉर्पोरेट ब्रँडिंगच्या साहित्यात उपकंपन्यांची आणि उत्पादनांच्या ब्रँड्सची दखल घेतलेली असली, तरी कॉर्पोरेट ब्रँड इतर ब्रँड्सपेक्षा श्रेष्ठ असतो, असा सूर असतो.[२] आपल्याला ब्रँड-वृक्षासारखी रूपकं पाहायला मिळतात. ज्यात कॉर्पोरेट ब्रँड म्हणजे मुळं आणि खोड असतात आणि उत्पादनरूपी फांद्यांना ते आधार देतात. इतर काही लेखक कॉर्पोरेट ब्रँडला 'छत्री' म्हणतात, 'कारण ती उत्पादने ब्रँड्सवर छत्र धरते.' प्रकरण १मध्ये पाहिले तसे 'हवाई संरक्षणाचे' रूपकही वापरले जाते, जे उत्पादनाच्या ब्रँडला आधार आणि पाठिंबा (backup) देतात.

हे झालेच, पण टाटामध्ये हा गोष्टीचा अर्धा भाग झाला. आपण टाटा

डोकोमोच्या बाबतीत पाहिलं त्याप्रमाणे, कॉर्पोरेट ब्रँडलासुद्धा उत्पादनांच्या ब्रँडकडून शक्ती मिळत असते. त्यांच्या कामागिरीचा परिणाम कॉर्पोरेट ब्रँडवर होतो आणि इतर उत्पादने व कंपन्यांच्या ब्रँडवरही होतो. जी.एफ.के. मोडचे सल्लागार विशिख तलवार यांना 'स्नोबॉल इफेक्ट' म्हणतात. बर्फाचा लहानसा गोळा बर्फावरून जाऊ लागला की, त्याला वाटेतला बर्फ चिकटत जातो आणि गडगडता गडगडता तो आकाराने मोठा होत जातो, तसे. काही जण याला 'तरंग परिणाम' म्हणतात. मला मात्र जीवशास्त्रातले 'सहजीवनाचे' रूपक जास्त पसंत आहे. जुन्या ग्रीक भाषेतला 'सिम्बायोसिस' हा शब्द 'एकत्र जगणे' या अर्थाने वापरला जातो. पण जीवशास्त्रात मात्र याचा अर्थ परस्परांबाबत, एकमेकांकडून शक्ती व पोषण मिळवणे, एक-दुसऱ्यावर अवलंबून जगणे आणि एक कुठे संपतो आणि दुसरा कुठे सुरू होतो, हे कळू नये इतके घट्ट जोडले जाणे असा होतो.

'हे दोन्ही बाजूंनी लागू होते.' टाटा कन्सल्टन्सी सर्व्हिसेसचे उपाध्यक्ष एस. रामादोराई म्हणतात. 'टाटांचे नाव आणि कॉर्पोरेट तत्त्वज्ञान हे आमच्या ब्रँडच्या केंद्रस्थानी आहे, पण एक प्रभावळही आहे. आम्ही जे चांगले करतो ते आमच्या मातृ-ब्रँडबरोबर मिसळून जाते. हे सहजीवन अधिक चांगले जाणून घेण्यासाठी टाटा कॉर्पोरेट ब्रँड आणि त्यांच्या दहा कंपन्या आणि जिथे योग्य वाटेल तिथे त्यांची उत्पादने व सेवांचे ब्रँड्स यांच्यातील नातं आपण पाहणार आहोत. या दहा कंपन्या अशा –

• टाटा स्टील : समूहातल्या सर्वांत जुन्या कंपन्यांपैकी एक आणि सर्वांत मोठीही. टाटा स्टीलने परदेशातल्या अनेक कंपन्या विकत घेतल्या आहेत. उदाहरणार्थ सिंगापूरची 'नॅट स्टील एशिया', थायलंडमधली 'मिलेनियम स्टील' आणि ब्रिटिश पोलाद उत्पादक 'कोरस' आणि आता ती जगातल्या दहा बड्या पोलाद उत्पादकांपैकी एक आहे.

• टाटा टी (आता टाटा ग्लोबल बीव्हरेजेसचा भाग) : १९६४साली स्थापना झालेल्या टाटा टीचे भारतातल्या ब्रँडेड चहा बाजारात अधिपत्य आहे आणि ब्रिटिश कंपनी 'टेटली' विकत घेतल्यानंतर ती आता जगातल्या ब्रँडेड चहा उत्पादकांपैकी एक झाली आहे. युएसएमधली 'एट ओ'क्लॉक' कॉफी ब्रँड आणि भारतातला 'हिमालयन मिनरल वॉटर' ब्रँड विकत घेऊन तिने आता इतर पेयांमध्येही पदार्पण केले आहे. अलीकडे त्यांनी चहाच्या मळ्यांमधली मूळ गुंतवणूक बरीच कमी करून एक जागतिक ब्रँडेड पेय समूह बनण्याकडे लक्ष केंद्रित केले आहे.

• टाटा कम्युनिकेशन्स : व्ही.एस.एन.एल. म्हणून ही कंपनी जन्माला आली. भारत सरकारकडून २००२साली ही दूरसंचार कंपनी खरेदी केली

गेली. नंतर तिने आणखीही कंपन्या खरेदी केल्या. जशी कॅनेडियन कंपनी 'ग्लोब टेली' आणि २००८साली पूर्ण कंपनीचे नाव बदलून 'टाटा कम्युनिकेशन्स' असे ठेवले. टेलिफोनी सेवेच्या घाऊक ग्राहकांची ती सर्वांत मोठी पुरवठादार आहे आणि बिझिनेस डेटा सर्व्हिसेस देणारी एक प्रमुख संस्था आहे. ती तीसपेक्षा जास्त देशांमध्ये कार्यरत आहे आणि न्यू जर्सी, मॉंट्रियल, सिंगापूर आणि लंडन इथे तिची कार्यालये आहेत.

• टाटा केमिकल्स : १९३९साली स्थापन झालेली टाटा केमिकल्स ही सोडा ॲश, रसायने, खते व खाद्य मीठ बनवणारी एक बहुआयामी कंपनी आहे. भारतातल्या ब्रँडेड मिठाच्या बाजारपेठेपैकी ५० टक्के पेक्षा जास्त हिस्सा हिच्या हातात आहे. परदेशी खरेदीमध्ये ब्रिटनची ब्रूनर मॉड आणि युनायटेड स्टेट्समधली जनरल केमिकल्स आहेत.

• टाटा टेलिसर्व्हिसेस : १९९६साली स्थापन झालेली टाटा टेलिसर्व्हिसेस ही भारतीय ग्राहकांना मोबाईल आणि फिक्स्ड लँडलाईन सेवा पुरवते. त्यांनी भारतात व्हर्जिन मोबाईलबरोबर आणि अगदी अलीकडे एनटीटी डोकोमोबरोबर संयुक्त उपक्रम सुरू केले आहेत. आपल्या वायरलेस नेटवर्क्ससाठी ते सी.डी.एम.ए. आणि जी.एस.एम. दोन्ही प्रणाली वापरतात. ते भारतातले सर्वांत मोठे मोबाईल टेलिफोन ऑपरेटर मुळीच नाहीत, पण हे लिहिले जात असताना ते अतिशय आक्रमकपणे विक्री करत बाजारपेठेचा मोठा हिस्सा काबीज करण्याची अपेक्षा करत आहेत.

• टाटा मोटर्स : १९४१साली 'टेल्को' (टाटा इंजिनिअरिंग अँड लोकोमोटिव्ह कंपनी) म्हणून स्थापन झालेल्या या कंपनीची खासियत होती व्यापारी वाहने, जास्त करून हलक्या आणि जड लॉरीज. १९९०मध्ये प्रवासी वाहने बनवायलाही त्यांनी सुरुवात केली. २००९मध्ये आणलेल्या छोट्या टुमदार आणि अत्यल्प किमतीच्या नॅनोमुळे ही कंपनी जगभर प्रसिद्ध झाली. त्यांनी अनेक परदेशी कंपन्या खरेदी केल्या आहेत. त्यात 'देवू'चा (Daewoo) व्यापारी वाहनांचा विभाग होता आणि अर्थातच फोर्डकडून २००८मध्ये २३ बिलियन डॉलर्सना खरेदी केलेल्या जग्वार आणि लँड रोव्हर आहेत.

• टाटा कन्सल्टन्सी सर्व्हिसेस : १९९६साली टाटा सन्सचा एक विभाग म्हणून सुरू झालेली टी.सी.एस. जगभरातल्या ग्राहकांना माहिती तंत्रज्ञान सेवा, आऊटसोर्सिंग आणि सल्ला सेवा देते. युरोप, आफ्रिका आणि उत्तर-दक्षिण अमेरिका, तसेच संपूर्ण आशियात यांची कार्यालये आहेत. २००४साली ती स्वतंत्र कंपनी बनली. कंपनीच्या स्वत:च्या वेबसाईटवर

म्हटल्याप्रमाणे २००९च्या उत्तरार्धात कंपनी आणि तिच्या उपकंपन्या मिळून १३०,००० कर्मचारी होते आणि समूहातली सर्वांत जास्त कर्मचारीसंख्या असलेली ती कंपनी होती. अगदी अलीकडेपर्यंत टाटा समूहाची भारताबाहेर सर्वांत जास्त माहिती असलेली ही कंपनी होती.

* टायटन इंडस्ट्रीज : १९८४मध्ये तामिळनाडू इंडस्ट्रियल डेव्हलपमेंट कॉर्पोरेशन आणि टाटा समूह यांचा संयुक्त प्रकल्प म्हणून सुरू झालेल्या या कंपनीचे भारतातल्या घड्याळांच्या बाजारपेठेत वर्चस्व आहे. ते वर्षाला १० मिलियनहून जास्त घड्याळे विकतात. त्यांचे घड्याळाचे अनेक ब्रँड्स आहेत. तसेच ते चष्मे-गॉगल्स आणि दागिन्यांच्या क्षेत्रातही आहेत. त्यांचा तनिष्क दागिन्यांचा ब्रँड आहे, तशीच किरकोळ विक्रीच्या दुकानांची साखळीही आहे. त्यांचा प्रिसिजन इंजिनिअरिंग विभाग हा देशातल्या आणि परदेशातल्या कार व विमानं बनवणाऱ्या कंपन्यांना आपली उत्पादने पुरवतो.

* ट्रेंट : १९९८साली स्थापन झालेली 'ट्रेंट' ही भारतातली किरकोळ विक्री दुकानांची पहिली साखळी होती. त्यांचा सर्वांत महत्त्वाचा ब्रँड म्हणजे 'वेस्टसाइड' या डिपार्टमेंट स्टोअर्सची साखळी. पण आता ते स्टार बझार सुपरमार्केट साखळी, लँडमार्क पुस्तकांची दुकाने आणि फॅशन यात्रा ह्या कापडाच्या किरकोळ विक्रीची साखळी यातही उतरले आहेत.

* ताज हॉटेल रिसॉर्ट्स अँड पॅलेसेस : मूळ ताज महाल हॉटेल १९०३साली मुंबईत उभे राहिले. आज 'ताज हॉटेल्स' या नावाने इंडियन हॉटेल्स कंपनी आणि तिच्या अनेक सहयोगी कंपन्या यांच्या भारतातल्या आणि भारताबाहेरच्या ऐंशी हॉटेल्सचा निर्देश केला जातो. त्यांचे स्वत:चे ब्रँड्स आहेत. लक्झरी पंचतारांकित ताज हॉटेल्स, ताज एक्झॉटिका, स्पाज आणि रिसॉर्ट्स, ताज सफारीज आणि थोड्या कमी सवलती असलेली हॉटेल्स, अपर अपस्केल हॉटेल्स, गेट वे हॉटेल्स आणि शेवटी बजेट हॉटेल्सची साखळी 'जिंजर'. यामध्ये परदेशातली उल्लेखनीय खरेदी म्हणजे २००९साली नूतनीकरण करून नव्याने सुरू केलेले न्यूयॉर्कमधले 'पिअरे'.

या दहांमध्ये समूहातल्या सर्वांत जुन्या कंपन्या आहेत, तशाच अगदी नवीन कंपन्याही आहेत. आणि त्यांचा आवाका अवजड उद्योगांपासून ते सेवाक्षेत्र, उच्च तंत्रज्ञानापर्यंत आहे. दहापैकी सात हे 'टाटा कंपनी' ब्रँड आहेत तर तीन 'नॉन-टाटा कंपनी' ब्रँड आहेत. टाटा नाव न वापरण्याची या तिघांचीही कारणे वेगवेगळी आहेत. आपण आधी पाहिले तसे 'ट्रेंट' ही अशा क्षेत्रातली गुंतवणूक होती, ज्याचा टाटा समूहाला काहीही पूर्वानुभव नव्हता. त्यामुळे त्याला 'जोखमीची गुंतवणूक' समजले गेले. टाटांचे नाव त्यात दडले आहे; ट्रेंट हा आधी ठरवलेल्या नावापासून

तयार केलेला शब्द आहे – टाटा रिटेल एन्टरप्रायझेस. 'टायटन' हा तामिळनाडू सरकारबरोबरचा संयुक्त प्रकल्प होता आणि त्यात त्यांचा हिस्सा टाटांपेक्षा जास्त होता. नावातून ही भागीदारी सूचित होते. टायटन नावातील 'टी आय' हे 'टाटा इंडस्ट्रिज' साठी व 'टी ए एन' हे तामिळनाडूसाठी आहेत.[४] आणि आपण प्रकरण २मध्ये पाहिल्याप्रमाणे ताज महाल हॉटेलमध्ये जमशेटजी टाटांनी वैयक्तिकरीत्या पैसे गुंतवले होते आणि १९०४मध्ये ताज जणू आपोआप समूहात सामावले गेले. हा ब्रँड सुरुवातीला अंशत: स्वतंत्रपणे वाढला आणि गेल्या वीस-एक वर्षांमध्ये तो टाटा ब्रँड परिवाराचा सदस्य म्हणून उभारला आहे.

ब्रँडमध्ये गुंतणे

काही प्रमाणात आपण ब्रँड्सची वेगवेगळ्या पातळ्यांवर विभागणी केली, ती कृत्रिम आहे. स्टेकहोल्डर्स सहसा ब्रँड्समध्ये फारसा फरक करत नाहीत. पुष्कळदा ते ब्रँड्सची सरमिसळ करतात. पुष्कळदा ते कशाबद्दल बोलत असतात यावर ते अवलंबून असते. उदाहरणार्थ ग्राहक जेव्हा वस्तूच्या वैशिष्ट्यांबद्दल बोलत असेल तेव्हा त्यांचा संदर्भ वस्तू किंवा सेवेच्या ब्रँड्सशी असतो, पण जर तो विश्वास, विश्वासार्हता वगैरे मुद्यांवर चर्चा करत असेल, तर त्याचा संदर्भ थेट टाटांशी असतो. टाटा कंपन्यांच्या कर्मचाऱ्यांशी बोलतानाही हे लक्षात येते. जमशेदपूरला मी टाटा स्टीलच्या कर्मचाऱ्यांना भेटलो, तेव्हा ते 'टाटा स्टील' आणि 'टाटा' यांची बोलताना सरमिसळ करत होते. ते कुणाविषयी बोलत आहेत हे, ते नोकरी वा कामाच्या ठिकाणच्या सोयी वगैरेंबद्दल बोलत आहेत की मूल्ये, आदर्श यांबद्दल बोलत आहेत त्याच्यावर अवलंबून होते.

पण हा भेद, अगदी सौम्यपणाने म्हणायचे, तर धूसर आहे, तो स्पष्ट, रेखीव नाही. समजुतींची उतरंड अगदी रेखून आखण्याऐवजी, लोकांना सर्वसाधारण 'टाटा-पणा'ची जाणीव असते, असे वर्णन एका मुलाखतकाराने केले आहे. स्टेकहोल्डर्सची समजूत आणि प्रतिक्रिया यांचा विचार करताना, विविध पातळ्यांवरच्या ब्रँड्सशी असलेली अनेक पदरी गुंतवणूक आपण ध्यानात घ्यायला हवी.

ही गुंतवणूक वेगवेगळ्या ब्रँड्सच्या वेगवेगळ्या रूपात व्यक्त होते. विशेषत: ज्या कंपन्या 'टाटा' नाव लावतात आणि ज्या लावत नाहीत, त्यांच्यात फरक केला पाहिजे. 'टाटा टी'मध्ये, टाटा ग्लोबल बीव्हरेजेसच्या दक्षिण आशिया विभागाच्या अध्यक्ष संगीता तलवार यांच्या म्हणण्याप्रमाणे, कॉर्पोरेट ब्रँडची भूमिका खूप महत्त्वाची आहे. इतर ब्रँड्सना तो शक्ती आणि आधार देतो. 'आम्ही जे करतो ते करणे 'टाटा' नसताना शक्य झाले नसते.' त्या म्हणतात, टाटा कन्सल्टन्सी

सर्व्हिसेसचे उपाध्यक्ष एस. रामादोराई यांचेही म्हणणे पुष्कळसे तेच आहे. टाटांचे नाव आणि तत्त्वज्ञान टी.सी.एस. ब्रँडच्या केंद्रस्थानी आहे. पण टायटनचे व्यवस्थापकीय संचालक भास्कर भट म्हणतात की, 'परिस्थिती वेगळी आहे. टायटनचा स्वत:चा असा कॉर्पोरेट ब्रँड आणि उत्पादनांचा ब्रँडच खूप शक्तिशाली आहे. त्यामुळे निदान ग्राहकांच्या बाबतीत तरी, टाटा हे मागच्या पडद्यावर आहेत.'

विविध स्टेकहोल्डर्सची ही गुंतवणूकसुद्धा अनेक अर्थांनी अनेक पदरी आहे, यात काहीच नवल नाही. उत्पादने आणि सेवांच्या ब्रँड्सशी ग्राहकांची घट्ट गुंतवणूक असते, तर कर्मचाऱ्यांची घट्ट बांधिलकी कंपनी ब्रँड्सशी असते, कारण अर्थातच त्यांच्या कामाच्या शर्ती ठरवणारी आणि पगार देणारी कंपनी असते. एकंदरीत समाज प्रथम 'टाटा' संस्थेचा विचार करतो आणि त्यातच जाणता-अजाणता टाटा परिवाराचा. त्यांच्यात ते 'टाटा-पणा' व टाटांची मूल्ये पाहतात. परंतु हे फरक प्रकारापेक्षाही प्रमाणाचे आहेत. प्रभाव आणि समजूत यांचे प्रमाण थोडं-थोडं बदलत असेल, पण एकूणात स्टेकहोल्डर्स हे टाटा समूह, एकेकट्या टाटा कंपन्या, त्यांची उत्पादने, सेवा यांचा सातत्याने विचार करतात. त्यामुळे ब्रँड सहजीवनाचा विचार करताना आपण हे लक्षात ठेवले पाहिजे की, एक ब्रँड काय करतो याचे प्रतिबिंब इतर ब्रँड्सच्या कीर्तीत आणि प्रतिमेत पडते. याचीच वेगवेगळी रूपं आपण पुढच्या चार प्रकरणांमधे पाहणार आहोत.

आरोग्य आणि संपदा : टाटा ब्रँड्सना कसा आधार देते?

आपण चौथ्या प्रकरणात पाहिल्याप्रमाणे, कॉर्पोरेट ब्रँड्सच्या विकासामागे असलेली एक गोष्ट म्हणजे समूहामधली एकजिनसीपणाची आणि सातत्याची गरज. अशा एका सातत्यपूर्ण प्रतिमेची समान मालकांची आणि मूल्यांची गरज होती, जिच्याशी सर्व जण बांधील राहतील. ब्रँड्सचे संकेतीकरण आणि नाव व ब्रँड मार्कमध्ये एकसारखेपणा आणल्याने सातत्यपूर्ण प्रतिमा तयार व्हायला मदत झाली. 'ब्रँड्सची दृश्य ओळख निर्माण झाल्याचा फायदा आता कंपन्यांना मिळत आहे.' रतन टाटा सांगतात.

चिन्हांचे आणि त्यांच्या प्रतिनिधित्वाचे सातत्य असल्याने उलटपक्षी त्यांच्या अर्थातही अधिक सातत्य आहे. म्हणजे टाटा समूह किंवा निदान ज्या कंपन्या टाटा कॉर्पोरेट ब्रँड वापरतात, त्यांना स्वत:चे वेगळेपण राखतानाच एक सामाईक ओळख मिळाली – म्हणजे भारतातल्या राज्यांसारखे, स्वत:ची संस्कृती, वैशिष्ट्ये यांच्यामुळे प्रत्येक राज्य वेगळे आहे. पण त्यांच्यात 'भारतीयत्व' आणि 'भारतीय संस्कृती' समान आहे. जमशेदपूरचा पोलादाचा कारखाना आणि हांगझौ किंवा मॉनिविदोमधली

टी.सी.एस.ची कार्यालये यांच्यात जमीन-अस्मानाचे अंतर आहे, तरीपण ते सारे टाटांचा भाग आहेत आणि त्यांची मूल्ये समान आहेत आणि याचीच आठवण करून द्यायला टाटांचे नाव आणि लोगो आहे.

टाटा कॉर्पोरेट ब्रँड वापरणाऱ्या कंपन्यांना आता, स्वतःचे वेगळेपण राखताना एक सामाईक ओळख मिळाली आहे.

अर्थातच ब्रँड हे सर्व कुणाच्याही मदतीशिवाय करतो असे नव्हे. १९५०मध्ये टाटा ॲडमिनिस्ट्रेटिव्ह सर्व्हिसेसचा जो पायंडा पाडलेला होता, त्यावरून पुढे जात टाटांनी आपल्या मनुष्यबळ व्यवस्थापन प्रणालींचे सुसूत्रीकरण करण्यासाठी पावले उचलली. टाटा सन्समधले समूहाच्या मनुष्यबळ विभागाचे प्रमुख सतीश प्रधान यांनी मला समूहाची बुद्धिमत्ता व नेतृत्व विकसनाचे कार्यक्रम, समूहाची मूल्ये कशी वापरतात, हे समजावून सांगितले. ही मूल्ये तरुण आणि नव्याने भरती झालेल्या व्यवस्थापकांना समजावून सांगितली जातात. ती मूल्ये मनात अगदी पक्की ठसवण्यासाठी आणि अंगी बाणवण्यासाठी मदत केली जाते. पुण्याचे टाटा मॅनेजमेंट ट्रेनिंग सेंटर या प्रक्रियेत मदत करते. पण आपल्या शक्ती कशावर केंद्रित करायच्या यासाठी ब्रँड लोकांना एक दृश्य स्वरूपाचे, ओळख पटवणारे काहीतरी देतो. 'ब्रँड म्हणजे असे काहीतरी, ज्यावर तुम्ही तुमची हॅट लटकवू शकता.' रतन टाटा म्हणतात.

समूहाच्या मूल्यांचे संकेतीकरण करायला ब्रँडची मदत होते आणि याचमुळे कंपन्यांच्या ब्रँड्सचीही आगेकूच होते. ते समूहाची मूल्ये स्वीकारतात आणि त्यांची उत्पादने बाजारपेठेत उतरवतात. उदाहरण द्यायचे तर समाजाची सेवा हे मूल्ये घेऊ. हे विविध ब्रँड्सच्या बाबतीत विविध प्रकारे व्यक्त होते. 'टाटा टी'मध्ये आरोग्यावर भर आहे. 'आरोग्य आणि क्षेम यांचे मूल्य आमच्या साऱ्या उत्पादनांमधून प्रकटत असते.' टाटा टीच्या संगीता तलवार म्हणतात. चहा हे भारताचे सार्वत्रिक पेय आहे आणि भारताच्या संस्कृतीत त्याचे वेगळे स्थान आहे. आता अलीकडे कंपनीने हिमालयन हा 'बाटलीबंद पाण्याचा ब्रँड' आणला आहे आणि फळांवर आधारित पेयांच्या चाचण्या चालू आहेत. आरोग्यदायी पेयांची पुरस्कर्ता म्हणून कंपनी आपले स्थान अधिकाधिक बळकट करत आहे. 'जीवनदायी शाश्वत पेय' असे त्यांचे वर्णन 'टेटली टी'चे पीटर उन्सवर्थ करतात.

टाटा केमिकल्सच्या बाबतीतही हे सत्य आहे. अळणी खाण्याचे पाश्चिमात्य वेड असूनसुद्धा, मीठ हे जीवनासाठी आवश्यक आहे. भारतीय गरिबांमध्ये आयोडिनची कमतरता ही फार मोठी समस्या आहे. टाटा केमिकल्स स्वच्छ व शुद्ध, भेसळविरहित मीठ पुरवते. 'आम्ही जेव्हा पहिल्यांदा (१९८३ मध्ये) सुरुवात केली, तेव्हा आम्ही

म्हटले 'आपल्याला कशासाठी ब्रँड हवा?' टाटा केमिकल्सचे व्यवस्थापकीय संचालक आर. मुकुंदन सांगतात. मिठाचे टाटा मूल्यांशी इतके साधर्म्य होते की ते उत्पादन केवळ 'टाटा नमक' म्हणून विकले गेले आणि जातेय. नंतर इतर ब्रँड्स आले. पण मुख्य उद्देश होता तो त्यांना मूळ टाटा नमक ब्रँडपासून वेगळे काढण्याचा. तसेच खते आणि शेतीविषयक उत्पादनाचे मार्केटिंग करताना, त्या मार्केटिंग मोहिमेच्या केंद्रस्थानी नेहमी शेतकऱ्यांच्या गरजा होत्या. त्यांचे 'टाटा किसान संसार' हे शेतातली माती आणि कोणते पीक घ्यायचे आहे हे बघून कोणते खत वापरायचे याचा सल्ला शेतकऱ्यांना देते. उद्देश हा की त्यांनी केवळ गरज असलेलीच खते घ्यावी, निरुपयोगी गोष्टींवर पैसे वाया घालवू नयेत.

भारताचे आकारमान आणि पायाभूत सुविधांची अवस्था पाहता मोबाइल फोन हे फार महत्त्वाची सामाजिक आणि आर्थिक भूमिका पार पाडतात. ते लोकांना एकमेकांशी संपर्क साधायला, एकत्र काम करायला मदत करतात. भारताला आधुनिक आणि शक्तिशाली बनवण्याच्या प्रयत्नात टाटा टेलिसर्व्हिसेस आपली भूमिका 'बिनी'ची समजतात. क्लीव्हलँडपासून हाँगझौपर्यंत रोजगार निर्मितीच्या आपल्या कामावर टाटा कन्सल्टन्सी सर्व्हिसेस भर देते. (अमेरिकेत तर हे विशेष शहाणपणाचे आहे. कारण बहुसंख्य अमेरिकनांना भारतीय कंपन्या म्हणजे आऊटसोर्सिंग आणि रोजगार हिरावणे एवढेच समजते.) आणि ते लोकांना हीसुद्धा आठवण करून देतात की, कॅटरिना वादळाने न्यू ऑर्लिन्स हे शहर उद्ध्वस्त केल्यावर आपत्कालीन सेवांना तातडीने प्रतिसाद देता यावा म्हणून सॉफ्टवेअर तयार करण्यात टी.सी.एस. अभियंत्यांनी कशी मोलाची कामगिरी केली होती. त्यांच्या एकट्यांच्या कामाचे खास कौतुक लुइझियानाच्या गव्हर्नरने केले होते.

टाटा नॅनो बनवण्यामागची मूळ प्रेरणा ही जीव वाचवण्याची होती. भारतात वाहतुकीचे सर्वसाधारण वाहन म्हणजे दुचाकी. खूपशा लोकांना मुळात कार परवडतच नाही. त्यामुळे अख्खं कुटुंबच्या कुटुंब एकाच स्कूटरवर स्वार झालेले असते, कधी कधी त्यात सामानाची, खरेदीची भरही पडलेली असते. पावसाळ्यात पावसात ते चिंब भिजतात, कोरड्या हवेत बस, कार, लॉरी यांचे धूर पितात आणि सर्व ऋतूंमध्ये कुठलेही बाह्य संरक्षण नसताना इतर मोठ्या वाहनांशी धडक होण्याचा धोका पत्करत असतात. शेकडो, हजारो स्कूटरचालक आणि प्रवासी दर वर्षी अशा अपघातात मरण पावतात किंवा गंभीर जखमी होतात.

टाटा आफ्रिका होल्डिंगचे व्यवस्थापकीय संचालक रमण धवन म्हणतात, 'टाटामध्ये आमच्या नेत्यांच्या प्रत्येक शब्दाला नेमका तोच अर्थ असतो.'

या संदर्भात काहीतरी करायला हवे, असे खुद्द रतन टाटांनीच ठरवले. 'ही सुरुवात त्यांच्याकडूनच झाली, अगदी १०० टक्के.' टाटा मोटर्सच्या इंडिया ऑपरेशन्सचे व्यवस्थापकीय संचालक प्रकाश तेलंग सांगतात, 'सर्वसामान्य माणसाला परवडू शकेल अशी कार बनवण्याचा काहीतरी मार्ग शोधायलाच हवा होता. नफा हा उद्देश नसून, जीव वाचवणे हा उद्देश होता.' ती मूळ दृष्टी ठेवून टाटा मोटर्सने काम सुरू केले आणि टाटाने नॅनोची निर्मिती करून पूर्णत्वास नेले. त्यांनी हे केले; कारण त्यांच्या अधिकाऱ्यांची, अभियंत्यांची आणि रतन टाटांची बांधिलकी आणि तत्त्वं ही एक होती. हेच तत्त्वज्ञान साऱ्या टाटा कंपन्यांतून आणि त्यांच्या ब्रँड्समधून धावत आहे. 'इतर कुठलीही कंपनी एक समस्या म्हणून ज्याचा विचारसुद्धा करू शकत नाही, त्या समस्या सोडविण्यासठी आम्ही इथे आहोत.' आर. गोपालकृष्णन म्हणतात. इतर कुठल्या संस्थेत किंवा इतर कुठल्या कंपनीत हे नुसतं शब्दांचे अवडंबर म्हणून सोडून दिले गेले असते. टाटा आफ्रिका होल्डिंगचे रमण धवन म्हणतात, 'पण टाटामध्ये आमच्या नेत्यांच्या प्रत्येक शब्दाला नेमका तोच अर्थ असतो.'

विश्वास, विश्वासार्हता, गुणवत्तेची आणि सचोटीची हमी आणि एक विश्वास की धंदा करण्याचा हेतू पैसे मिळवणे – निदान *केवळ* पैसाच मिळवणे – हा नसून समाजाची आणि देशाची सेवा करणे हा आहे. हे प्रमुख गुणविशेष टाटा कॉर्पोरेट ब्रँड आपल्या समूहाच्या बऱ्याचशा ब्रँड्सना बहाल करतो. 'हे टाटांनी बनवले असेल, तर याच्यावर विश्वास टाकू शकू, याची खात्री तुम्हाला असते.' असे एक टाटा ग्राहक म्हणतात. आणि कार, चहा, मीठ, मोबाइल फोन किंवा सल्ला सेवा हे सगळ्यासाठी लागू आहे. भारतात या ब्रँड्सभोवती 'चांगलेपणाची' एक प्रभावळ आहे, जी थेट टाटा वारशातून आली आहे. जमशेटजी टाटा आणि जे.आर.डी. टाटा यांच्या दंतकथांतून आली आहे. राष्ट्र उभारणीच्या वारशातून, 'विश्वासाचे नेतृत्व' या बांधिलकीच्या वारशातून ती आली आहे. जी त्या वारसदारांनी पेललली आहे.

हे भारतात, पण टाटा कंपन्या व उत्पादनांचे ब्रँड भारताबाहेर जातात, तेव्हाही असेच घडते का? युरोप आणि अमेरिकेत नव्याने खरेदी केलेल्या कंपन्यांना कॉर्पोरेट ब्रँड त्याच प्रतीचा आधार देऊ शकतो का? चित्र अजून स्पष्ट नाही. एका बाजूला टाटा कन्सल्टन्सी सर्व्हिसेसच्या एस. रामादोराईसारखे लोक आहेत; ज्यांचा विश्वास आहे की, टाटांची मूल्ये आणि टाटा ब्रँड हे परदेशातही तितकेच चांगले काम करतात. टी.सी.एस. गेली वीस वर्षे आंतरराष्ट्रीय स्तरावर काम करत आहे आणि अंटार्क्टिका सोडल्यास सर्व खंडांमध्ये त्यांचा कारभार आहे, त्यामुळे त्यांच्या मताला निश्चितच महत्त्व आहे.

'हे टाटांनी बनवलेले असेल, तर याच्यावर विश्वास टाकू शकू याची खात्री तुम्हाला असते.' एक टाटा ग्राहक सांगतात.

चीनच्या उदाहरणाकडे रामादोराई लक्ष वेधतात, जिथे आपण पाहिले की टाटा आणि त्यांची मूल्ये यांच्याबद्दल अगदीच नगण्य माहिती होती. पण टी.सी.एस.ने केवळ ठाम उभे राहून आणि गोष्टी करून दाखवून परिणाम घडवला. हांगझौमधल्या एका लहानशा प्रकल्पाला शहराच्या महापौरांकडून जाहीर प्रशंसा मिळाली आणि चांगली प्रसिद्धी मिळाली. पाठोपाठ चिनी आयटी कंपनीबरोबर संयुक्त प्रकल्प झाला; बेनिंग, शांघाय, हांगझौ आणि तियान्जिन इथे टेक्नोपार्क उभारले, त्यामुळे आणखी प्रसिद्धी मिळाली. बँक ऑफ चायनासारख्या कंपन्या संपर्क साधू लागल्या आणि मग ग्राहक होऊ लागल्या. परिणामी चिनी लोकांना टाटांबद्दल माहिती असते, ती टी.सी.एस.च्या उपक्रमांमुळे असते. 'आम्ही सेवा देतो.' रामादोराई म्हणतात, 'आणि आम्ही रोजगार निर्मिती करतो.' त्यामुळे चिनी लोकांचा अनुकूल प्रतिसाद मिळाला.

'आमची मूलतत्त्वे वैश्विक आहेत.' दूरसंचार सेवा देणाऱ्या टाटा कम्युनिकेशन्सचे व्यवस्थापकीय संचालक एन. श्रीनाथ म्हणतात. टाटा केमिकल्सचे आर. मुकुंदन

चीनच्या हांगझौ सॉफ्टवेअर पार्कमधील टी.सी.एस.

ब्रिटिश फर्म ब्रुनर मोडच्या खरेदीच्या वेळची आठवण सांगतात – त्यांनी दोन्ही पक्षांना त्यांच्या मूल्यांची यादी करायला व नंतर तुलना करायला सांगितली. याचा निकाल म्हणजे दोन एकसारख्या याद्या होत्या. ते म्हणतात, ब्रुनर मोडचे कार्यकारी संचालक जॉन कॅरीगनही 'उत्कृष्ट सांस्कृतिक जुळणी झाली असल्याशी' सहमत आहेत. त्यांना वाटते की, टाटांच्या भारतीय वारशाला कमी महत्त्व आहे; टाटांच्या; स्वत:च्या मूल्यांना जास्त महत्त्व आहे आणि ती त्यांच्या कर्मचाऱ्यांशी सुसंवादी हवी.[८] आम्हाला टाटा केमिकल्स म्हणवून घ्यायला, आमच्या कारखान्याच्या फाटकावर टाटा लोगो लावायला आवडेल.' ते म्हणतात. 'आणि हे आम्हा सर्व पाचशे जणांना वाटते.' कॅरीगनच्या मते टाटा ब्रँडशी संबंध असल्याचे बरेच सकारात्मक परिणाम झाले. टाटा समूहाची एक कंपनी म्हणून बरोबरीच्या कंपन्यांमध्ये या कंपनीची ओळख एकदम वाढली. 'टाटांचा भाग असल्यामुळे आम्ही एकदम मानाच्या पंगतीत जाऊन बसलो.' ते म्हणतात.

'आम्ही सेवा देतो', टाटा कन्सल्टन्सी सर्व्हिसेसचे उपाध्यक्ष एस.रामादोराई म्हणतात, 'आणि आम्ही रोजगारनिर्मिती करतो.'

मुकुंदन आणखी पुढे जातात, 'नवीन खरेदी केलेल्या कंपनीशी एकरूप व्हायचा आमचा कालावधी आता पन्नास दिवसांचा आहे.' त्यांनी मला सांगितले. मी म्हटले की, व्यवस्थापनाच्या पुस्तकाप्रमाणे हा कालावधी एक वर्षाचा असतो, खरे तर तीन वर्षांची शिफारस केलेली असते. त्यावर ते हसले. 'खरे तर आम्हाला वाटते की, तो वीस दिवसांपर्यंत खाली आणता येईल.' ते म्हणाले. कसा? टाटांच्या स्वत:च्या मूल्यांशी ज्यांची मूल्ये उत्तम जुळतात आणि जे एकमेकांची संस्कृती समजून घेऊ शकतात, अशा कंपन्या शोधल्यावर ब्रुनर मोडसारख्या टाटांची मूल्ये चपखल बसणाऱ्या फर्म्स सापडतात. याचाच अर्थ ती मूल्ये संक्रमित करता येण्यासारखी आहेत, मग ती भलेही वैश्विक नसोत.

तर अशी बरीच उदाहरणे आहेत, जिथे दिसते की टाटांची मूल्ये आणि कॉर्पोरेट ब्रँड हा यशस्वीरीत्या संक्रमित करता येऊ शकतो. पण आपण प्रकरण ४ च्या शेवटी पाहिले तसे, सावधगिरी बाळगायला हवी अशीही कारणे आहेत. जग्वार लँड रोव्हर आणि टेटली टी यांना भीती होती की टाटा ब्रँड स्वीकारल्याने त्यांचा स्वत:चा ब्रँड 'पातळ' होईल. त्यामुळे टाटा ब्रँड स्वीकारायला त्यांची तयारी नव्हती आणि एकूणात टाटा अधिकाऱ्यांनीही हा दृष्टिकोन मानला व या ब्रँडपासून अंतर ठेवण्यात समाधान मानले.[vi] टाटा ब्रँडच्या अर्थाबद्दल पुरी खात्री नसणे, परकी मालकीच्या परिणामांबद्दलची भीती आणि हे सांगितलेच पाहिजे – ब्रिटन आणि युनायटेड

स्टेट्समधल्या वंशवाद आणि परकीयांचा अकारण द्वेष, भीती – यामुळे भयानक भिंती उभ्या राहतात. टायटनने जेव्हा १९९०च्या शेवटी युरोपमध्ये आपली घड्याळे आणली, तेव्हा रचना आणि इंजिनिअरिंग याबाबतीत ती जगातल्या कुठल्याही घड्याळांइतकीच सरस होती. पण लोकांच्या दृष्टीने मात्र 'इंडियन' म्हणजे कमी दर्जाशी समानार्थी होते. (जसे १९५०मध्ये 'जपानी' असे.) ती मोहीम फसली आणि आता पुन्हा प्रयत्न करण्याचा टायटन विचार करत आहे. धडा हा की, वेगवेगळ्या भौगोलिक क्षेत्रात आणि वेगवेगळ्या स्टेकहोल्डर्सच्या गटात, टाटा ब्रँडला विविध अर्थ आहेत. टाटा ब्रँडने भारतात संदेशाचे आणि प्रतिमेचे जे सातत्य कमावले आहे, त्याची सीमेपार पुनरावृत्ती व्हायची आहे.

प्रभावळ : ब्रँड्सचा टाटांना आधार कसा?

आपण प्रकरण १ ची सुरुवात टाटा समूहातल्या कंपन्यांच्या तीन कहाण्यांपासून केली. टाटा मोटर्सने आणलेली नॅनो, टाटा टीची लाचखोरीविरुद्धची 'जागो रे' मोहीम आणि अतिरेक्यांच्या हल्ल्याला ताज महाल हॉटेलने दिलेले खणखणीत उत्तर. या तीनही घटनांनी त्या त्या कंपन्यांचा ब्रँड बळकट केला. पण त्यांनी टाटाचा कॉर्पोरेट ब्रँडही बळकट केला. पहिल्या आणि तिसऱ्या घटनेमुळे टाटा साऱ्या जगाच्या नजरेसमोर आले आणि दुसऱ्यामुळे भारतातली टाटांची एक नैतिक आणि तत्त्वाधारित, अगदी द्रष्टी कंपनी म्हणून असलेली प्रतिमा पुनर्स्थापित झाली. पहिल्या दोन्हींमधून वैचारिक धाडस आणि सर्जनशीलता यांच्याप्रती असलेली टाटांची बांधिलकी दिसून आली, तशीच समस्या सोडवण्याचीही; आणि गोपालकृष्णन म्हणतात तसे, इतर कंपन्या त्याला समस्या म्हणतच नाहीत (किंवा निदान ते सोडवण्यासाठी आपली संसाधनं खर्ची घालायची त्यांची तयारी नसते.) जनरल मोटर्स आणि मारुती दोघंही त्यांच्या स्वत:च्या लहान, अत्यल्प किमतीच्या मोटारी भारतात तयार करण्याची योजना करीत आहेत. या बातमीने टाटांच्या सर्जनशीलतेच्या प्रचंड कीर्तीवर शिक्कामोर्तब केले आहे.

टाटा स्टीलने 'कोरस' विकत घेतल्यामुळे ती जगभराच्या बातम्यांचा विषय झाली...

आपण इतर उदाहरणेही पाहिली आहेत. टी.सी.एस.च्या चीनमधल्या ब्रँडबांधणीमुळे तिथे टाटांना जरा तरी व्यापक ओळख मिळायला मदत झाली. टाटा डोकोमोच्या प्रति सेकंद दरामुळे लोकांचे लक्ष वेधले गेले आणि त्याने लोकांना टाटांकडे एका

वेगळ्या नजरेने पाहायला लावले. टाटा स्टीलने कोरस विकत घेतल्यामुळे ती जगभराच्या बातम्यांचा विषय झाली आणि तिने इतर देशांतल्या लोकांना टाटा समूहाची माहिती करून दिली. (तरीसुद्धा काहीजण त्यांना, त्यांचे स्पर्धक आर्सेलर-मित्तल समजून गोंधळ करतात.) तर इकडे घरी, भारतात, या खरेदीने भारतीय मनाला अभिमान वाटला. टाटा स्टील आता जागतिक स्तरावर स्पर्धा करत होती आणि त्याचवेळी जमशेटजी टाटांच्या सामर्थ्यशाली परंपरेचा आणि त्यांच्या मतांचा – ज्याच्या हातात लोखंड-पोलादाची दोरी, तोच सोन्यावरही राज्य करी – कानोसा घेत होती. देशासाठी संपत्ती निर्माण करणारे, ही त्यांची प्रतिमा पुनश्च दृढ झाली.

टाटा समूहाच्या कोणत्याही अधिकाऱ्याला तुम्ही बलशाली ब्रँड उभारण्याचे आणि राखण्याचे रहस्य विचारले तर ते तुम्हाला सांगतील की, ते आहे सातत्याने अंमलबजावणी करणे आणि कटाक्षाने वचन पुरे करणे. 'बोले तैसा चाले' हा आवडीचा वाक्प्रचार आहे. तुम्ही मूल्यांबद्दल नुसतं बोलत नाही. ती आचरणात आणता आणि याच रीतीने सहजीवन आकाराला येते. कॉर्पोरेट ब्रँड मूल्ये देतात, एका सातत्यपूर्ण प्रतिमेतून आणि संदर्भातून ती स्पष्टपणे व्यक्त केलेली असतात. इतर ब्रँड्सच्या मूल्यांनुसार जगतात आणि स्टेकहोल्डर्सनी त्यांना तसे जगताना पाहिल्यानंतर, लोकांची एकाच वेळी निरनिराळ्या पातळीवर टाटा ब्रँड्समध्ये गुंतवणूक असते. तेही बरंच – एकाच वेळी त्यांच्या सर्व ब्रँड्सबद्दलच्या समजुतींवर प्रभाव पडतो. टाटा कम्युनिकेशन्सच्या एन. श्रीनाथनी मला सांगितले की, भारतात नॅनोचे पदार्पण झाल्यावर कॅनडात त्यांच्या स्वतःच्या कंपनीच्या कीर्तीत आणि प्रतिमेत भर पडली. जगाच्या एका भागातल्या टाटा कंपन्या काय करतात, त्यावर जगाच्या इतर भागातल्या बाकीच्या कंपन्यांवर परिणाम होत असतो – चांगला किंवा वाईट.

ब्रँड सहजीवनाची ही प्रक्रिया प्रत्यक्ष पाहायची असेल, तर दोन उदाहरणे थोडक्यात पाहू. एक : एका नवीन भौगोलिक क्षेत्रात, दक्षिण आफ्रिकेत विस्तार आणि दोन : एका विशिष्ट ब्रँडचा, ताजचा जागतिक विस्तार.

विश्वास निर्माण : दक्षिण आफ्रिका

इतर बहुसंख्य परदेशी कंपन्यांप्रमाणे अपार्थाइड काळात टाटांचे दक्षिण आफ्रिकेत अस्तित्व नव्हते. एकदा वर्णद्वेषी राजवट संपुष्टात आल्यानंतर आणि आंतरराष्ट्रीय बंदी उठल्यानंतरच त्यांनी त्या देशात प्रवेश केला. त्यामुळे जसा टाटांना दक्षिण आफ्रिकेचा काही अनुभव नव्हता (तरी टाटा कंपन्या १९७७ पासून आफ्रिकेत इतरत्र कार्यरत होत्या.) तशी दक्षिण आफ्रिकेलाही टाटांबद्दल काहीही कल्पना नव्हती. अगदी नावसुद्धा अनोळखी होते.

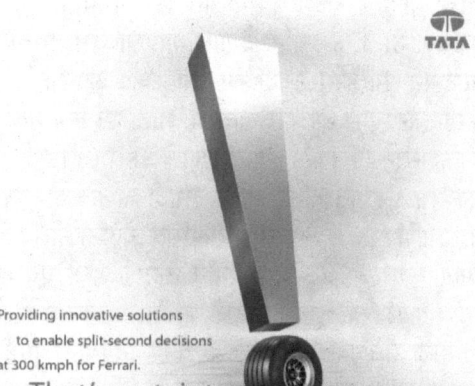

टी.सी.एस.ची जाहिरात

 टाटा म्हणजे काय आणि ते काय करतात, हे पोहोचवणे सुरुवातीला जरा अवघड गेले, असे टाटा आफ्रिकाचे रमण धवन सांगतात. विशेषत: समूहाच्या आकाराशी आणि विविधतेशी जुळवून घ्यायला दक्षिण आफ्रिकनांना जड गेले. 'जो समूह मोटारगाड्या बनवतो, तोच सॉफ्टवेअरही बनवू शकतो, हे पटवून देणे, हे आमच्या समोरचं सर्वांत मोठं आव्हान होते.' ते म्हणतात. हे एखाद्या विशिष्ट उत्पादनाचा किंवा सेवेचा ब्रँड घेण्याऐवजी समूहाने आणि टाटा कॉर्पोरेट ब्रँडबद्दल जागृती निर्माण करण्याचा विशिष्ट उपक्रम हाती घेतला. या उपक्रमाचे लक्ष्य होते 'प्रभाव पाडणारे' – शिक्षणतज्ज्ञ, व्यापार, पत्रकार, शासनातील आणि आर्थिक क्षेत्रातल्या महत्त्वाच्या व्यक्ती – थेट संपर्क आणि जाहिराती या दोन्हींद्वारे. उदाहरणार्थ दक्षिण आफ्रिकेच्या मार्केटिंग विभागाशी संधान बांधून त्यांनी दक्षिण आफ्रिकेत टाटांचे स्वागत करणारी एक जाहिरातींची मालिका आणली. या प्रयत्नांना फळ मिळाले. २००७ पर्यंत ब्रँड ट्रॅकिंग पाहणाऱ्यांनी दाखवले की, 'प्रभाव पाडणाऱ्या'

ब्रँड सहजीवन । १०१

गटात समूहाची माहिती ९४ टक्क्यापर्यंत वाढली होती.

अधिकाधिक टाटा कंपन्यांनी देशात आपला जम बसवायला सुरुवात केली. टाटा कन्सल्टन्सी सर्व्हिसेसने दक्षिण आफ्रिकी कंपन्यांच्या संगणक प्रणालींचे आधुनिकीकरण करण्यास हातभार लावला. टाटा स्टीलने नवा कारखाना उभारला. टाटा कम्युनिकेशन्सने टेलिकॉम क्षेत्रात आपले अस्तित्व निर्माण केले. टाटा मोटर्सने मोटारी विकायला सुरुवात केली आणि अगदी अलीकडे ताज हॉटेलने या चित्रात प्रवेश केला. आणि २०१०साली ऐतिहासिक केपटाऊन शहरात नवीन लक्झरी हॉटेल आणले. यातल्या प्रत्येक कंपनीने टाटा ब्रँडची एकूण प्रतिमा दृढ केली. लोकांना माहीत होण्याच्या दृष्टीने मोटारी सर्वांत महत्त्वाच्या होत्या. धवन म्हणतात, 'एखाद्या बँकेसाठी संगणक प्रणाली तयार करून देण्याने आम्ही तितकेसे लोकांच्या डोळ्यात भरलो नव्हतो. पण एकदा आमच्या मोटारी रस्त्यांवर धावायला लागल्यावर लोक प्रश्न विचारू लागले. कुणी बनवली? कुठून आले हे? भारत मोटारगाड्या बनवू शकतो, यावर प्रथम लोकांचा विश्वासच बसत नसे.' ताज समूहाच्या अस्तित्वाने हा विश्वास नक्कीच वाढला.

टाटांच्या परंपरेला जागून, टाटा कंपन्या दक्षिण आफ्रिकेत प्रशिक्षणावर मोठी गुंतवणूक करत आहेत... ही समाजामधली गुंतवणूक समजण्यात येत आहे.

उत्पादनांप्रमाणेच रोजगारनिर्मितीने महत्त्वाची भूमिका निभावली आहे. टाटांच्या परंपरेला जागून, टाटा कंपन्या दक्षिण आफ्रिकेत प्रशिक्षणात मोठी गुंतवणूक करत आहेत, विशेषतः टाटा मोटर्स आणि ताज. यातल्या पुष्कळशा प्रशिक्षणाचा थेट लाभ त्या कंपन्यांना होणार नाही. ही समाजामध्ये केलेली गुंतवणूक समजली जाते. धवन म्हणतात की, दक्षिण आफ्रिकेत टाटा समूहाच्या तिथल्या भूमीवरच्या कृतींमधून त्यांचे परीक्षण केले जाते. 'या भौगोलिक क्षेत्रांमध्ये, आमच्या घरी भारतात आमची कशी कीर्ती आहे, हे बोलण्यात अर्थ नसतो. तुम्ही काय करता हे लोकांना पाहायचे असते.'

दक्षिण आफ्रिकेत टाटा 'बोलले तैसे चालले'. आपली उत्पादने व सेवा आणि लोक व समाज यांच्याप्रती असलेली बांधिलकी यांच्या जोरावर त्यांनी एक शक्तिशाली प्रतिमा निर्माण केली. टाटा कॉर्पोरेट ब्रँडची प्रसिद्धी तोंडातोंडी इतर स्तरांवरती पोहोचली. खास करून संभाव्य कर्मचाऱ्यांपर्यंत. आज त्यांच्यासाठी टाटा ही 'निवडक' कंपनी आहे. टाटा ब्रँडच्या मूल्यांमुळे टाटा कंपन्यांच्या कृतीतून ब्रँड्सचे त्या देशात दृढीकरण झाले.

आशियाची आधुनिकता : ताज

'आशियाची आधुनिकता एका नव्या रूपात उदयाला येत आहे.' सल्लागार मार्टिन रोल यांनी २००६साली त्यांच्या 'एशियन ब्रँड स्ट्रॅटेजी' या पुस्तकात लिहिले, 'जिची आशियाई मुळे पक्की आहेत, पण जी नव्या आशियाच्या प्रतिमेने भारलेली आहे व आशेने आणि अपेक्षेने तिच्या भविष्याकडे पाहात आहे.'[३] त्यांच्या पुस्तकात रोल कुठेही टाटांचा किंवा त्यांच्या कुठल्याही ब्रँडचा उल्लेख करत नाहीत ही जरा आश्चर्याचीच गोष्ट आहे. वास्तविक आशियाची ही आधुनिकता आत्मसात केलेला ताजव्यतिरिक्त क्वचितच दुसरा ब्रँड असेल.

मुंबई चौपाटीवरच्या एका हॉटेलपासून आज ताजने भारतात व जगात मिळून ऐंशी हॉटेल्सपर्यंत विस्तार केला आहे आणि पंचतारांकित लक्झरी ते किफायतशीर हॉटेल्सपर्यंत त्यांची विस्तृत श्रेणी आहे. त्यांची बहुतेकशी उच्चभ्रू हॉटेल्स म्हणजे शहरातली महत्त्वाची ठिकाणे आहेत. अर्थातच मूळ ताज आणि केप टाऊनमधले 'ताज पॅलेस' हे अगदी शहराच्या केंद्रस्थानी दोन ऐतिहासिक इमारतींमध्ये वसले आहे. भारतातली त्यांची वरील 'पॅलेस' हॉटेल्स ही खरोखरीच पूर्वीच्या राजा

केपटाऊन येथील ताज पॅलेसची लॉबी

महाराजांनी बांधलेल्या राजवाड्यांमध्ये आहेत. आणखी महत्त्वाचे ठिकाण म्हणजे न्यूयॉर्कमधले 'पिअरे', जे नूतनीकरणानंतर २००९मध्ये प्रसिद्धीच्या झगमगाटात पुन्हा सुरू झाले. दुसऱ्या बाजूला मध्यपूर्वेतील नवी ताज हॉटेल्स आणि मालदीवजमधली रिसॉर्ट्स ही आधुनिक स्थापत्यकलेचे उत्कृष्ट आविष्कार आहेत.

हे लिहीत असताना ताजचा विस्तार जोमाने चालू आहे. इंडियन हॉटेल्स कंपनीचे (कंपनीचे औपचारिक नाव) व्यवस्थापकीय संचालक रेमंड बिक्सन यांनी २००९च्या शरद ऋतूत मला सांगितले की, दर सहा आठवड्यांना जगात कुठे ना कुठे समूहाच्या एक नवीन हॉटेलचे उद्‌घाटन होत असते.

उच्चभ्रू ताज हॉटेलचे मार्केटिंग साहित्य आणि माहितीपत्रके, भारताच्या भूतकाळाच्या सुंदर आठवणी जाग्या करतात. समूहाचे नियतकालिक 'कॉफी टेबल' आणि प्रसिद्धीच्या माहितीपत्रकांमध्ये भारताच्या इतिहासाबद्दल लेख असतात. ईस्ट इंडिया कंपनीचा कारभार आणि ब्रिटिश राज अगदी उघडपणे मांडलेले असते, भारताचा वसाहतीचा भूतकाळ कुठलीही लाज वाटून न घेता लिहिलेला असतो. गेट-वे साखळी हॉटेल्समध्येही तसे असते. कोचीमधल्या एका हॉटेलातल्या मीटिंग रूमला वास्को-द-गामाचे नाव दिलेले आहे. याच दर्यावर्दी पोर्तुगीज माणसाच्या इ. स. १५०० मधील प्रवेशाने भारतात युरोपियन वसाहतवादाची नांदी केली होती.[vii] काही असले तरी अध्याहृत संदेश जणू सांगत असतो : भारत आता बलाढ्य आहे, त्याची मान ताठ आहे. ही भव्य हॉटेल्स पाहा आणि आम्ही काय चमत्कार निर्माण केले आहेत, ते बघा!

पण या ब्रँडला केवळ भारतीय वारशाचेच पाठबळ नाही. समूह जसा जगभर विस्तारत आहे तसा, जिथे ते हॉटेल आहे त्या देशाच्या वारशाच्या प्रतिमांनीही तो ब्रँड दृढ होत आहे. २००९मध्ये 'पिअरे' पुन्हा सुरू झाले. तेव्हाच्या 'कॉफी टेबल' मधल्या लेखात, ते हॉटेल स्थापन झाले तेव्हाच्या दिवसांच्या आठवणी होत्या, न्यूयॉर्कमध्ये लक्झरीसाठी तो समानार्थी शब्द कसा होता, त्याच्या आठवणी होत्या. लंडनमधले बॉम्बे ब्रासेरी खरेदी केल्यानंतर त्या उपाहारगृहाच्या भूतकाळातील आठवणींचा असाच एक लेख होता.

इतिहासाचा वापर कसा करायचा, हे ताजच्या मार्केटिंगवाल्यांना चांगले माहीत आहे. एल.पी. हार्टली एकदा म्हणाले होते, 'तसे भूतकाळ हा जर खरेच परदेश असेल, तर ताज समूह तिथेसुद्धा हॉटेल बांधेल. हा समूह आणि त्याचे कर्मचारी व्यवस्थापकीय संचालक रेमंड बिक्सन यांच्यापासून खालपर्यंत सगळे ही परंपरा आणि वारसा यांबद्दल खरोखर जागरूक असतात. 'टाटा समूहातली ही सर्वांत जुनी कंपनी आहे.' बिक्सन म्हणतात, 'संस्थापकांनी (जमशेटजी टाटा) ही स्थापन केली. आजसुद्धा आमच्यासाठी यात प्रचंड भावनिक मूल्य आहे आणि त्यानेच आम्हाला

आंतरराष्ट्रीय व्हायला मदत झाली आहे.' परंपरांचा अभिमान हे सुद्धा 'टाटा-पणा'चे एक वैशिष्ट्य असावे, असे वाटते आणि तरीही ही हॉटेल्स रचना आणि ती देत असलेल्या सेवेचा दर्जा यामध्ये अत्यंत आधुनिकता आहे. ज्या 'आशियाई आधुनिकते'बद्दल रोल बोलतात, ती जुन्या परंपरा व आधुनिक व्यवहारातली उच्च गुणवत्ता यांचे मिश्रण आहे, आणि हेच स्थान ताजला मिळवायचे आहे.

'टाटा समूहातली ही सर्वांत जुनी कंपनी आहे.' बिक्सन म्हणतात, 'संस्थापकांनी (जमशेटजी टाटा) ही स्थापन केली. आजसुद्धा आमच्यासाठी यात प्रचंड भावनिक मूल्य आहे आणि त्यानेच आम्हाला आंतरराष्ट्रीय व्हायला मदत झाली आहे.'

'टाटा' आणि 'ताज' यांचा थेट संबंध टिपणे अवघड आहे. मी जितक्या टाटा अधिकाऱ्यांच्या मुलाखती घेतल्या, त्यातल्या फक्त बिक्सन आणि त्यांच्या चमूच्या बिझिनेस कार्डवर ती प्रसिद्ध टाटांची 'निळी अंडाकृती' नव्हती, त्याऐवजी तिथे ताजचा सोनेरी लोगो होता व त्याखाली 'ए टाटा एंटरप्राइज' असे स्पष्ट लिहिलेले होते. टाटा समूहाबरोबरचा बाकीचा सगळा संबंध हा परंपरा, वारसा, भावना यांचाच आहे. खरे म्हणजे तो एका दंतकथेच्या आधारावरचा, संस्थापकांच्या गोष्टीचा व त्यानंतर जे-जे झाले त्याचा आहे. त्यामुळे हा संबंध कमजोर होतो का? उलटपक्षी आज ताज आणि टाटा यांच्यातील बंध समूहात सर्वांत जास्त दृढ आहेत.

आणि काही अंशी, हे घडले याचे कारण हा संबंध किती दृढ आहे आणि त्याचा बाकीच्या समूहाला फायदा होईल, हे त्यांनी ओळखले होते. इंडियन हॉटेल्सचे विक्री आणि मार्केटिंगचे उपाध्यक्ष अजोय मिस्त्रा यांनी सांगितले, 'दहा वर्षांपूर्वी असा निर्णय झाला की, ताजच्या स्वतःच्या ब्रँडची जागा 'टाटा' नावाने घेऊ नये किंवा त्या नावाने त्याला झाकोळू नये. 'ताज ब्रँड' हा अमूल्य आहे. जग्वार किंवा लँड रोव्हरसारखा त्याला जबरदस्त वारसा आहे आणि स्टेकहोल्डर्ससमोर त्याची बलाढ्य प्रतिमा आहे. त्याचे नाव बदलून ते टाटा हॉटेल्स करणे किंवा अगदी टाटांचे अस्तित्व एकदम दर्शनी करणे, यामुळे ब्रँडची क्षमता कमी झाली असती आणि त्याची किंमतही बाकीच्या समूहाएवढी झाली असती.

'ताज ब्रँड हा समूहाचा मुख्य लक्झरी ब्रँड आहे.' रेमंड बिक्सन म्हणतात. बऱ्याचशा टाटा कंपन्या एकतर उत्पादनावर लक्ष केंद्रित करतात किंवा उच्च तंत्रज्ञानावर तरी, तर 'ताज' समूहाची दुसरी बाजू दाखवतो. उच्च गुणवत्तापूर्ण सेवा देणे आणि जगातल्या सर्वोत्तम साखळी हॉटेल्सशी स्पर्धा करणे, यातून टाटांना अधिक प्रतिष्ठा मिळते (शिवाय मीटिंगसाठी सुंदर जागाही) आणि त्यांच्या जगभरातल्या

विस्तारामुळे जागतिक स्थानही मिळाले. 'सेवा, वारसा, परंपरा आणि शैली (स्टाईल) ही ब्रँडची बाकीची वैशिष्ट्ये आहेत.' अजोय मिस्रा सांगतात. या सगळ्यांचे प्रतिबिंब पुन्हा बाकीच्या समूहावर पडते.

'माझी टाटा'

टाटा आणि त्याचे स्टेकहोल्डर्स यांच्यातले नाते कसे बदलत गेले, ते आपण या आधीच्या आणि या प्रकरणात पाहिले. १९९० पासून जेव्हा कंपनी जुनाट, कालबाह्य, 'माझ्या वडिलांची टाटा' वाटत होती, तेव्हापासून आपण अशा ठिकाणी पोहोचलो आहोत की, बिझिनेस वीकसारखी आंतरराष्ट्रीय जर्नल्सही जगातल्या सर्वोच्च सर्जनशील कंपन्यांपैकी एक म्हणून टाटाचे नाव घेतात. विशेषकरून भारतीय स्टेकहोल्डर्स या कंपनीकडे एक 'लढवय्या,' म्हणून पाहतात. आक्रमक, सर्जनशील आणि तरीही अतिशय नैतिक म्हणून अजूनही भारत व भारतातले लोक त्यांच्याशी बांधिलकी मानतात म्हणूनच; 'माझ्या वडिलांची टाटा' नाही तर 'माझी टाटा' म्हणतात. परदेशात चित्र अजून जरा संमिश्र आहे, अजून काही भौगोलिक क्षेत्रांत माहिती कमी आहे आणि अजून बरेच अडथळे ओलांडायचे आहेत; पण दक्षिण आफ्रिकेसारखी उदाहरणे आणि टी.सी.एस.ने चीनमध्ये केलेली प्रगती सांगते की शक्यता आहेत. आणि ताज समूहाने केलेली प्रगती दाखवते की, टाटा ब्रँड्सची आपल्या कंपन्या आणि उत्पादने/सेवा ब्रँड्स यांच्याशी वेगवेगळ्या प्रकारची नाती असू शकतात आणि ती सगळी सारखीच यशस्वी असतात.

आत्तापर्यंत आपण सर्वसाधारण पातळीवर बोलत होतो. पण या प्रकरणात अनेक ठिकाणी म्हटल्याप्रमाणे वेगवेगळ्या स्टेकहोल्डर्सच्या समजुती वेगवेगळ्या असतात. कॉर्पोरेट ब्रँडिंगवरचे साहित्य आपल्याला आठवण करून देते की, ग्राहक जरी राजा किंवा राणी असला, तरी कॉर्पोरेट ब्रँडचा परिणाम इतर स्टेकहोल्डर्सवर होतो. कर्मचारी, धंद्यातले भागीदार, आर्थिक गट, शासन आणि एकूण समाज या सर्वांची कॉर्पोरेट ब्रँडबद्दलची आपापली समजूत असते आणि ब्रँड व्यवस्थापकांनी आपापल्या जबाबदारीवरच यातल्या कुठल्याही गटाकडे दुर्लक्ष करावे; अगदी टाटांसारख्या कंपनीतही, जिथे कौटुंबिक नाती फार गंभीरपणे घेतली जातात, तिथेही कधीकधी असे घडते. टाटा ब्रँड्स हे एक कुटुंब असतीलही, पण कुटुंबातही कधीतरी कुरबुरी होतात.

त्यामुळे पुढची चार प्रकरणे ही स्टेकहोल्डर्सच्या समजुतींना वाहिलेली आहेत. टाटांबद्दल लोकांची काय समजूत आहे, त्याचा अर्थ त्यांना काय वाटतो ते आपण पाहू. केवळ कॉर्पोरेट ब्रँड वापरून नव्हे, तर या समजुतीचे विश्लेषण करण्यासाठी

१० प्रातिनिधिक कंपन्यांबरोबरचे आणि त्यांच्या सहयोगी उत्पादन ब्रँड्सबरोबरचे सहजीवनही आपण पाहू. प्रत्येक स्टेकहोल्डरला टाटाबद्दल काय वाटते आणि त्यांच्या कल्पनांचा ब्रँडवर कसा परिणाम होतो?

ⁱ डोकोमाचा संदर्भ जपानी टेलिकॉम फर्म NTT-DOCOMO शी आहे, त्यांचा टाटा टेलिसर्व्हिसेसमध्ये काही हिस्सा आहे.

ⁱⁱ १ रु. = १०० पैसे

ⁱⁱⁱ प्रा. पॅट्रिक बरवाईज, वैयक्तिक संपर्क.

^{iv} ब्रँड उतरंडीवरील साहित्यात उपब्रँड्स किंवा 'ब्रँड कुटुंब' अशा बऱ्याच संज्ञा वापरलेल्या असतात. मी कंपनी ब्रँड शब्द वापरलेला आहे, हे दर्शविण्यासाठी की हे दुसऱ्या पायरीवरचे ब्रँड्स हे पुष्कळदा विशिष्ट टाटा कंपनीचे ब्रँड्स म्हणून ओळखले जातात.

^v खरेतर टायटनच्या दैनंदिन व्यवस्थापनात तामिळनाडू सरकारची थेट भूमिका नगण्य असते.

^{vi} याच्याशी टाटांच्या 'भारतीयपणाचा' काही संबंध नाही. जग्वार लँड रोव्हरचा डेव्हिड स्मिथ हा फोर्डचा लोगोही आपल्या ब्रँडवर येता कामा नये, अगदी कॉर्पोरेट कम्युनिकेशन साहित्यावरही, यासाठी हटून बसला होता आणि फोर्डला हाताच्या अंतरावर ठेवण्यासाठी तो पुष्कळ झगडला. टाटांनी त्याचे म्हणणे मानलेले दिसते आहे. टाटा मोटर्सचे उपाध्यक्ष रवि कांत यांनी मला सांगितले की, जग्वार, लँड रोव्हर किंवा रेंज रोव्हर यांच्याबरोबर टाटा ब्रँड वापरण्याची काही योजना नाही आत्ताही नाही किंवा भविष्यातही नाही.

^{vii} 'गेट-वे' हे नाव गेटवे ऑफ इंडियावरून आले आहे.

टाटा आणि त्यांचे ग्राहक

भारत हा विरोधाभासांचा देश आहे. भौतिकदृष्ट्या तो खूप वैविध्यपूर्ण आहे. पर्वत, हिमनद्या, वाळवंटे, जंगले, पठारे, दूरदूरची खेडी अन् अतिप्रचंड महानगरे इथे अनेक वंश, भाषा, संस्कृती यांचे गट आणि अर्थातच संपत्ती आणि उत्पन्नाची क्षमता या संदर्भात प्रचंड तफावती आहेत. 'वुई आर लाइक दॅट ओन्ली'१ या रमा बिजापूरकरांच्या पुस्तकात त्या म्हणतात तसे, भारत हा एक अस्तित्व नसून अनेक भारतांच्या रंगीत तुकड्यातुकड्यांचे 'ते एक शोभादर्शकासारखं संमेलन आहे' बिजापूरकर आणि इतर अनेक जण याची दखल घेतात की, ग्राहक म्हणून किंवा उपभोक्ते म्हणून भारतीयांबद्दल सरसकट विधान करणे कठीण आहे.

जेव्हा आपण टाटासारख्या विशाल आणि अतिशय विविधतापूर्ण संस्थेकडे पाहतो, तेव्हा तर ग्राहक म्हणजे कोण याची व्याख्या करणे आणि त्यांचे समज आणि हेतू समजावून घेणे, हे अधिकच जटिल बनते. आधीच्या प्रकरणात पाहिलेली ब्रँड्सची श्रेणी विस्तृत असल्यामुळे टाटांच्या बाजारपेठा अनेक आहेत आणि ग्राहकही अनेक प्रकारचे आहेत. 'टाटांचे ठराविक ग्राहक', असे काही नाही – असूही शकत नाही. एकेकट्या टाटा कंपन्या विशिष्ट ग्राहक गटांना लक्ष्य ठरवू शकतात, ठरवतही असतील. उत्पादन आणि सेवांचे ब्रँड्स बाजारपेठेच्या विशिष्ट भागावर लक्ष केंद्रित करण्याचा प्रयत्न करू शकतात. (पण परिणाम नेहेमी अपेक्षेप्रमाणेच असेल, असे नाही.) टाटा कॉर्पोरेट ब्रँडला मात्र अशी चैन करता येत नाही. समूहाची विविधता आणि त्याच्या जोडीने समूहाच्या स्वत:च्या परंपरा आणि वारसा म्हणजेच त्याने बिजापूरकरांच्या शोभादर्शकातील 'अनेक भारतीयांना' आकर्षित करण्याचा प्रयत्न केलाच पाहिजे. आणि आपण जर भारताबाहेर या ब्रँडकडे पाहिले, तर तिथे टाटा आणि ब्रँड्सकडे पाहण्याची वृत्तीच फार वेगळी आहे आणि त्यामुळे ही समस्या अधिकच गुंतागुंतीची होते.

भारतातल्या आणि बाहेरच्या ग्राहकांचे हे शोभादर्शक टाटांकडे कसे पाहते?

त्यांना टाटा ब्रँडचा अर्थ काय वाटतो? थोडक्यात उत्तर द्यायचे, तर अर्थातच निरनिराळ्या लोकांना त्याचे अर्थ निरनिराळे वाटतात. तरीदेखील आपण जर टाटा ग्राहकांच्या सबंध विस्तृत पटावर नजर फिरवली, तर काही समान गोष्टी आपल्या लक्षात येतात. 'ठराविक टाटा ग्राहक' असे जरी काही नसले तरी या अनेकरंगी, बहुविध ग्राहक गटांचा टाटांबद्दलचा विश्वास मात्र पुष्कळच एकसारखा आहे. टाटांसाठी केलेल्या ब्रँड ट्रॅकिंग अभ्यासातून दिसते की, निदान भारतात तरी, ग्राहकांचा टाटा ब्रँडकडे पाहण्याचा दृष्टिकोन बराचसा एकसारखा आहे.[i]

> 'ठराविक टाटा ग्राहक' असे जरी काही नसले, तरी या अनेकरंगी, बहुविध ग्राहक गटांचा टाटांबद्दलचा विश्वास मात्र पुष्कळच एकसारखा आहे. टाटांसाठी केलेल्या ब्रँड ट्रॅकिंग अभ्यासातून दिसते की, निदान भारतात तरी ग्राहकांचा टाटा ब्रँडकडे पाहाण्याचा दृष्टिकोन बराचसा एकसारखा आहे.

पहिल्या दृष्टिक्षेपात याचे आश्चर्य वाटेल. इतक्या विविधतांच्या पार्श्वभूमीवर आपली अशी अपेक्षा असते की, ग्राहकांचे निरनिराळे गट अगदी निरनिराळ्या ब्रँड प्रतिमांची 'सह-निर्मिती' करत असणार. पण असे घडताना दिसत नाही. ग्राहकांची टाटांबद्दलची प्रतिमा इतकी एकसारखी कशी? याचे उत्तर नक्कीच भूतकाळात आहे. टाटांचा दीर्घ इतिहास आणि कंपनी आणि तिच्या नेतृत्वाबद्दल भारतीयांनी तयार केलेल्या आणि एकमेकांना सांगितलेल्या दंतकथा यात आहे. तो वारसा आणि त्या दंतकथांना काळाबरोबर एक घनता प्राप्त झाली आणि ते भारतीय मानसिकतेत पक्के रुजले आहे. अमेरिकन ब्रँड गुरू अल राइस म्हणतात त्याप्रमाणे, 'शक्तिशाली ब्रँड्स एका रात्रीत तयार होत नाहीत. ते उत्क्रांत व्हायला बराच काळ जावा लागतो.'[२]

भारताबाहेरच्या टाटा ब्रँडसाठीही हे लागू आहे. उलटपक्षी असेही म्हणता येईल की, भिन्न-भिन्न संस्कृतीमधल्या भिन्न भिन्न ग्राहक गटांमध्ये एक सारखी ब्रँड प्रतिमा निर्माण करणे टाटांना शक्य झाल्याचे दिसते. पण त्या बलशाली वारशाच्या आणि लाडक्या दंतकथांच्या अभावी, ग्राहकांना ती प्रतिमा स्वीकारायला आणि समजायला अधिक काळ लागू शकतो.

या प्रकरणात पुढे आपण या मुद्द्यांकडे परत येऊ, सध्या आपण ग्राहकांकडेच थोडक्यात पाहू या. आपण यांची ढोबळमानाने तीन गटांमध्ये विभागणी करू : उत्पादने व सेवा यांचे भारतातले किरकोळ ग्राहक, उत्पादने व सेवा यांचे परदेशातले किरकोळ ग्राहक आणि भारतातल्या व बाहेरच्या व्यावसायिक (बी २ बी) ग्राहक

म्हणजे भारतातल्या बाहेरच्या व्यावसायिक ग्राहकांमध्ये फरक नसतो असे नाही. पण ते फरक एवढे ठळक नसतात. परदेशातले व्यावसायिक ग्राहक तिथल्या किरकोळ ग्राहकांपेक्षा टाटा नावाशी अधिक परिचित असतात (किंवा ते पटकन माहिती तरी करून घेतात.) व तो समजून घेतात.

धडपडणारे व यश मिळवणारे

उपभोक्त्यांचे वेगवेगळ्या प्रकारे वर्गीकरण करणे अर्थातच शक्य आहे. त्यांच्या आर्थिक-सामाजिक स्थानावरून त्यांचे वर्गीकरण करणे सर्वांत सोपे आहे. विसाव्या शतकाच्या सुरुवातीला युएसएमध्ये विकसित झालेली एबीसी पद्धत आजही मोठ्या प्रमाणावर वापरली जाते. कधीकधी त्यात थोडे बदल केले जातात. याचाच एक प्रकार रमा बिजापूरकर 'वुई आर लाइक दॅट ओन्ली'मध्ये देतात, पण हा शहरी भागांमध्ये उपयुक्त आहे असेही सुचवतात. ग्रामीण भागातल्या उपभोक्त्यांसाठी 'आर एक ते आर चार' असे. 'आर एक' म्हणजे सर्वांत शिकलेला व सर्वांत संपन्न तर 'आर चार' म्हणजे सर्वांत कमी शिकलेला व सर्वांत गरीब.[३]

हे वर्गीकरण छानच आहे, पण ते टाटा कॉर्पोरेट ब्रँडपेक्षा उत्पादने व सेवा यांच्या ब्रँडचे विश्लेषण करण्यासाठी अधिक उपयुक्त ठरेल. आत्ताच म्हटले तसे भारतीय हे त्यांच्या आर्थिक, सामाजिक स्थानाच्या निरपेक्ष आणि देशातले त्यांचे भौगोलिक स्थान कुठलेही असले, तरी टाटांबद्दलचा त्यांचा दृष्टिकोन एकसारखा असतो.[ii] मनोरचनेप्रमाणे वर्गीकरण हा या विषयाकडे पाहण्याचा आणखी एक अधिक परिणामकारक मार्ग असू शकतो. यात उपभोक्त्यांचे वर्गीकरण हेतूंवरून व वर्तणुकीवरून करण्याचा प्रयत्न केलेला असतो.[iii]

बिजापूरकर भारतीयांचे मनोरचनेवर आधारित वर्गीकरणही देतात. (आणि त्या पुस्तकाचा सूर पाहून मला अशी शंका आहे की, बिजापूरकरांनाही उपभोक्त्यांचे याच प्रकारचे वर्गीकरण अधिक परिणामकारक वाटत असावे.)[४] थोडक्यात, या वर्गीकरणाने पाच गट पडतात.

- दैवशरण – केवळ जिवंत राहाण्याच्या पातळीवरचे अतिगरीब लोक. जिवंत राहाणे एवढीच त्यांची महत्त्वाकांक्षा असते. प्रगतीची काहीही आशा त्यांना नसते.
- धडपडणारे – हे लोक अतिशय प्रतिकूल परिस्थितीत जन्मलेले असतात, पण यांची दीर्घ काळ भरपूर कष्ट करण्याची तयारी असते. म्हणजे त्यांचे आणि त्यांच्या कुटुंबाचे जीवन सुधारू शकेल.
- मुख्य प्रवाहातले – यांनी एक किमान आर्थिक पातळी गाठलेली असते

आणि आता ते आपले स्थान बनवण्याच्या खटपटीत असतात. समाजातला स्वीकार, लांब पल्ल्याची सुरक्षितता ही आता त्यांची उद्दिष्टे असतात, पण आत्मसन्मानाचीही गरज त्यांना जाणवते.

• महत्त्वाकांक्षी – बिजापूरकर यांना 'वॉनाबीज' म्हणतात. यांना आता यशाची चव चाखायची असते आणि प्रतिष्ठेच्या इच्छेने ते प्रेरित झालेले असतात. स्वत:ची सुखासीनता तर महत्त्वाची असतेच, पण शेजाऱ्यांना जळवणेही तेवढेच महत्त्वाचे असते.

• यशस्वी – यशोशिखरावर पोहोचलेली ही महत्त्वाकांक्षी मंडळी असतात. यश, ओळख/कौतुक आणि सत्ता ही यांची प्रेरणास्थाने असतात.

आता आपल्याला थोडं-थोडं कळायला लागलेय. आजच्या भारताची वस्तुस्थिती प्रतिबिंबित करणारे हे वर्गीकरण आहे आणि मानसशास्त्रीय तत्त्वांचा त्याला आधार आहे. (मॅस्लोच्या गरजांच्या उतरंडीचा प्रतिध्वनी इथे अगदी स्पष्ट आहे. पण त्याची जी शेवटची पातळी – 'स्व-साक्षात्कार', ज्यात लोक ऐहिक गरजांपेक्षा आत्मिक गरजांनी प्रेरित झालेली असतात, त्याला समांतर असे काही बिजापूरकरांच्या या वर्गीकरणात दिसत नाही, हे रंजक आहे.)[iv५] सर्वांत महत्त्वाचे हे की, जर आपल्याला टाटांच्या उपभोक्त्यांमधले हे पाचही गट ओळखून काढता आले, तर उपभोक्त्यांच्या टाटांबद्दलच्या समजुतीत पडणारे फरक आणि असणारी साम्ये समजण्याचा एक मार्ग आपल्याला उपलब्ध होतो.

भारतीय युवकांना 'भारतीय परंपरा आणि पाश्चिमात्य आधुनिकता यांच्या भोवऱ्यात घुसळले जाणारे मिश्रण', असे रमा बिजापूरकर म्हणतात.

लोकांचे ब्रँडशी असलेले वैयक्तिक नातंही आपल्याला मनोरचनेमुळे अधिक स्पष्टपणे समजायला मदत होते. पाश्चिमात्य उपभोक्त्यांपेक्षा आशियाई उपभोक्त्यांचे ब्रँडशी अधिक दृढ वैयक्तिक नाते असते, असा एक सार्वत्रिक समज आहे.[६] हा खराही असेल – मला स्वत:ला मात्र आशियामधल्या ब्रँडिंगवरच्या साहित्यात याची दिलेली उदाहरणे पटण्याजोगी वाटत नाहीत. पण वाचकांचे याबद्दल दुमत असू शकते – पण एक गोष्ट मात्र निश्चितच खरी आहे की, भारतीय लोक इतर अनेक उपभोक्त्यांप्रमाणे, त्यांची वैयक्तिक गुंतवणूक ज्यात असेल, त्या ब्रँडला जोरदार प्रतिसाद देतात. ते ब्रँड 'आपले' म्हणायला, त्यांच्याबरोबर एकरूप व्हायला, त्यांना घट्ट कवेत घ्यायला त्यांना आवडते.

अगदी हाच दृष्टिकोन अंबी परमेश्वरन, ड्राफ्टसीबी+उल्का जाहिरात एजन्सीच्या

सीईओंचा आहे. 'उपभोक्त्याला गुंतवून ठेवण्यासाठी आपण उत्पादनांमध्ये खोलवर गेले पाहिजे, महत्त्वाची अशी सत्ये शोधली पाहिजेत आणि परिणामकारकरीत्या ती उपभोक्त्यांसमोर मांडली पाहिजेत.' ते लिहितात, 'आणि अधिक महत्त्वाचे म्हणजे ही लढाई ते ब्रँड जिंकतील, ज्यांच्यात सर्जनाची क्षमता आहे आणि जे उपभोक्त्यांना गुंतवून ठेवणाऱ्या गोष्टी खरोखरच त्यांना देतील.'[७] आपण सहनिर्मितीच्या कल्पनेकडे पुन्हा पोहोचलो आहोत. भारतात कुणीही एखादा ब्रँड निर्माण करून तो उपभोक्त्यांना चमच्याने भरवू शकत नाही, कारण अगदी कमीत कमी म्हणजे ते तो नाकारतील. ते तो वापरायचे वेगवेगळे मार्ग शोधून काढतील आणि ब्रँड व्यवस्थापकाने कल्पनाही केली नव्हती, अशा उद्देशासाठी वापरतील. भारतात कंपन्या ग्राहकांना संमतीसाठी ब्रँड सादर करतात आणि त्यांची अनुकूलता मिळण्याची आशा करतात. ब्रँडची प्रतिमा आणि तो जगेल का मरेल हे ग्राहक ठरवतात.[४]

परमेश्वरन आणि बिजापूरकर यांच्यासारखे निरीक्षक भारतातल्या युवकांच्या बाजारपेठेचे महत्त्व अधोरेखित करतात. भारतीय युवकांना 'भारतीय परंपरा आणि पाश्चिमात्य आधुनिकता यांच्या भोवऱ्यात घुसळले जाणारे मिश्रण' असे रमा बिजापूरकर म्हणतात.[८] भारतीय उपभोक्त्यांच्या बाबतीतही आणखी एक मोठी गोष्ट म्हणजे १९९० पासून झालेले, साऱ्या देशाला हलवून टाकणारे सामाजिक बदल. आर्थिक उदारीकरण आणि त्याच्या जोडीला संपर्काचे नवीन तंत्रज्ञान, विशेषत: स्वस्त मोबाइल तंत्रज्ञान, यांच्या संयोगाने 'वाढलेले सामाजिक अभिसरण', 'सत्तेपर्यंतचे' कमी झालेले अंतर, माहितीची भूक आणि सामाजिक न्यायाची मागणी करण्यापासून दूर होऊन आर्थिक संधी बळकावण्याकडे झालेले स्थित्यंतर असे परिणाम झाले. पूर्वीचा 'जनतेचा तारणहार' कधीच लयाला गेला. आता आला 'मिडास स्पर्शाचा मसीहा!'[९] पण तरीसुद्धा या सर्व बदलांमध्ये कायम राहिलेला इतिहास आणि परंपरा यांची नोंद घेतली पाहिजे. हा असा देश आहे जिथे लोक मोबाइलचा रिंगटोन म्हणून वैदिक मंत्र डाऊनलोड करून घेतात. स्मृती आणि पुराणं ही फार शक्तिशाली आहेत, कदाचित पश्चिमेपेक्षा जास्त.

'टाटा-पणा'

हे सगळे मनात ठेवून, या पाचही गटांकडे वळू या आणि त्यांना टाटामध्ये काय मूल्य दिसते ते पाहू या. यानंतर येणारा भाग थोडा गृहीतांवर आधारित आहे. टाटांचा मार्केट रिसर्च हे वर्गीकरण वापरत नाही. मी हे विश्लेषण करतो आहे ते संभाषणे, निरीक्षणे, दुय्यम स्रोत – भारतीय आणि परदेशी माध्यमांमधले लेख, अभ्यासपूर्ण पुस्तके दोन्हींवर – या भागावर आणखी संशोधनाची गरज आहे.

दैवशरण लोकांचा टाटांशी संबंध येतो, तो त्यांच्या अनेक सामाजिक उपक्रमांचे ग्राहक किंवा लाभार्थी म्हणून (प्रकरण ९ पाहा.), टाटांचे ग्राहक म्हणून नव्हे. गरजांच्या उतरंडीच्या तळाशी ते असतात आणि अन्न, वस्त्र, निवारा याच यांच्या प्रथम प्रेरणा असतात. ते जेव्हा उपभोक्ता म्हणून दिसतात, तेव्हा त्याची खरेदी या गरजा भागवण्यापुरतीच असते. ते मीठ खरेदी करतात, कारण त्यांना जगण्यासाठी त्यांची आवश्यकता असते किंवा शेतीसाठी आवश्यक गोष्टी खरेदी करतात, कारण पीक घेऊन स्वत:चे पोट भरता येईल. त्यांच्याकडे मर्यादित संसाधने असतात. माहितीपर्यंत पोहोचण्याची क्षमता मर्यादित असते. त्यामुळे ते नावावरून आणि पूर्वीच्या अनुभवावरून निर्णय घेतात. ते टाटांशी जोडत असलेले प्राथमिक मूल्य म्हणजे विश्वास, भरवसा. उदाहरणार्थ, टाटा मीठ. यात शुद्धतेची कीर्ती आहे, त्यामुळे तुम्ही ते खाल्ले तर आजारी पडणार नाही. विश्वासार्हता आणि सुरक्षितता यांना अत्त्युच्च महत्त्व आहे. २००३ ते २००९ पर्यंत भारताचा सर्वांत भरवशाच्या अन्नपदार्थाचा ब्रँड म्हणून टाटा मिठाला मते मिळाली आहेत. (हिमालयन बाटलीबंद पाणी हे तसेच उदाहरण आहे.) टाटांच्या सामाजिक उपक्रमांबद्दल असलेली जाणीव या घटकाचासुद्धा प्रतिमा निर्मितीला हातभार लागतो. ही अति गरीब माणसे जेव्हा 'टाटा' नाव पाहतात, तेव्हा त्यांना माहीत असते की, (अ) याने त्यांना इजा होणार नाही आणि (ब) त्यांना जर ते विकत घ्यायला परवडले तर ते काही काळ तरी त्यांच्या आयुष्यातले कष्ट कमी करेल. त्यांच्या मर्यादित साधनांनिशी ते यापेक्षा अधिक कशाची अपेक्षा ठेवू शकत नाहीत.

धडपडणारे लोक ग्राहक म्हणून पुष्कळ नजरेत भरतात. त्यांच्याकडेही खर्च करण्यासाठीचे उत्पन्न थोडंसेच असते आणि तेही कमीत कमी पैशात जास्तीत जास्त मूल्य मिळवण्याचा प्रयत्न करत असतात. 'गरीब लोक ब्रँडच्या बाबतीत जागरूक नसतात, असे एक मोठं गृहीत आहे.' प्रो.सी.के. प्रल्हाद त्यांच्या 'द फॉर्च्युन ॲट द बॉटम ऑफ पिरॅमिड', पुस्तकात लिहितात. 'उलट आहे. गरीब लोक ब्रँडच्या बाबतीत फार जागरूक असतात. गरजेपोटी ते मूल्यांच्या बाबतीतही अतिशय जागरुक असतात.'[१०] धडपडणाऱ्यांना आपल्या मर्यादित साधनांमध्ये जास्तीत जास्त मिळवायचे असते. पण प्रल्हाद म्हणतात त्याप्रमाणे, 'इतरांना जी चैन-लक्झरी मिळते, ती ही त्यांना लुटायची असते. अगदी थोडीशी का होईना.' ही गरज भागवण्यासाठी टाटा टीने त्यांच्या टी-बॅग्ज एकेका बॅगच्या पॅकमध्ये विकायला सुरुवात केली. ज्याच्या डोक्यावर धड छप्पर नाही अशा कामगाराला टी-बॅग्जचा अख्खा पुडा परवडू शकत नाही, पण तो कधीतरी टी-बॅग आणू शकतो आणि जपून वापरले, तर त्यात त्याला काही कप चहा करता येतो. टाटा टीच्या संगीता तलवार म्हणतात, 'असे करताना त्या कामगाराला मध्यम किंवा उच्च वर्गासारखीच चहाची

चव अनुभवता येते आणि एकदा का होईना, 'स्टाईल'मध्ये राहातो आहोत असे वाटू शकते.' टाटा डोकोमोचा मोबाइल फोनचा एक सेकंद दर हा असाच योजलेला होता की, मोबाइल फोन आणि त्यांनी आणलेले स्वातंत्र्य आपल्या कक्षेत आहे असे गरिबांना वाटावे.

१८६०मध्ये डिपार्टमेंट स्टोअर कल्पनेचे फ्रेंच जनक अरिस्टाइड आणि मार्गेरिट बॉयसिकॉ यांनी 'आरामाचे/चैनीचे लोकशाहीकरण' हा वाक्प्रचार आणला होता.[११] ज्या वस्तू पूर्वी फक्त श्रीमंतांनाच उपलब्ध होत्या त्या सामान्य जनतेपर्यंत आणण्याचा त्यांचा हेतू होता. सी.के. प्रल्हाद, भारतातल्या कंपन्यांनाही तेच करायला कळकळीने सांगतात. टाटा टी, ट्रेंट आणि काही इतर कंपन्यांच्या माध्यमातून टाटा याच मार्गाने चालले आहेत. त्यांची उत्पादने ग्राहकाला आत्मसन्मान देतात. बदल्यात त्याला टाटांबद्दल ममत्व वाटू लागते. या गटाला 'टाटा' म्हणजे मूल्य वाटते. तसेच महत्त्वाकांक्षा आणि आशाही ते त्याला जोडतात.

मुख्य प्रवाहातले लोकही पैशाचे योग्य मूल्य मागतात आणि टाटांच्या उत्पादनाचा उल्लेख होतो, तेव्हा हे शब्द येतातच. त्या उत्पादनाबद्दलची किंवा सेवेबद्दलची विश्वासार्हता हीसुद्धा फार महत्त्वाची असते. पण, त्या उत्पादनाची प्रतिमासुद्धा योग्य असायला हवी. रतन टाटांनी जेव्हा नॅनोच्या आरेखनकारांना सांगितले की, 'कार अशी पाहिजे जिची कुणाला लाज वाटता कामा नये.' तेव्हा ते कारच्या या अपेक्षित ग्राहकवर्गाच्या, मुख्य प्रवाहातल्या लोकांच्या महत्त्वाकांक्षेची नाडी बरोबर ओळखत होते. या वर्गाचे लक्ष घड्याळ, कपडे, दागिने आणि तत्सम वस्तू अशा उच्चभ्रू उत्पादनांकडे जायला सुरुवात झालेली असते. स्टाईल आणि नवेपणा हे त्यांना महत्त्वाचे वाटते, कारण त्यामुळे मालकाला प्रतिष्ठा मिळते आणि त्याचा आत्मसन्मान वाढतो.

'टायटन' घड्याळे आणि 'तनिष्क' दागिने असे फॅशनेबल ब्रँडस् लोकप्रिय आहेत

हा गट ज्या गोष्टी शोधत असतो, त्या म्हणजे पैशाचे योग्य मूल्य, विश्वासार्हता आणि प्रतिमा. वीस वर्षांपूर्वी, खासकरून भारतीय तरुणांच्या या गटापासून तुटण्याचा धोका टाटांना

उत्पन्न झाला होता, कारण ब्रँड त्यांच्यापर्यंत योग्य प्रतिमा पोहोचवत नव्हता. आज लोकांना टाटा आधुनिक आणि कल्पक वाटतात आणि टायटन घड्याळे किंवा तनिष्क दागिन्यांसारखे फॅशनेबल ब्रँड लोकप्रिय आहेत. पण ते 'पैशांचे योग्य मूल्य', ही गरजही भागवतात. उदाहरणार्थ, भारतात सोन्याच्या दागिन्यांना हॉलमार्कची पद्धत नव्हती. त्यामुळे सोनं किती शुद्ध आहे, हे सांगता येत नसे. तनिष्कच्या किरकोळ विक्रीच्या दुकानांमध्ये सोन्याची शुद्धता मोजणारे तंत्रज्ञान उपलब्ध असते. बायका दुसरीकडे घेतलेले दागिने घेऊन येऊ शकतात आणि त्याची किंमत काय याची – फुकट – परीक्षा करू शकतात (आणि आधीच्या दुकानदाराने गंडवले का ते तपासू शकतात.) टायटन सीईओ भास्कर भट म्हणतात, 'तनिष्कमध्ये गुणवत्ता, विश्वासार्हता, विश्वास आणि स्टाईल यांचे एक गुणवंत/सकारात्मक वर्तुळ तयार झाले आहे. आणि यातला प्रत्येक घटक ग्राहकाच्या मनात इतर घटक ठसवीत असतो.'

महत्त्वाकांक्षी लोक आर्थिक सुरक्षिततेच्या एका पातळीपर्यंत पोहचले असतात आणि आता त्यांना काळजी असते प्रतिष्ठेची. टाटांच्या मताप्रमाणे हे टाटा इंडिकासारख्या महाग गाड्यांचे खरेदीदार, सर्वांत उठून दिसणारे ग्राहक असतात, पण मूळ अपेक्षांच्या विरुद्ध हाच गट नॅनोही घेतो.[vi] आणि हे बिझिनेस हॉटेलसारख्या सेवांचेही ग्राहक असतात. विश्वासार्हता महत्त्वाची असते, पण उपभोगातला कळीचा मुद्दा असतो, तो म्हणजे या खरेदीने त्यांचे भौतिक सुख आणि आत्मसन्मान वाढणार आहे का? टाटांची कल्पकतेबद्दलची कीर्ती, 'नवीन' भारताचा भाग असणे या गोष्टी इथे महत्त्वाच्या ठरतात. शेवटी 'यशस्वी' हे लक्झरी गोष्टींचे आणि ताज समूहाच्या अधिक उच्च दर्जाच्या लक्झरी हॉटेलचे प्राथमिक उपभोक्ते असतात. महत्त्वाकांक्षी लोकांप्रमाणे ते ही भौतिक सुख-आराम आणि आत्मसन्मान शोधत असतात.

हे घटक एकत्र करून आपल्याला काय मिळाले, ते पाहू या. भारतीय उपभोक्ते टाटांकडे पाहतात ते विश्वासार्ह, सुरक्षित, पैशाचे योग्य मूल्य देणारे आणि त्याच वेळी सर्जनशील, आधुनिक आणि स्टायलिश म्हणून, पाश्चात्त्य वाचकांना हा विरोधाभास वाटू शकेल, पण बिजापूरकर, परमेश्वरन आणि इतर म्हणतात तसे भारतीय ग्राहक या विरोधाभासात सुखी आहेत; जसे ते भारतीय परंपरा आणि पाश्चात्त्य आधुनिकता या दोन्हीतही सुखी आहेत. जास्त महत्त्वाचा मुद्दा हा की ही बहुआयामी प्रतिमा टाटांना का आणि कशी प्राप्त झाली? टाटांमध्ये असे काय आहे की त्यांच्याबद्दल असे वाटू शकते?

ग्राहक पैशांचे मूल्य शोधत असोत किंवा विश्वासार्हता किंवा स्टाईल; त्यांचा हा 'निश्चितीचा अनुभव' ठरावा, असा टाटांचा प्रयत्न असतो.

मागे प्रकरण १मध्ये आम्ही सुचवले होते की, उपभोक्त्यांसहित स्टेकहोल्डर्सची समजूत ही दोन गोष्टींनी पक्की झालेली असते. समूहाची कृती व वर्तन आणि त्याची मूल्ये, श्रद्धा आणि परंपरातल्या टाटांच्या भारतातील किरकोळ ग्राहकांबाबत हे अगदी खरे आहे. ग्राहक पैशांचे मूल्य शोधत असोत किंवा विश्वासार्हता किंवा स्टाईल; त्यांचा हा 'निश्चितीचा अनुभव' ठरावा असा प्रयत्न असतो. तनिष्कच्या साखळी दुकानात सोन्याची शुद्धता तपासण्याची सोय असते. त्याबद्दल आधी सांगितलेच आहे. इतर उत्पादने सेवागुणवत्तेची ठाम हमी देतात. भारतातल्या कुठल्याही कार ब्रँडपेक्षा नॅनोचे वॉरंटी पॅकेज उत्तम आहे. आणि ग्राहकांचा विश्वास आहे की काही समस्या आलीच तर टाटा ती सोडवतील.

१९९० मध्ये टाटा मोटर्सच्या पहिल्या प्रवासी कारचे (आणि भारतात विकसित पहिल्या कारचे) इंडिकाचे ग्राहक यांत्रिक दोष राहिल्याचे सांगू लागले. यात काही विशेष नाही. हे लिहीत असताना टोयोटाच्या अनेक गाड्यांमधले दोष अनुभवास येत आहेत वगैरे. टाटांनी सर्व दोषयुक्त भाग फुकट बदलून देण्याची तयारी दाखवली. वृत्तपत्रात थोडी टीका झाली, पण एकूणात इंडिकाचे ग्राहक खूश होते आणि फुकट पार्ट बदलून देण्याबद्दल ऐकल्यावर लोकांनी मान हलवली आणि म्हटले, 'अरे हां, टाटा! ते प्रामाणिक लोक आहेत. ते असेच करणार.' आणि तो प्रश्न सोडवल्यावर, काही काळाने टाटांनी इंडिका व्ही-२ या नावाने इंडिका ब्रँड पुन्हा बाजारात आणला. तेव्हा ती त्या क्लासमधली सर्वोत्तम विक्री होणारी कार ठरली.

उत्पादन व सेवेच्या गुणवत्तेच्या बाबतीत टाटा अपेक्षेप्रमाणे वागतात. ज्या देशात अजून बऱ्यापैकी अजून गोंधळ आहे, तिथे टाटा निश्चिती देण्याचा प्रयत्न करतात. पण टाटा गाड्या किंवा दागिने किंवा घड्याळे किंवा मीठ किंवा चहा किंवा मोबाइल फोन विकत घेताना ग्राहक आणखी काहीतरी करत असतात. ते स्वत:ला टाटा दंतकथेला जोडून घेत

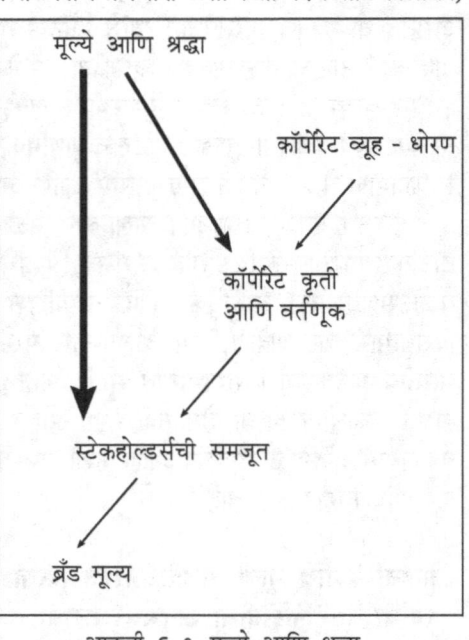

आकृती ६.१ मूल्ये आणि श्रद्धा

'इंडिका' टाटा मोटर्सची पहिली प्रवासी कार

असतात. स्वतःच तिचा एक भाग बनत असतात.

'गोष्टी सांगणे हा नेहमीच आमच्या लोकपरंपरेचा एक भाग राहिला आहे.' अंबी परमेश्वरन सांगतात.[११] ते भारतीयांच्या मोबाइल फोनच्या प्रेमाबद्दल सांगत होते. पण हे भारतात साधारण सर्वच ब्रँड्सच्या बाबतीत खरे आहे. प्रत्येक ब्रँडची एक गोष्ट असते. पण भारतात ती फारच छान आणि खिळवून ठेवणारी असावी लागते. आपण प्रकरण २ आणि ३मध्ये पाहिले तसे, टाटांची गोष्ट खिळवून ठेवणारी आहे. त्यात नायक आहेत, खलनायक आहेत, आधी कुणी कल्पनाही केली नव्हती अशा विलक्षण गोष्टी करणारे धाडसी, द्रष्टे नेते आहेत, उत्तेजना आहे आणि थोडे ग्लॅमरदेखील आहे. आणि या सगळ्या गोष्टीच्या मध्यभागी एक शाश्वत पदक आहे; राष्ट्र उभारणी, लोकांची सेवा, स्वतंत्र, शक्तिशाली, अभिमानी, स्वायत्त भारताप्रती समर्पण. लोक टाटा आणि त्यांच्या परिवाराविषयी अशा रीतीने बोलतात, जणू ती लोकांची मालमत्ता आहे, आणि काही अंशी आहेच. ते त्या परिवाराच्या आणि समूहाच्या गोष्टी सांगतात – त्यातल्या काही खोट्या असतात, पण काही हरकत नाही – आपल्या आठवणी सांगतात आणि ते जेव्हा टाटा उत्पादन किंवा सेवा विकत घेतात. तेव्हा तो टाटांचा ब्रँड उघडपणे मिरवत असला, तरी ते त्या वारशाचा एक तुकडा विकत घेत असतात. गरिबातल्या गरिबालासुद्धा टाटांची देशसेवा माहीत असते आणि त्यांची वस्तू सुरक्षित आणि हितकारी असणार हेही माहीत असते. संपन्न वर्गालाही ती देशसेवा माहीत असते. 'टाटा' म्हणजे उच्च आदर्श आणि तत्त्वज्ञान हे माहीत असते. आधी म्हटले तसे – टाटा नावाभोवती एक चांगुलपणाचे वलय आहे आणि भारतातल्या या ब्रँडचा हाच सर्वांत महत्त्वाचा भाग आहे.

मी जेव्हा टाटा अधिकाऱ्यांच्या मुलाखती घेतल्या, तेव्हा एक शांत झपाटलेपणाचा विश्वास हा किती महत्त्वाचा आहे, याबद्दल ते बोलले.

'टाटांमध्ये काहीतरी वेगळेपण आहे.' टाटा समूहाचे इतिहासकार आर.एम. लाला म्हणतात. हे वेगळेपण म्हणजे मला वाटते, टाटांनी जशी गोष्ट तयार केली, तशी तयार करणे दुसऱ्या कुठल्याही भारतीय उद्योगसमूहाला साधलेले नाही. मी जेव्हा टाटा अधिकाऱ्यांच्या मुलाखती घेतल्या, तेव्हा एक शांत झपाटलेपणाचा

विश्वास हा किती महत्त्वाचा आहे, याबद्दल ते बोलले. 'विश्वास हाच ब्रँड आहे.' टाटा स्टीलच्या कॉर्पोरेट सर्व्हिसेसचे उपाध्यक्ष पार्थ सेनगुप्त म्हणतात. त्यांचा मान ठेवू पण ही अर्धीच गोष्ट आहे. फक्त विश्वास एवढाच पुरेसा नसतो. अल राइस म्हणतात, 'आपल्या कंपनीवर विश्वास आहे, असा दावा करायला कोडॅक कंपनीच्या अधिकाऱ्यांना आवडते, पण खरे तर लोक त्यांच्यावर विश्वास ठेवतात ते चांगले कॅमेरे बनवण्यापुरता.'[१३] विश्वास आणखी कुठेतरी उत्पन्न व्हावा लागतो. टाटांच्या बाबतीत लोक त्यांच्यावर विश्वास ठेवतात कारण – (अ) त्यांचा पूर्वीचा वारसा आणि (ब) त्यांच्या कार्यावर अजूनही निष्ठा ठेवतात आणि ते गंभीरपणे घेतात.

> भारत हा अनेक असमतोलांच्या ओझ्याखालचा अजूनही विकसनशील देश आहे. हे असमतोल कमी करण्यासाठी आपल्याला जी शक्य असेल ती भूमिका निभावणे, ज्या कुठल्या मार्गाने प्रयत्न करणे शक्य असेल, तो करणे हे आपले कर्तव्य आहे. टाटा समूहामध्ये आपणा सर्वांसाठी हे एक मार्गदर्शक तत्त्व आहे. आपण प्रसिद्धीसाठी यात नाही. आपण काहीतरी अर्थपूर्ण साध्य केले आहे हे समजण्याच्या समाधानासाठी, राष्ट्रउभारणीच्या रथाच्या चक्राला आपणही हात लावला आहे या समाधानासाठी, जो देश आपल्याला रोजीरोटी पुरवितो त्या देशाच्या सेवेच्या समाधानासाठी आपण यात आहोत. टाटा नीतिमत्तेचे मागणे याहून कमी नाही.[१४]

हे शब्द आहेत रतन टाटांचे, कोड ऑफ ऑनर – सन्मानसूत्राच्या – प्रस्तावनेत लिहिलेले. हे 'सन्मानसूत्र' म्हणजे समूहाचे सामाजिक उत्तरदायित्वावरचे – कॉर्पोरेट सोशल रिस्पॉन्सिबिलिटीवरचे – एक जरा मोठे – विधान आहे. टाटा टेलिसर्व्हिसेसचे चीफ एक्झिक्युटिव्ह अनिल सरदाना हेच जरा साध्या शब्दात मांडतात, 'लोकांना माहीत आहे की, आम्ही इथे फक्त नफा मिळवायला बसलेलो नाही.' भारतीय लोक हा संदेश ऐकतात आणि त्यावर विश्वास ठेवतात आणि बाकी काही असो, याने टाटा ब्रँडला शक्ती मिळते.

जगाला 'टाटा' कसे दिसतात?

'भारतात बनलेल्या वस्तूंना जागतिक बाजारात स्थान आहे.' प्रा. ए. गोपालकृष्णन अय्यर आणि ए. प्रकाश अय्यर यांच्या 'इंडिया ब्रँडिश्ड'मध्ये घोषणा करतात. 'जागतिक व्यापारातून आणि राष्ट्रीय संस्थांकडून येणाऱ्या 'राष्ट्रीय सद्भावना' (गुडविल)चा लाभ करून घेणे आपल्याला एवढेच करायचे आहे.'[१५] लेखक द्वयी अनेक मुद्दे मांडतात – जागतिक बाजारपेठेत भारतीय चित्रपट व संगीत यांचे यश, आधुनिक

भारतीय लेखकांचा उच्चभ्रू जगातला वावर, भारतीय शास्त्रज्ञांनी केलेली प्रगती, भारतीय युवतीने काही वर्षांपूर्वी मिळवलेला विश्वसुंदरीचा किताब वगैरे, वगैरे. या सगळ्यांनी मिळून भारताचे स्थान आणि भारताबद्दलची समज सुधारली आहे. ते जाहीर करतात की, 'जगाच्या दृष्टीने 'ब्रँड इंडिया' म्हणजे जे-जे नवीन आणि आधुनिक आणि प्रागतिक ते-ते सारे.'

मनिष गुप्ता आणि पी. बी. सिंग या दोन भारतीय तज्ज्ञांकडून आणखी एक दृष्टिकोन समोर येतो. भारतातल्या वृत्तपत्रांच्या विशेषत: बिझिनेस वृत्तपत्रांमधून चालणाऱ्या लेखमालिकांमधील घोषणा, 'ब्रँड इंडिया आता जागतिक श्रेष्ठत्वाच्या उंबरठ्यावर उभा आहे.' वगैरेंवर टीका करत, या कल्पनांवर त्यांनी पाणी ओतले आहे. छत्तीस देशांच्या ब्रँड प्रतिमेच्या सर्वेक्षणात आवडीच्या, अनुकूलतेच्या निकषांवर भारताची प्रतिमा पंचविसाव्या स्थानावर होती. 'ब्रँड इंडियाशी जोडले गेले आहे ते गरिबी, लोकसंख्येचा स्फोट आणि एक धोकादायक असलेले सुंदर सहलीचे ठिकाण.' ते म्हणतात.

> भारताची प्रतिमा गेल्या दहा वर्षांमध्ये सुधारली आहे यात काही शंकाच नाही (पण), जागतिक मंचावर अजून भारताच्या तंत्रज्ञान आणि सेवाक्षेत्रातल्या नवीन प्रतिष्ठेला अजून पावती मिळायची आहे. एक मात्र नक्की दिसते की, भारताची नवी ब्रँड प्रतिमा ही अगदी नाजूक आहे, काही मोजक्या क्षेत्रांवर आणि जगात यशस्वी झालेल्या मूठभर उद्योजकांवर आधारलेली आहे. 'सिंगल इक्विटी ब्रँड', म्हणून एका ठराविक साच्यात अडकण्याचा त्याला धोका आहे आणि यातल्या एकाही क्षेत्रात पीछेहाट झाली, तर पूर्ण देशाच्याच चांगल्या प्रतिमेला धक्का बसू शकतो.[१६]

भांगडा संगीत आणि बॉलिवूडमुळे जगाच्या नजरेत भारताची प्रतिमा सुधारली आहे, यात काही संशय नाही. त्याचबरोबर बाकीच्या जगामध्ये भारताबद्दलच्या बऱ्याच नकारात्मक प्रतिमा आहेत, यातही काही संशय नाही. पाश्चात्त्य माध्यमांमध्ये भारताबद्दलच्या बहुतांश बातम्या या नैसर्गिक किंवा पर्यावरणाच्या आपत्तीच्या, दहशतवादी कारवायांच्या किंवा आरोग्य आणि गरिबीबद्दलच्या सर्वसाधारण बातम्या किंवा राजकीय किंवा व्यावसायिक लाचखोरीच्या असतात. भारतीयांनी बनवलेले चित्रपट व लिहिलेली पुस्तके सोडून बाकी पाश्चात्त्य चित्रपट व पुस्तके याच वाटेने जातात. स्लमडॉग मिलेनियर हा चित्रपट जगातल्या लक्षावधी लोकांच्या हृदयाला भिडला. पण त्यामुळे भारतीय उद्योगांबद्दलच्या प्रतिमेत काही भर पडली असण्याची शक्यता नाही आणि सुस्मिता सेनबद्दल पूर्ण आदर ठेवून, पण विश्वसुंदरी किताबानेही

काही हातभार लागल्याचे दिसत नाही. सौंदर्य स्पर्धा या पाश्चात्य जगात 'पोलिटिकली इनकरेक्ट' आणि कालबाह्य समजल्या जातात.

आणि शेवटी व्यावसायिक भाषेत भारत म्हणजे सुमार गुणवत्ता, आऊटसोर्सिंग आणि रोजगारांची हानी असा समज आहे. 'इप्सॉस पब्लिक अफेअर्स' ने २००७-२००८साली चीन, युनायटेड स्टेट्स आणि इंग्लंडमध्ये केलेल्या अभ्यासांनी सूचित केले होते की, बऱ्याच लोकांमध्ये टाटाची अनुकूल प्रतिमा होती. (प्रकरण ४ पाहा), पण या पाहण्यांत केवळ सरकारी अधिकारी, कंपन्यांचे अधिकारी, शिक्षण तज्ज्ञ अशा उच्चभ्रू लोकांमध्येच केलेल्या होत्या. सर्वसामान्य स्त्री-पुरुषांचे दृष्टिकोन त्यात आले नव्हते आणि नाही. सर्वसामान्य ब्रिटिश माणसांसमोर 'भारतीय उद्योग' शब्द उच्चारले की, चटकन त्याच्या मनात येते ते एकतर कॉलसेंटर किंवा कोपऱ्यावरची दुकाने.

'टाटा' जेव्हा भारताबाहेर पाऊल टाकतात, तेव्हा या पार्श्वभूमीवर त्यांच्याबद्दल समज होणार असतो. पुन्हा आपण सरसकटपणाचेही भान ठेवले पाहिजे. टाटा आफ्रिकाने अगदी थोड्या कालावधीत, आफ्रिकी उच्च उपभोक्त्यांमध्ये टाटांची बळकट प्रतिमा उभी केली. पण टाटा आफ्रिकेला 'कोऱ्या पाटीवर' सुरुवात करण्याचे सुख होते. वर्षानुवर्षांच्या वर्णद्वेषामुळे आणि देश एकटा पडला असल्यामुळे त्या देशात कुणालाच टाटांबद्दल किंवा भारताबद्दल, चांगले किंवा वाईट, काहीच माहिती नव्हते. चीनमधल्या अगदी तुटपुंज्या पुराव्यावरून तिथेही तशीच स्थिती असावी असे वाटते; प्रचलित गैरसमज मोडून काढण्याचे काम करावे न लागता, समजुतींवर प्रभाव पाडणे कदाचित टाटांना शक्य होईल.

आकृती ६.२ पाश्चात्त्यांची टाटांबद्दलची समज

त्यामुळे विकसनशील किंवा नव्याने औद्योगिकीकरण होत असलेल्या देशांमध्ये उपभोक्त्यांबरोबर संधान बांधायला

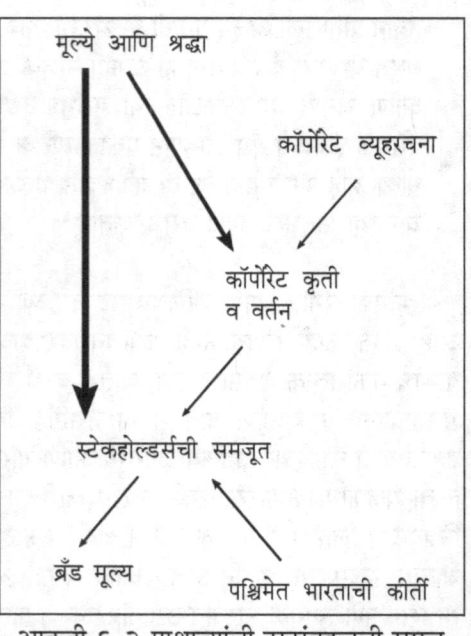

टाटांना उघडच संधी आहे. पश्चिम युरोप, उत्तर अमेरिका आणि जपानमधली आव्हाने वेगळी आहेत. निदान पहिल्या दोन क्षेत्रांत तरी टाटांना भारतीय प्रतिमेच्या मुद्द्यांचाही समाचार घ्यावा लागेल. उपभोक्ता ब्रँडच्या बाबतीत हे टाळता येणार नाही. 'तुम्हाला जर टाटांबद्दल गोष्ट सांगायची असेल, तर तुम्हाला भारताबद्दल गोष्ट सांगावी लागते.' टाटा ग्लोबल बीव्हरेजेसचे मुख्य कार्यकारी अधिकारी पीटर उन्सवर्थ आग्रहाने मांडतात. ती गोष्ट कशा रीतीने सांगितली जाते हे महत्त्वाचे. टाटा ब्रँडमध्ये रस असणाऱ्या कुणीही, ताज ब्रँडची युरोप, उत्तर अमेरिका आणि जपानमधली घोडदौड रस घेऊन पाहावी. निदान आत्तापर्यंत तरी 'ताज'ने वारसा आणि आशियाई आधुनिकता या दुहेरी संकल्पनेचा पुरेपूर यशस्वी उपयोग केलेला आहे. आपले भारतीय मूळ न लपवता वा न नाकारता, ती गुणवत्तेची आणि सेवेची कथा सांगते आणि आराम व सुख यांचे अभिवचन देते.

निदान आत्तापर्यंत तरी ताजने वारसा आणि आशियाई आधुनिकता या दुहेरी संकल्पनेचा पुरेपूर यशस्वी उपयोग केलेला आहे.

टाटा कॉर्पोरेट ब्रँडसाठीही कदाचित पुढचा रस्ता हाच असेल. नकारात्मक समजुती मोडून काढता येतात हे आपल्याला ठाऊक आहे. १९५०-१९६०मध्ये ब्रँड जपानचीही पाश्चिमात्य उपभोक्त्यांमध्ये अशीच नकारात्मक भूमिका होती. स्वस्त, हलक्या दर्जाच्या मालाचा स्रोत म्हणून जपानकडे पाहिले जायचे. उपभोक्त्यांच्या मनातली ही समजूत बदलली ती कार्सच्या नव्या पिढीच्या आगमनाबरोबर. त्या स्वस्त होत्याच, पण उच्च दर्जाची घडण आणि पळवायला अतिशय किफायती आणि उत्कृष्ट (१९७९ च्या तेल आणीबाणीनंतर आणि पेट्रोलच्या किमतीतल्या भरमसाठ वाढीनंतरही कार अधिक महत्त्वाच्या ठरल्या होत्या.). कारपासून सुरुवात करून पाश्चिमात्य उपभोक्ते इतरही जपानी वस्तूंकडे वळले, खाद्यपदार्थ आणि चित्रपट धरून. एका दशकाच्या आतच ब्रँड जपानने पूर्ण कात टाकली.

'ब्रँड इंडिया' आणि 'ब्रँड टाटा'समोरचे आव्हान आहे, ते जपानच्या पाऊलखुणांवर चालण्याचा मार्ग शोधण्याचे. शेवटी टाटा ब्रँडचे मूल्यमापन होईल ते त्याच्या कामगिरीवर. लोकांना टाटांची गोष्ट सांगणे आणि समूहाच्या वारशाची त्यांना ओळख करून देणे याची मदत होईल, पण तो निर्णायक मुद्दा ठरणार नाही. पीटर उन्सवर्थ म्हणतात त्याप्रमाणे, 'पाश्चिमात्य लोक हे ब्रँडच्या बाबतीत जास्तच चिकित्सक असतात, त्यांच्या भोवतीच्या गोष्टी आणि मिथकांवर विश्वास ठेवण्याकडे कल जरा कमी असतो.' टाटा आफ्रिकाचे रमण धवन म्हणतात, त्याप्रमाणे तिथे त्या जागेवर जाऊन तुम्ही काय करून दाखवता ते त्या लोकांना बघायचे असते.

वारशाचा मुद्दा निकालात निघाल्यावर, पाश्चात्त्य (आणि जपानी) ग्राहकांना खेचण्याचा एकच मार्ग टाटांकडे उरतो आणि तो म्हणजे शक्य तेवढी उच्चतम गुणवत्ता देणे आणि उत्पादन व सेवा यांनाच बोलण्याचे काम करू देणे. पुन्हा तिथेही आशेला जागा आहे. उदाहरणार्थ, फोर्डच्या मालकीत असतानाच्या वर्षांमध्ये जग्वार ब्रँडने जी चमक घालवली होती, ती आता पुन्हा झळाळू पाहात आहे. बीबीसीच्या 'टॉप गियर' या बराच प्रभाव टाकणाऱ्या कारविषयक कार्यक्रमात जग्वारचे एक नवीन मॉडेल 'अ ब्रिलियंट पीस ऑफ डिझाईन' म्हणून नावाजले गेले होते. अर्थात जग्वार टाटांचे नाव किंवा लोगो वापरत नाही. पण त्याची गरजही नाही. बहुतेक इंग्रजांना, खास करून कारशौकिनांना जग्वारचे मालक कोण ते माहीत आहे. आणखी काही 'ब्रिलियंट पीसेस ऑफ डिझाईन' आणि टाटा ब्रँडभोवतीही प्रभावळ तेजाने झगमगू लागेल.[vii]

'बिझिनेस टू बिझिनेस'

सर्वसाधारण उपभोक्त्यांपेक्षा, भारताबाहेरच्या व्यावसायिक ग्राहकांना – बी २ बी – टाटा ब्रँडबद्दल अधिक माहिती आहे व अधिक अनुकूलता आहे, असे मानायला बऱ्यापैकी पुरावा आहे. त्याची अनेक कारणेही आहेत. पहिले, सुनील गुप्ता आणि डोनाल्ड लेहमन त्यांच्या 'मॅनेजिंग कस्टमर्स अॅज इन्व्हेस्टमेंट्स' या पुस्तकात म्हणतात त्याप्रमाणे, 'उपभोक्ते मानसशास्त्रीय कारणांनी जास्त प्रेरित होतात, तर व्यावसायिक ग्राहक हे आर्थिक आणि प्रत्यक्ष कामगिरीने प्रेरित होण्याची शक्यता जास्त असते. दुसऱ्या शब्दात, ही सेवा किंवा उत्पादन योग्य मूल्याचे आहे का आणि याने उद्देश साध्य होईल का?'[१७] मानसशास्त्रीय गोष्टींची काहीच भूमिका नसते, असे नव्हे; ती असतेच, पण सर्वसाधारणपणे व्यावसायिक ग्राहक हे खरेदीचा निर्णय हा वैयक्तिक आत्मसन्मानापेक्षा, हेतूची पूर्ती आणि पैशाचे मूल्य या गोष्टींवर आधारित राहून करतात.

दुसरे, आपण आधीच्या प्रकरणात पाहिले त्याप्रमाणे, जगभरातल्या अनेक व्यावसायिकांना टाटांचा अगोदरच काही ना काही अनुभव असतो. टाटा कन्सल्टन्सी सर्व्हिसेसने जगभरातल्या शेकडो ग्राहकांबरोबर काम करून आणि त्यांना टाटा नावाचा परिचय करून देऊन नक्कीच 'मार्ग प्रशस्त' करून ठेवला आहे. इतर परदेशी कंपन्या टाटा समूहाच्या स्पर्धक असतात किंवा त्यांच्याबरोबर त्यांचे संयुक्त प्रकल्प असतात. मार्केट रिसर्चमधून दिसते की, 'टाटा' हे एक नाव म्हणून आणि एक औद्योगिक समूह म्हणून पुष्कळ प्रमाणात ओळखीचा आहे, पण त्या पलीकडे लोकांना त्याच्याबद्दल काही माहिती आहे की नाही, हे स्पष्ट नाही. डेव्हिड स्मिथ,

अलिकडची जग्वार कार

जग्वार लँड रोव्हरच्या पूर्वीच्या सीईओंना आठवते की, '२००८च्या सुरुवातीलादेखील त्यांच्या कंपनीतल्या क्वचितच कुणाला टाटांबद्दल काही माहिती होती.' पण स्मिथने हे ही नोंदवले आहे की, एकदा का लोकांना टाटांबद्दल कळायला लागल्यानंतर ताबडतोब अनुकूल मते व्हायला सुरुवात झाली. टाटा समूहाने खरेदी केलेल्या इतर ब्रिटिश कंपन्यांमधली माणसेही याला दुजोरा देतात.

भारतामध्ये अर्थातच ग्राहकांमध्ये आहे तसेच टाटांचे नाव व्यावसायिक ग्राहकांमध्येही आहे. गुप्ता आणि लेहमन दर्शवितात त्याप्रमाणे, 'हे नाते हे मानसिक आणि भावनिक गोष्टींवर आधारित असण्याऐवजी कार्य, गुणवत्ता आणि मूल्य अशा अधिक जागतिक गोष्टींवर आधारलेले आहे.' परिणामी पोलाद निर्मिती, लॉरी व बस बॉडी बिल्डिंग, टेलिकॉम, सल्ला-सेवा इत्यादी क्षेत्रांमध्ये त्यांच्या स्पर्धकांपेक्षा वेगळे काढणे जरा कमीपणाचे होते. 'बी २ बी' ग्राहकांचे लक्ष ते ज्या कंपनींकडून माल खरेदी करणार आहेत त्याच टाटा कंपनीवर असेल; वारशाचा मुद्दा सुप्तावस्थेत असतो, गैरहजर अजिबातच नसतो. टाटांची समाजाप्रती असलेली बांधिलकी आणि सेवा यांमुळे 'बी २ बी' ग्राहक भारून गेल्याचीही उदाहरणे आहेत.[viii] – टाटांनी विश्वासार्हता आणि त्याच्या जोडीला गुणवत्ता आणि सर्जनशीलता अशी मूल्ये वापरून आपला ब्रँड वेगळा काढायचा प्रयत्न केला आहे. उदाहरणार्थ, टाटा स्टीलचे असे अनेक 'बी २ बी' उत्पादनांचे ब्रँड्स आहेत, ज्यांचे ब्रँड-आश्वासन हे अगदी अशाच मूल्यांवर केंद्रित केलेले आहे. टाटा टिस्कॉन (रीबार्म) चे घोषवाक्य आहे. 'तुमच्या घरासाठी विश्वासू पोलाद' – 'ट्रस्टेड स्टील फॉर युवर होम'. टाटा पाइप्स (ट्यूब्ज) म्हणतात 'आत्तासाठी, वर्षानुवर्षांसाठी', 'फॉर नाऊ, फॉर इयर्स.' आणि टाटा ॲग्रिको (शेतीविषयक) म्हणतात, 'हे बंध विश्वासाचे' – 'अ बाँड ऑफ ट्रस्ट.' एकाच कल्पनेची विविध रूपे. टाटा कॉर्पोरेट ब्रँडची मूल्ये ही टाटा स्टीलमधून ग्राहकांशी थेट संपर्कात येणाऱ्या कंपनीतून त्यांच्या उत्पादनांत परावर्तित होतात.

सारांश

सुरुवातीला सुचवल्याप्रमाणे, टाटा ग्राहक ब्रँडचा अर्थ विविध ग्राहक गटांना विविध प्रकारे समजतो. टाटा अधिकाऱ्यांना या वैविध्याची चांगली जाणीव आहे, आणि ते आपली कंपनी व उत्पादनांचे ब्रँड्स हे त्यानुसारच पेश करतात. वेगवेगळ्या गरजा भागवतील व वेगवेगळ्या इच्छा पूर्ण करतील अशा हॉटेल्सच्या विविध श्रेणी ताज ब्रँडमध्ये आहेत. टायटनमध्ये भास्कर भट वेगवेगळ्या गटांच्या गरजांबद्दल बोलतात; उच्चभ्रू गटाला भविष्यवेधी अन् कल्पक चिजा पाहिजे असतात, तर निम्न टोकाला विश्वास आणि विश्वासार्हता हवी असते.

पण आपण, भारतीय उपभोक्ते परदेशी (विशेषत: पाश्चिमात्य) उपभोक्ते आणि 'बी २ बी' ग्राहक यांच्या समजुतींची संगती कशी लावणार? असे करता येईल? असा प्रयत्न तरी आपल्याला करता येईल? दुसऱ्या प्रश्नाचे उत्तर – कॉर्पोरेट ब्रँडिंगच्या साहित्यानुसार अगदी एकसुरात, नि:संदिग्ध 'होय' असे आहे. कॉर्पोरेट ब्रँडने सर्व स्टेकहोल्डर्ससमोर एक सुसंगत प्रतिमा निर्माण करणे अत्यावश्यक आहे. तर आत्तापर्यंत मिळालेली माहिती सारांशरूपाने मांडू या.

• भारतीय उपभोक्ते टाटांचे नाव अनेक गुणविशेषांशी जोडतात; जसे विश्वास, विश्वासार्हता, पैशाचा योग्य मोबदला, स्टाईल आणि सर्जनशीलता. यातल्या नेमक्या कोणकोणत्या गुणांचे मिश्रण उपभोक्त्याला अनुभवास येते, ते उपभोक्ते कोणती टाटा उत्पादने व सेवा वापरतात त्यावर, आणि त्यांच्या स्वत:च्या मनोरचनेवर अवलंबून असते. टाटा समूहाच्या कृतींमुळे, त्यांच्या उत्पादनांच्या व सेवांच्या गुणवत्तेमुळे आणि टाटा नावाभोवती असलेल्या मिथकांमुळे व वारशामुळे उपभोक्त्यांची समजूत दृढ होते.

• पाश्चिमात्य उपभोक्त्यांना टाटांबद्दल फार कमी माहिती आहे व त्यामुळे ते टाटांना भारतीय संस्कृतीबरोबर जोडतात. 'टाटापणा'पेक्षाही भारताचा वारसा आणि पुराणकथा यांनीच त्यांची पार्श्वभूमी बनलेली असते. तरीही क्वचितच कुणाला टाटा ब्रँडचा थेट अनुभव असतो. त्यामुळे ते टाटांना जे गुण जोडतात, ते त्यांच्या भारताबद्दलच्या अनुभवांप्रमाणे बदलतात. त्यांना तो ब्रँड अगदी मजेदार, रोमँटिक किंवा नवीन वाटू शकतो किंवा त्यांच्या समजुतीप्रमाणे स्वस्त/सुमार दर्जाचा वाटू शकतो किंवा पाश्चात्त्य प्रसारमाध्यमांमधून दिसल्याप्रमाणे गरीब आणि गांजलेला वाटू शकतो.

• भारतीय आणि पाश्चिमात्य व्यावसायिक ग्राहकांची मात्र अत्यंत सकारात्मक मते आहेत. ते टाटांना जे गुण जोडतात ते आहेत विश्वास, विश्वासार्हता, गुणवत्ता आणि पैशाचा योग्य मोबदला. ते समूहातल्या स्वतंत्र कंपन्यांशी संबंध जोडतात, संपूर्ण समूहाशी नाही. टाटांच्या वारशाला कमी महत्त्व आहे, पण भारतात त्याकडे दुर्लक्ष करता येत नाही.

त्यामुळे आपल्याला भारतीय उपभोक्ते, तसेच भारतातले आणि भारताबाहेरचे

व्यावसायिक ग्राहक यांच्या समजुतींमध्ये बऱ्यापैकी साम्य आढळते. आपल्याला असेही दिसते की, लोकांना टाटांची उत्पादने व सेवा व टाटा कंपनी ब्रँड्सचा अनुभव जितका जास्त येतो, तितके त्यांचे टाटा कॉर्पोरेट ब्रँडबद्दल अनुकूल मत बनत जाते. दक्षिण आफ्रिका आणि ब्रिटनमधले व्यावसायिक ग्राहक यांच्याबाबतीत हाच विशेष अनुभव सुचवतो की, समूह आपले गुणवत्ता आणि विश्वासार्हता यांबद्दलचे वचन पूर्ण करत आहे; नाहीतर लोकांची मते बदलली नसती.

काहीतरी करून 'आशियाई वारसा *आणि* पाश्चात्त्य आधुनिकता' यांचा लाभ घेत, परंतु आपल्या स्वतःच्या मूल्यांशी आणि परंपरांशी प्रामाणिक राहात, भारतीय आणि जागतिक बनण्याचा काहीतरी मार्ग ब्रँड टाटाने शोधायलाच हवा.

आत्ताची महत्त्वाची समस्या म्हणजे पाश्चिमात्य उपभोक्त्यांची घाईगडबडीची आणि कधीकधी प्रतिकूल अशी समजूत. टाटा ब्रँडचा काही अनुभव नसल्याने, 'भारतीयपणा' म्हणून त्यांची जी काही समजूत आहे, त्यानुसार ते त्याचे मूल्यमापन करतात. आणि जरी गेल्या काही वर्षांत 'ब्रँड इंडिया'ची प्रतिमा पश्चिमेत खरोखरच बरीच सुधारली असली, तरी अजून पुष्कळ पल्ला गाठायचा आहे. इथे टाटांसमोर एक नाजूक प्रश्न आहे. आपली भारतीय मुळे विसरून ब्रँडने 'जागतिक' व्हावे का? पण भारतात त्याचे भयंकर पडसाद उमटतील. भारताबाहेर सर्वांत जास्त परिचित असलेल्या टाटा समूहाच्या ब्रँडचे, टाटा कन्सल्टन्सी सर्व्हिसेसचे उपाध्यक्ष एस. रामादोराईंना हे असे घडता कामा नये असे ठामपणे वाटते. भारतामध्ये, भारताच्या गरजांशी आणि भारताच्या मूल्यांशी सुसंगत असणे फार महत्त्वाचे आहे. दुसरा पर्याय म्हणजे ब्रँड इंडियाबद्दलची पश्चिमी समजूत बदलणे, असे करता येऊ शकते. आधीचे जपानचे उदाहण आपण पाहिले आहे. पण हे एक प्रचंड आणि दीर्घसूत्री काम आहे आणि टाटांनी आपल्या एकट्याच्या जिवावर हे करावे, ही अपेक्षा अवास्तव आहे.

एक गोष्ट नक्की की, भारतीय ब्रँड बनावे की जागतिक ब्रँड बनावे, या असल्या पर्यायांच्या जाळ्यात अडकण्याचे टाटांनी टाळायलाच हवे. 'आपला स्थानिक आधार आणि जागतिक पोच' यातले काहीच गमावणे कॉर्पोरेट ब्रँड्सना परवडणारे नसते. 'कॉर्पोरेट ब्रँडिंग'चे तज्ज्ञ मेरी ज्यो हॅच आणि माकेन शुल्ट्झ म्हणतात.[१८] काहीतरी करून, 'आशियाई वारसा *आणि* पाश्चात्य आधुनिकता' यांचा लाभ घेत, परंतु आपल्या स्वतःच्या मूल्यांशी आणि परंपरांशी प्रामाणिक राहात, टाटांनी भारतीय आणि जागतिक बनण्याचा काहीतरी मार्ग ब्रँड टाटाने शोधायलाच हवा. जगभरच्या ग्राहकांच्या नव्या पिढीने टाटा दंतकथेत सामील झाले पाहिजे. ती

सगळीकडे पसरवली पाहिजे, निर्माण केली पाहिजे आणि वाढवलीही पाहिजे.

---

[i] या पुस्तकासाठी म्हणून खास कुठलाही मार्केट रिसर्च केलेला नाही. अनेक एजन्सीजनी टाटांसाठी केलेला मार्केट रिसर्च, मुलाखती आणि संभाषणे यातून माझी स्वत:ची निरीक्षणे यावर मी विसंबलो आहे. टाटांबद्दलच्या ग्राहकांच्या समजुतीचे हे संपूर्ण चित्र आहे असे मी भासवत नाही; महत्त्वाची वैशिष्ट्ये वेगळी काढणे व टाटा ब्रँडमध्ये ती कशी भर घालतात ते दाखवणे हा इथला उद्देश आहे.

[ii] जी.एफ.के. मोडच्या विशिख तलवारने मला सांगितल्याप्रमाणे सुरुवातीला ब्रँड ट्रॅकिंग फक्त शहरी भागातच एकवटले होते आणि २००७मध्ये देशाच्या प्रत्येक भागातून काही नमुना-सॅम्पल घेऊन, दोन लाख लोकवस्तीच्या आतल्या लहान गावांपर्यंत ते विस्तारले होते. खेड्यांमध्ये मात्र अजून अशा प्रकारचा अभ्यास झालेला नाही, मात्र तो करण्याच्या शक्यतेवर चर्चा झालेली आहे.

[iii] वाचकांना सामाजिक-आर्थिक आणि मनोरचनेवर आधारित वर्गीकरणाच्या प्राथमिक तंत्रांची तोंडओळख असेल असे मी गृहीत धरले आहे. दोन्हींमध्ये थोडाफार सामायिक भाग येणारच. आपण म्हटलेल्या 'दैवशरण' लोकांमध्ये बरेच गरीब लोक असतील, तर 'महत्त्वाकांक्षी' व 'यशस्वी' वर्गांमध्ये बऱ्यापैकी शिक्षित व चांगल्या आर्थिक परिस्थितीतले लोक असतील.

[iv] हा किंचित विरोधाभास आहे. पण मॅस्लोने त्याची 'आत्मसाक्षात्काराची' कल्पना भारतीय संस्कृतीच्या त्याच्या ज्ञानातून घेतली आहे.

[v] आणि होय, हे भारताबाहेरच्या इतर बाजारपेठांनाही लागू आहे.

[vi] टाटा आणि फियाट मोटारींची विक्री करणाऱ्या पुण्यातल्या बी.यू. भंडारी ऑटोचे संयुक्त व्यवस्थापकीय संचालक शैलेश भंडारी यांनी मला सांगितले की, नॅनोच्या ग्राहकांपैकी केवळ वीस टक्के ग्राहक पहिल्यांदा मोटार घेणारे होते. बाकीच्या ग्राहकांमध्ये, आपल्या मुलाला किंवा मुलीला विद्यापीठात जाण्यासाठी गाडी घेऊन देणारे पालक होते किंवा जवळच्या ठिकाणी जाण्यासाठी एखादे लहानसे वाहन हवे असणारे ज्येष्ठ नागरिक होते.

[vii] विशेष म्हणजे, टाटा मोटर्सचे उपाध्यक्ष रवि कांत यांनी सांगितल्याप्रमाणे, 'जग्वार विकत घेण्याचा टाटांचा हेतू नव्हताच, त्यांना रस होता तो लँड रोव्हर खरेदी करण्यात. पण जग्वार विकली जाईल की नाही या भीतीपोटी फोर्डने आग्रह धरला की, दोन्ही ब्रँड्स एकदमच विकले जातील. टाटा मोटर्स नाखुशीने त्याला तयार झाले. हा व्यवहार चांगला झाला का याबद्दल समूहाच्या इतर गटांमध्ये शंका होती व आजही आहे. पण कांतना आता वाटते की, जग्वारमध्ये खरेच दम आहे आणि जर तो एक शक्तिशाली ब्रँड म्हणून पुढे आला आणि त्याने टाटांच्या कीर्तीत भर घातली, तर बाकीचा समूह अजूनही कांतना धन्यवादच देईल.

[viii] याबद्दल अधिक प्रकरण ९मध्ये पाहू.

टाटांची माणसं : मालकाचा ब्रँड

घड्याळ बनवणारे 'टायटन', म्हणजे टाटा समूह आणि तामिळनाडू सरकारचा संयुक्त प्रकल्पाचा पहिला कारखाना एका लहानशा आणि दूरच्या होसूर गावात १९८७साली सुरू झाला. होसूरच्या आजूबाजूचा भाग अगदी दरिद्री होता. काही काही कुटुंबे केवळ अस्तित्वाच्या पातळीवरच होती. शेती हा जवळजवळ एकमात्र उद्योग होता. स्थानिक कुशल कामगार उपलब्ध नसल्याने कारखान्यात कामासाठी प्रथम बंगलोरहून व्यावसायिक अभियंते आणायचे टाटांनी ठरवले.

पण व्यवस्थापकीय संचालक झर्झेस देसाई यांनी विचार बदलला. 'हा भाग आणि इथले लोक ही आपली जबाबदारी आहे.' त्यांनी सांगून टाकले. त्यांनी पाहिले की भयंकर गरिबी असली, तरी तिथली शिक्षणाची अवस्था बऱ्यापैकी होती आणि आपल्या शिक्षणाचा उपयोग करण्याचे काहीही साधन नसलेली भरपूर मुले-मुली तिथे होती. त्यांनी घोषणा केली की, 'आपण होसूरमधली षोडषवर्षीय मुले-मुली घेणार आहोत आणि त्यांना जागतिक दर्जाचे घड्याळजी बनवणार आहोत.'

बोर्डरूममधल्या 'गरमागरम' चर्चेनंतर देसाईंना हिरवा कंदील मिळाला. आजूबाजूच्या खेड्यांतल्या शाळांमधले नुकतेच पास झालेले चारशे तरुण भरती करून होसूरला आणण्यात आले. त्यातले कित्येक जण शहर पहिल्यांदाच बघत होते. अगदी झोपडीवजा घरात त्यांचे जीवन गेले होते. कित्येकांजवळ अजिबात पैसे नव्हते. टाटांनी या युवकांसाठी निवास बांधले आणि त्यांना 'दत्तक पालक' दिले, जे त्यांच्याबरोबर राहिले आणि त्यांना शहरी जीवनासाठी आवश्यक कौशल्ये शिकवली. दरम्यान कारखान्यात बंगळूर आणि इतर ठिकाणांहून आणलेल्या अभियंत्यांनी त्यांना 'प्रिसिजन मशिनरी' कशी बनवायची याचे प्रशिक्षण दिले. एकदा कारखाना सुरू होऊन चालायला लागल्यावर, टाटांनी क्रीडा आणि मनोरंजनाची साधने पुरवली, तसेच कामाच्या वेळानंतर कामगारांना पदवीचे आणि पदव्युत्तरसुद्धा शिक्षण घेण्याची सोय उपलब्ध करून दिली.

परिणाम? टायटन हा तामिळनाडूमधल्या हजारो लोकांना रोजगार देणारा एक कमालीचा यशस्वी उद्योग झाला आहे – एकट्या होसूरमध्ये तीन कारखाने आहेत. जवळजवळ सर्व कामगार जवळपासच्या खेड्यांमधून आलेले आहेत आणि घड्याळाचे पट्टे, डब्या आणि इतर भाग बनवणाऱ्या उद्योगांच्या रूपाने आणखी हजारो जणांना अप्रत्यक्ष रोजगार दिला आहे. २००१मध्ये भारताचा सर्वांत उल्लेखनीय ब्रँड म्हणून टायटनची निवड झाली. २००२मध्ये त्यांनी 'दि एज' (the Edge) नावाने जगातले सर्वांत चपटे (thinnest) घड्याळ बाजारात आणले. त्यातली क्वार्ट्झ हालचाल अवधी १.१५ मि. मि. जाडीची होती आणि डबीसहित संपूर्ण घड्याळ फक्त ३.५ मि. मि. जाड होते. त्याशिवाय डझनभर ब्रँड्स बाजारात आले आहेत. महत्त्वाकांक्षी लोकांसाठी 'गोल्डन नेब्युला', फॅशनप्रेमी तरुणींसाठी 'द रागा', खेळाडूंसाठी 'पीएसआय-२०००', मुलांसाठी 'द झूप', मुख्य प्रवाहातल्या लोकांसाठी 'सोनाटा', किफायती श्रेणी वगैरे. सुरेख, फॅशनेबल दुकाने आणि पारितोषिक-प्राप्त जाहिरात मोहिमा यांनी भारतातली घड्याळे विकण्याची पद्धत बदलून टाकली.

तरीही टायटनचे आजचे कॉर्पोरेट साहित्य पाहाल आणि त्यांच्या कर्मचाऱ्यांशी बोलाल तर तुमच्या लक्षात येईल की, या यशापेक्षा तामिळनाडूत त्यांनी जे केले आहे, त्याबद्दल कंपनीला जास्त अभिमान आहे. 'टायटन नावाची एक चळवळ' या कॉर्पोरेट व्हिडिओमध्ये मुख्य भर आहे तो कंपनीने इथल्या कामगारांच्या जीवनावर जो परिणाम केला आहे त्यावर. कामगारांना मिळणारे वेतन आणि त्यांना मिळालेले

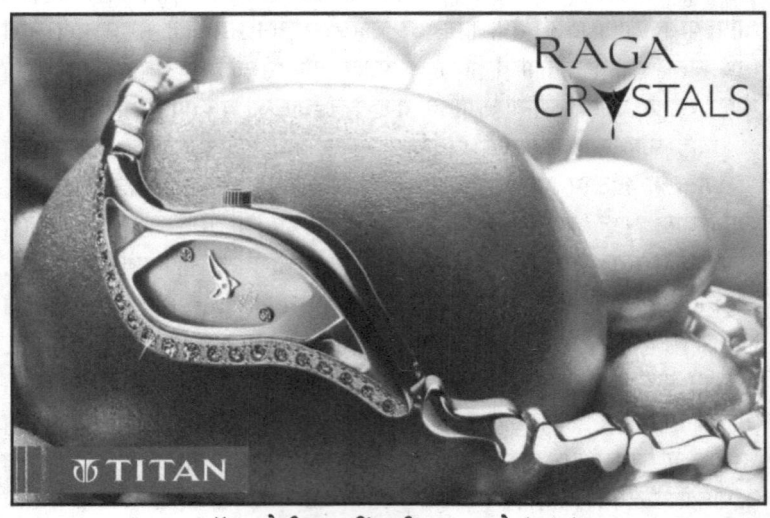

फॅशनप्रेमी तरुणींसाठी टायटनचे 'रागा'

शिक्षण याने केवळ त्यांची स्वत:चीच नव्हे, तर संपूर्ण कुटुंबाचीच आयुष्ये संपूर्ण बदलून टाकली आहेत. घरी कुटुंबासाठी पाठवलेल्या पैशांमुळे इतरांची गरिबीच्या पाशातून सुटका झाली आहे. विद्यापीठात शिक्षण घेणाऱ्या आपल्या भावंडांबद्दल कामगार बोलतात. ती भावंडे त्यांच्या कुटुंबातली शिकणारी पहिलीच मुले असतात. त्यांनी घरी पाठवलेल्या पैशातून हे घडलेले असते. इतर काहींनी टायटन सोडली आणि प्रशिक्षणाचा उपयोग करून व्यवसाय सुरू केले आणि नवीन रोजगार निर्माण केले. आपली परिणामकारकता टायटन 'बदललेली आयुष्ये' या परिमाणात मोजते.

हे नेहमीच सोपे नव्हते. कामगार आणि कंपनी यांच्यातले संबंध यापूर्वी बिघडलेले आहेत आणि टायटनच्या कारखान्यांमध्ये संप झालेले आहेत. यातला शेवटचा २००३मध्ये होता आणि तो पगाराच्या काही पद्धतींमध्ये आणलेल्या कामगिरी-आधारित-वेतनपद्धतीच्या चुकीच्या हाताळणीमुळे घडला होता. व्यवस्थापकीय संचालक भास्कर भट हे या गोष्टींचा ठपका कामगारांच्या दुराग्रहीपणापेक्षा व्यवस्थापनाच्या अपयशावर ठेवतात. 'मी गमतीने म्हणायचो की, कामगार कंपनीवर प्रेम करतात, पण व्यवस्थापनाचा राग करतात.' ते म्हणतात. 'कामगार हे कंपनीतले सर्वांत महत्त्वाचे लोक आहेत', असे त्याचे मत आहे. २००९मध्ये बंगळूरच्या त्यांच्या कार्यालयात बसून त्यांचे बोलणे ऐकताना मला संस्थापक जमशेटजी टाटांचे शब्द आठवले, 'आपल्या कर्मचाऱ्यांचे आरोग्य आणि कल्याण हा आपल्या समृद्धीचा भक्कम पाया आहे.'[१]

'टायटन नावाची एक चळवळ' या कॉर्पोरेट व्हिडिओमध्ये मुख्य भर आहे, तो कंपनीने इथल्या कामगारांच्या जीवनावर जो परिणाम केला आहे त्यावर.

उपभोक्त्यांच्या बाबतीत जसे होते, तसेच कर्मचाऱ्यांच्या बाबतीतही होते. टाटांची प्रत्येक गोष्ट दर वेळी बरोबरच होते असे नाही. इतर कंपन्यांमध्येही वादविवाद आणि संपसुद्धा झालेले आहेत. पूर्वी व्यवस्थापनाच्या काही चुका झालेल्या आहेत. आर. गोपालकृष्णन म्हणतात तसे, टाटाचे अधिकारी मधून-मधून लोकांना आठवण करून देतात की, तीसुद्धा माणसेच आहेत. पण टाटांच्या सबंध इतिहासात, कर्मचाऱ्यांना न्यायाने वागवण्याची आणि त्यांच्या कल्याणाची काळजी वाहण्याची एक मजबूत परंपरा आहे आणि सर्वसाधारणपणे समूहाने, संस्थापकांनी घालून दिलेल्या आदर्शांप्रमाणे वागणूक ठेवलेली आहे. या परंपरेमुळेच टाटा आज भारतीय तरुणांची पसंती असलेल्या कंपन्यांपैकी एक आहे, जरी इतर कंपन्या जास्त पगार देत असल्या तरीही. उपभोक्त्यांना जशी टाटा उत्पादने आणि सेवांभोवती

'चांगुलपणाची' एक प्रभावळ दिसते, अगदी तसाच चांगुलपणा कर्मचारी आणि भावी कर्मचारी टाटा नावाशी एक मालक-कामगार म्हणून जोडतात. ही समजच टाटा एम्प्लॉयर ब्रँडच्या केंद्रस्थानी आहे.

उपभोक्त्यांना जशी टाटा उत्पादने आणि सेवांभोवती 'चांगलेपणाची' एक प्रभावळ दिसते, अगदी तसाच चांगुलपणा जुने आणि नवे कर्मचारी 'टाटा' नावाशी एक मालक-कामगार म्हणून जोडतात.

एम्प्लॉयर ब्रँड

आपण प्रकरण १मध्ये पाहिल्याप्रमाणे कॉर्पोरेट ब्रँड फक्त ग्राहकांशीच संबंधित नसतो. ३६० अंशांत, फर्मच्या सर्व स्टेकहोल्डर्सशी त्याचा संपर्क असतो.

अगदी अलीकडेपर्यंत, कॉर्पोरेट ब्रँडचे कर्मचाऱ्यांना असलेले महत्त्व याकडे ब्रँडिंग किंवा मनुष्यबळ विकास व्यवस्थापन-विषयक साहित्यात फारसे लक्ष दिले गेले नव्हते. काही वेळेला व्यवसाय एम्प्लॉयर ब्रँड निर्माण करण्याचा प्रयत्न करत होत्या; पण तो नेहमी बरोबर ठरायचा, असे नव्हे. 'टेकिंग ब्रँड इनिशिएटिव्ह'चे मेरी जो हॅच आणि माकेन शुल्ट्झ यांच्या मते एक नेहमीची चूक म्हणजे मनुष्यबळ विकास खात्याला, बाकीच्या कॉर्पोरेट ब्रँडशी काहीही संबंध नसलेला 'स्वतंत्र' ब्रँड उभारू देणे ही होय. ते म्हणतात की, हे धोक्याचे आहे. कारण त्यामुळे संस्थेच्या प्रतिमेबद्दल संभ्रम निर्माण होऊ शकतो. कर्मचारी संबंध हा एक स्वतंत्र ब्रँड मानण्याऐवजी, मनुष्यबळ खात्याने, कॉर्पोरेट ब्रँडशी सुसंगत अशा त्यांच्या पद्धती घालून देण्याकडे लक्ष केंद्रित केले पाहिजे. ते लिहितात, 'अशा रीतीने एम्प्लॉयर ब्रँड आणि कॉर्पोरेट ब्रँड हा असा एकसंध बनतो की, त्या दोन्हीत फरक करायची गरजच राहत नाही.' ते पुढे लिहितात, 'कर्मचाऱ्यांनी ब्रँडच्या पाठीशी असण्यापेक्षा तुमच्या ब्रँडने कर्मचाऱ्यांच्या पाठीशी असणे केव्हाही चांगले.'[२] दुसऱ्या शब्दांत, जी मूल्ये तुमचे कर्मचारी मानतात, त्या मूल्यांशी तुमचा कॉर्पोरेट ब्रँड जुळवून घ्या; ब्रँडला आधार देण्यासाठी, त्यांना त्यांची मूल्ये बदलण्यासाठी पटवायला नको, तुमच्या मूल्यांशी समान असणारे कर्मचारी कामावर घेणे असा याचा अर्थ असू शकतो; किंवा आधी तुमच्या कर्मचाऱ्यांची मूल्ये शोधणे आणि मग त्यानुसार तुमची स्वत:ची मूल्ये बदलणे असाही त्याचा अर्थ असू शकतो; किंवा दोन्ही अर्थ असू शकतात.

एका मजबूत एम्प्लॉयर ब्रँडमध्ये अनेक लाभ दडलेले असतात. जो ब्रँड कंपनीच्या मूल्यांचे परिणामकारक संकेतीकरण करतो, तो ती मूल्ये कर्मचाऱ्यांपर्यंत

पोहोचवणे आणि त्यातून व्यवसायाची संस्कृती दृढ करणे यात महत्त्वाची भूमिका बजावतो. कर्मचारी भरतीच्या वेळी हे फार उपयुक्त साधन ठरते. कामगार आणि व्यवस्थापक यांना प्रेरणा देण्यासाठी याचा उपयोग होतो आणि त्याच वेळी त्यांना त्यांच्या नैतिक जबाबदारीची आठवणही करून दिली जाते. डॅनिश खेळणी उत्पादक लेगो हे त्यांचा एम्प्लॉयर ब्रँड प्रशिक्षणासाठी आणि शिकण्यासाठी वापरतात. त्यांचा 'लेगो स्पिरीट' कार्यक्रम कर्मचाऱ्यांना ब्रँडच्या मूल्यांप्रमाणे जगायला आणि त्यांनी ते कसे केले हे इतरांना सांगायला प्रोत्साहन देतो.[३] यामुळे इतरांनीही त्यांचे अनुकरण करावे आणि या मूल्यांप्रमाणे जगावे असे वाटते. यामुळे कर्मचाऱ्यांचे नीतिधैर्य उच्च ठेवायला नक्कीच मदत होते, कारण लेगो कर्मचाऱ्यांना त्यांच्या कंपनीसाठी काम करायला अभिमान वाटतो. 'तुमच्या कंपनीसमोर असलेल्या प्रश्नाच्या उत्तराचा आणि कंपनीच्या प्रत्येक कृतीचा एक अंगभूत भाग म्हणून जर तुम्ही ब्रँडकडे पाहिले, तर हळूहळू संपूर्ण कंपनीला ब्रँडचा स्पर्श होईल आणि सर्व स्टेकहोल्डर्स त्या ब्रँड अनुभवात ओढले जातील.' हॅच आणि शुल्ट्झ म्हणतात.[४]

हा शेवटचा मुद्दा म्हणजे एम्प्लॉयर ब्रँडची अंतिम कसोटी आहे. ज्या लोकांनी कंपनी स्थापन केली किंवा आज जे तिचे नेतृत्व करत आहेत, त्यांची दृष्टी आणि महत्त्वाकांक्षा हीच कर्मचाऱ्यांची आकांक्षा असते का? निदान त्यांना ती दृष्टी समजते का अन् ते त्याप्रमाणे काम करायला तयार असतात का? की कठीण काळ आल्यावर ते स्वत:चे हित बघतात? पादत्राणांचा झेक उत्पादक टोमास बाटा आठवण सांगतात की, १९२२च्या मंदीच्या काळात ते कर्मचाऱ्यांकडे गेले आणि त्यांनी पगारकपातीचा प्रस्ताव मांडला.[i] त्यांनी सांगितले की ही कपात तात्पुरती आहे, 'बाटा ही एक महान भवितव्य असलेली कंपनी आहे आणि अर्थव्यवस्था सुधारेल, तेव्हा पगार केवळ पूर्वीच्या पातळीला येतील एवढेच नाही, तर होणाऱ्या नफ्याचा वाटा प्रत्येक कर्मचाऱ्याला मिळेल.' या प्रस्तावाला, मिळालेला प्रतिसाद कंपनीच्या इतिहासात सर्वांत जोरदार होता. बाटा कर्मचाऱ्यांनी कंपनीची मूल्ये (आणि नेत्याची दृष्टी) आत्मसात केली होती, आणि त्यांनी त्याला पूर्ण आधार दिला. बाटा कंपनी पुन्हा सावरली व जगातली सर्वांत मोठी पादत्राणे उत्पादक बनली.[५] याच्याउलट, ब्रिटनमध्ये आज रॉयल मेल कर्मचाऱ्यांचा त्यांच्या उच्च व्यवस्थापनाच्या दृष्टीवर विश्वास नाही आणि कंपनीच्या भवितव्याबद्दल असलेल्या उच्च व्यवस्थापनाच्या मताशी ते कृतिशील असहमत आहेत. परिणाम आहे संपांची मालिका आणि एकूण असमाधानाचे वातावरण.

कॉर्पोरेट ब्रँड आणि संस्थेची 'संस्कृती' हे एकमेकांशी घट्ट जोडलेले असतात आणि एकमेकांना बळ देतात. उदाहरणार्थ, एखाद्या संस्थेत जर सर्जनशीलतेला प्रोत्साहन देणारी संस्कृती असेल, तर सर्जनशील प्रकल्पांमध्ये लोक खुशीने

सहभागी होतील. त्यांच्या कामाचे परिणाम इतर स्टेकहोल्डर्सना दिसतील, ते त्यांची संस्थेबद्दलची समजूत त्याप्रमाणे बदलतील. सर्जनशीलता हा गुण जर स्टेकहोल्डर्स कॉर्पोरेट ब्रँडशी जोडत असतील, तर एक चांगले सकारात्मक वर्तुळ निर्माण होते, ज्यात नव-कल्पनेची उत्कट इच्छा आणि जबाबदारी संपूर्ण संस्थेमध्ये फोफावते.

एक शक्तिशाली कॉर्पोरेट ब्रँड लोकांना 'मूल्यांनुसार आचरण करायला' प्रोत्साहन देतो, किंवा दुसऱ्या शब्दांत आपल्या दैनंदिन कामात त्या मूल्यांना प्रत्यक्ष आचरणात आणण्याचे मार्ग शोधण्यासाठी प्रोत्साहन देतो.[६] 'द एज' निर्माण करणारे टायटनचे अभियंते, नॅनोची निर्मिती करणारे टाटा मोटर्सचे डिझायनर्स, 'जागो रे!' मोहिमेचे टाटा टीमधले निर्माते हे सर्व जण निरनिराळ्या परींनी हेच करत होते.

शेवटी कॉर्पोरेट ब्रँड हा वरपासून खालपर्यंतच्या कर्मचाऱ्यांसाठी आणि नेत्यांसाठी दोघांसाठी एक संदर्भ असतो. जुन्या पद्धतीची आज्ञा-नियंत्रण नेतृत्वपद्धती सांगते की, बाकी सर्वांना कामे लावून देणे, सूचना करणे ही अनुकरण करण्यासाठीची कामे नेत्याने करायची आहेत. नेतृत्व ही एक इतरांना 'करण्याची' गोष्ट आहे, पण नेतृत्वाबद्दलचे तत्त्वज्ञान आता अधिकाधिक मात्रेने अशा निष्कर्षाप्रत येत चालले आहे की नेतृत्व ही 'लोकांबरोबर' सहभावनेने करण्याची गोष्ट आहे. नेता मार्गदर्शन करतो. दिशा दाखवतो. पण शहाण्या नेत्याने हे ओळखलेले असते की, तो ज्यांचे नेतृत्व करत आहे, त्यांच्या संमतीवाचून आणि पाठिंब्यावाचून तो काहीही साध्य करू शकणार नाही.[७] नेत्याला जी गोष्ट सांगायची असते, तिचे संकेतीकरण कॉर्पोरेट ब्रँड्स करतात व ती गोष्ट कॉर्पोरेट ब्रँड्सचा एक हिस्सा बनते. लंडन बिझिनेस स्कूलच्या प्रोफेसर लिंडा ग्रॅटन यांचा विश्वास आहे की, अशा गोष्टी सांगायलाच हव्या. 'या गोष्टी वेगवेगळी रूपे धारण करतात.

त्या आपल्या *'ग्लो'* या पुस्तकात लिहितात.

> ही कल्पना कशी विकसित करता येईल, याबद्दल असेल किंवा ती पूर्ण झाल्यावर कशी दिसेल याबद्दल असेल, किंवा लोक त्यात सहभागी झाल्यावर त्यांना त्याबद्दल काय वाटेल याबद्दल असेल; ती गोष्ट जेवढी वेधक, जेवढी स्फूर्तिदायक आणि रंजक असेल, तेवढे लोक तिच्याकडे खेचले जाण्याची आणि आपल्या शक्ती गुंतवण्याची शक्यता जास्त असेल. जेव्हा तुम्ही भविष्याबद्दलची एखादी गोष्ट रंगवता, तेव्हा तुमच्या सांगण्यामध्ये सहभागी होण्याची इतरांना तुम्ही परवानगी देता, त्यासाठी उत्तेजन देता, लोक तुमच्या गोष्टीत स्वतःला बघू लागतात व तुम्ही जशी स्वतःची स्वप्ने विणता, तशी तीही स्वतःची स्वप्ने विणू लागतील.[८]

जेव्हा माणसांचे व्यवस्थापन करायचे असते, तेव्हा भारतातल्या सर्व टाटा कंपन्या कॉर्पोरेट ब्रँडकडे बघतात हे स्वच्छ आहे किंवा ग्रॅटनच्या भाषेत, ते सारख्याच गोष्टींकडे बघत असतात. सर्व जण एकाच समान परंपरेचे आणि वारशाचे असतात. टायटनचा स्वत:चा स्वतंत्र असा उपभोक्त्यांचा ब्रँड आहे. व्यवस्थापकीय संचालक भास्कर भट सांगतात, पण कर्मचाऱ्यांच्या दृष्टीने मात्र कंपनी टाटांशी अभेद्य रीतीने जोडलेली आहे; टायटनचे कर्मचारी कधी-कधी स्वत:ला 'टायटॅनियन्स' म्हणवून घेतात, पण ते टाटाचा भाग आहेत हे ते कधीही विसरत नाहीत. ताज हॉटेल समूहाच्या कर्मचाऱ्यांची दुहेरी ओळख आहे – ताजचे कर्मचारी म्हणून पण तरीही निश्चितपणे टाटा परिवाराचा एक घटक असलेले सीईओ, रेमंड बिक्सन याला 'संस्कृतीचा एक तरल पण महत्त्वाचा भाग' म्हणतात. खरेदी केलेल्या परदेशी कंपन्यांमध्ये ही भावना कमी-जास्त असते. जग्वार अँड रोव्हरचे पूर्वीचे सीईओ डेव्हिड स्मिथ म्हणतात की, 'टाटा आणि त्यांच्या संस्कृतीबद्दल त्यांच्या कर्मचाऱ्यांना अजून फारशी माहिती नाही, त्यामुळे एकरूपतेची भावना अजून जवळजवळ नाही.' लंबकाच्या दुसऱ्या टोकाला ब्लूमर मोंड हा रसायन उद्योग आहे, जिथे सीईओ जॉन कॅरिगनला वाटते की, 'त्यांच्या लोकांना टाटांचा एक भाग असल्यासारखे वाटतच आहे आणि त्यांना समूहाशी अधिक जवळीक हवी आहे.' यांच्यामध्ये कुठतेरी टेटलीचे सीईओ पीटर उन्सवर्थ (आता टाटा ग्लोबल बीव्हरेजेसचे) ही आहेत. ते म्हणतात की, 'टाटा ब्रँड म्हणजे काय याबद्दल अजून साधारण संभ्रम आहे.' पण ते असेही म्हणतात की, 'त्यांची कंपनी अधिक आक्रमक, अधिक धाडसी आणि अधिक आव्हाने पेलणारी होऊ शकते, कारण टाटांचा वारसा आमच्या पाठीशी आहे.' म्हणजे टेटलीवर 'टाटा-पणा'चा रंग चढायला सुरुवात झाली असावी.

या कल्पनांच्या आधारे, आता टाटा ब्रँड हा एम्प्लॉयर ब्रँड म्हणून कसे काम करतो ते पाहू या.

मूल्ये आणि नेतृत्व

Epistemologists म्हणतात की, 'आपल्याभोवती घडणाऱ्या घटनांचा अर्थ लावण्यासाठी आपण आपल्याकडे आधीच असलेल्या ज्ञानाचा उपयोग करतो. निराळ्या शब्दात एखादा निर्णय घेताना किंवा समस्या सोडवताना, आपण आपल्याकडे असलेल्या ज्ञानात त्याविषयी संदर्भ शोधतो. वर्तमान अधिक चांगल्या रीतीने समजण्यासाठी आपण भूतकाळातल्या घटना व भूतकाळातले ज्ञान यांचा उपयोग करतो.'

टाटांना आपल्या इतिहासाचा योग्य अभिमान आहे.

भारतीय आज जेव्हा टाटांबद्दल बोलतात, तेव्हा ते जाणता-अजाणता भूतकाळाशी संदर्भ जोडत असतात. आज घडणाऱ्या घटनांना संदर्भ देण्यासाठी ते पूर्वीच्या परंपरा व गोष्टींचा उपयोग करतात. जरी संस्थापकांना जाऊन आता एक शतक होऊन गेले असले, तरी ते त्यांचा उल्लेख करतात. (जसा मी वरती केला.) कुठल्याही टाटा कंपनीचे संकेतस्थळ पाहिले तर जास्त करून तुम्हाला दिसेल की, ती कंपनी कशी स्थापन झाली त्याची गोष्ट आधी असेल; आणि मग ती परंपरा कशी पुढे नेली जात आहे त्याबद्दल माहिती असेल. ताज आणि टाटा स्टील या जुन्या प्रस्थापित कंपन्या आणि टाटा कम्युनिकेशन्ससारखी नवी कंपनी दोन्हींबाबत हे खरे आहे.

टाटांना आपल्या इतिहासाचा योग्य अभिमान आहे. व्यवस्थापनाचा एक इतिहासकार म्हणून मला एका गोष्टीचे कोडे वाटते की, तो अभिमान आणि इतिहास, आजची उद्दिष्टे पूर्ण करण्यासाठी कंपनी कसा उपयोगात आणते. टाटांनी त्यासाठी भूतकाळाला कामाला लावले आहे. संस्कृती व्यवस्थापनात आणि अनुषंगाने एम्प्लॉयर ब्रँड म्हणून ते सर्वांत जास्त प्रभावीपणे नजरेत भरते आणि परिणामकारक ठरते.

टाटांचा कॉर्पोरेट ब्रँड आणि त्यांची संस्कृती ही अगदी लक्षात घेण्याइतकी एकसारखी आहे.

टाटांच्या संस्थात्मक संस्कृतीचे तपशीलवार विश्लेषण करण्यासाठी इथे जागा नाही किंवा खरेतर ती करण्याची गरजही नाही. टाटांचा कॉर्पोरेट ब्रँड आणि त्यांची संस्कृती अगदी सारखी आहे, अगदी लक्षात घेण्याइतकी एकसारखी. आपण आधी पाहिले ते ब्रँडचे गुण – विश्वास, विश्वासार्हता, देशाशी बांधिलकी – हेच त्यांच्या संस्कृतीचेही पायाचे दगड आहेत. विश्वासार्हतेसाठी इथे आपण 'जबाबदारी' म्हणू शकतो. म्हणजे आपल्या कर्मचाऱ्यांप्रती आणि त्यांना न्याय्य रीतीने वागवण्याप्रती समूह आपली 'जबाबदारी' मानतो. अलीकडच्या वर्षांमध्ये, सर्जनशीलतेवरचा विश्वास आणि टाटांच्या जागतिक भवितव्याबद्दलचा वाढता विश्वास हेसुद्धा या संस्कृतीचे महत्त्वाचे घटक आहेत.[ii]

पहिले तीन गुण – विश्वास, विश्वासार्हता आणि देशसेवा यांसाठी आपण थेट जमशेटजी टाटांपर्यंत मागे जाऊ शकतो. दुसऱ्या प्रकरणात आपण पाहिले की, एम्प्रेस मिल्समध्ये कामाचे कमी तास आणि निवृत्तीवेतन, आरोग्याची काळजी आणि निवास, मनोरंजनाच्या सोयी उपलब्ध करून देणारे भारतातले ते पहिले मालक होते.[iii]

जेव्हा ते त्यांच्या कर्मचाऱ्यांसाठी 'समृद्धीचा पक्का पाया' असण्याबद्दल बोलत होते, तेव्हा ते त्यांच्याकडून जास्तीत जास्त कष्ट करून 'मनुष्यबळ' पिळून घेण्याबद्दल बोलत नव्हते. कामगार व्यवस्थापनाच्या अशा सरधोपट मार्गाने त्यांचे उद्दिष्ट साध्य करण्यास मदत होईल यावर त्यांचा विश्वास नव्हता. इंग्लिश फाबियन समाजवादी चळवळीचे त्यांचे मित्र सिडनी वेब यांनी पुढे लिहिले, 'जोवर आपल्या औद्योगिक आस्थापना – तिथे काम करणाऱ्यांच्या फायद्यासाठी नाही किंवा एकंदरीत समाजाच्याही फायद्याच्या नाहीत, निरुपयोगी जमीनदार आणि भागधारक यांच्या फायद्यासाठी चालत आहेत, तोवर आपल्याला तिथून कधीही कमाल उत्पादन मिळणार नाही.'[९]

आपण ज्याला सर्वंकष म्हणू, असा दृष्टिकोन टाटांनी ठेवला. कामगारांना जर आपल्या कष्टाच्या फळांमध्ये वाटा मिळाला, तर त्यांना अधिक प्रेरणा मिळेल, ते जास्त काम करतील, उत्पादन वाढवतील आणि आर्थिक संपत्ती निर्माण करतील. हे कंपनीसाठी, स्वत: कामगारांसाठी आणि भारत देशासाठीही चांगले ठरेल. काळाबरोबर धंद्याच्या आर्थिक आणि सामाजिक उत्तरदायित्वातला फरक अधिकाधिक अस्पष्ट होत गेला. जमशेदपूर पोलाद कारखान्याला लागून असलेल्या उद्यान-नगरीच्या त्यांच्या दृष्टीमध्ये ते एका क्रांतिकारक व्यावसायिक आणि सामाजिक अनुभवाची कल्पना करत होते. दुर्दैवाने त्यांच्या वारसांना त्यांचे स्वप्न अंशत:च पुरे करता आले आणि १९२०मध्ये जमशेदपूरला संपांची लागण झाली आणि ते असमाधानाचे वातावरण १९३० पर्यंत चालू होते.[iv]

जमशेटजी टाटांप्रमाणे, जे.आर.डीं.चाही विश्वास होता की, 'चांगले कर्मचारी संबंध हे केवळ उत्तम वैयक्तिक गौरव मिळवून देतात एवढेच नाहीतर व्यवसायाच्या यशासाठी ती एक अत्यावश्यक गोष्ट आहे!' रतन टाटांनी अगदी तीच परंपरा पुढे चालू ठेवली आहे.

त्या कामगार असंतोषाचा शेवट करणारी व्यक्ती होती, जमशेटजी टाटांचे भाचे जे.आर.डी. टाटा, ज्यांनी १९३८साली 'टाटा आर्यन अँड स्टील' कंपनीची सूत्रे अध्यक्ष म्हणून हातात घेतली. (तेव्हाच ते टाटा सन्सचेही अध्यक्ष झाले होते.) जमशेटजी टाटांचा स्वभाव हा जणू दयाळू, प्रेमळ वडिलांचा होता, जे.आर.डीं.नी अधिक समानतेची भूमिका घेतली. बोलायला आणि ऐकायला तयार आहोत हे दाखवून त्यांनी टिस्कोच्या कामगार संघटनांचा विश्वास संपादन केला. कुठलीही तक्रार/असंतोष उभा राहिला की, जे.आर.डी. ताबडतोब वाटाघाटी करायला तयार होत. काही एका काळानंतर कामगारांच्या लक्षात आले की, ते जरी अगदी त्यांच्या

बाजूचे नसले, तरी त्यांच्या मुद्द्यांवर मनापासून विचार करण्याची त्यांची तयारी आहे. हेच धोरण त्यांचे वारसदार रुसी मोदी यांनी चालू ठेवले आणि परिणामी १९४२ आणि १९५८सालचे राजकीय हेतूंनी प्रेरित झालेले संप सोडले, तर जगाच्या पोलाद उद्योगात एकमात्र अशी कामगार आघाडीवरची शांतता टिस्कोला लाभली.

महात्मा गांधींनीही कामगार संबंधांवर खूप लक्ष दिले होते. त्यांच्या ह्याच विचारांचा जे.आर.डीं.वर कितपत प्रभाव होता, हे पाहाणे रंजक ठरेल. कामगार नेते आणि भांडवलदार दोघांनीही वादाची भूमिका बाजूला ठेवून वाटाघाटी व सामोपचार अवलंबावा असे गांधीजींचे कळकळीचे सांगणे होते.[१०] हे जे.आर.डीं.च्या भूमिकेशी अगदी सुसंगत होते. पण या भूमिकेची मुळे त्यांच्या स्वतःच्या श्रद्धेत आणि मनोभूमिकेतही होती. जमशेटजी टाटांप्रमाणे जे.आर.डीं.चाही विश्वास होता की, 'चांगले कर्मचारी संबंध हे केवळ उत्तम वैयक्तिक गौरव मिळवून देतात एवढेच नाही, तर व्यवसायाच्या यशासाठी ती एक अत्यावश्यक गोष्ट आहे!' रतन टाटांनी अगदी तीच परंपरा पुढे चालू ठेवली आहे. चांगले कामगार संबंध साध्य करण्याचा त्यांचा मार्ग म्हणजे लोकांशी संवाद साधणे, त्यांचे प्रश्न ऐकून घेणे आणि मग ते सोडवणे. 'मी नक्कीच सहमतीवाला माणूस आहे.' ते एकदा म्हणाले होते. ते समूहातल्या इतर कंपन्यांच्या संचालकांशी, कामगार संघटनांच्या मधल्या फळीशी किंवा कारखान्यात काम करणाऱ्या कामगारांशी वागत असोत, सर्व बाबतीत हे अगदी खरे आहे.

मनुष्यबळ व्यवस्थापनाच्या बाबतीत तरी निदान, रतन टाटांनी ही परंपरा अगदी तशीच पुढे चालू ठेवली आहे. आपण आधी पाहिले की, इतर कंपन्या जे करत आहेत त्यावर नियंत्रणासाठी टाटा सन्सच्या भागभांडवलाच्या बळाचा वापर करण्याऐवजी त्यांनी व त्यांच्या संघाने इतर कंपन्यांचे 'मन वळवण्याचा' व सहमती साध्य करण्याचा मार्ग स्वीकारला. १९८९सालच्या टेल्कोमधल्या (आता टाटा मोटर्स) संपाच्या कुशल हाताळणीमुळे त्यांचे नाव काही प्रमाणात तयार झाले होते.[११] त्या वर्षीच्या जानेवारीमध्ये, राजन नायर नावाच्या एका कामगार नेत्याच्या (ज्याला आधीच्या वर्षी सुरक्षारक्षकाला खुनाची धमकी देण्याच्या आरोपावरून कंपनीतून बडतर्फ केले होते.) अनेक महिन्यांच्या चिथावणीनंतर, टेल्कोच्या पुण्याच्या कारखान्यातल्या एका प्रमुख कामगार संघटनेतले कामगार संपावर गेले. न सुटलेला पगाराचा वाद, व्यवस्थापन आणि कामगार यात पडत चाललेले अंतर असे इतरही मुद्दे होतेच, पण मुख्य मुद्दा होता तो राजन नायरचे कंपनीशी असलेले वैयक्तिक शत्रुत्व. नायरला कदाचित दुबळेपणाचा वास आला असावा, कारण आधीच्याच महिन्यात टेल्कोचे वयस्क आणि ज्येष्ठ अध्यक्ष सुमंत मुळगावकर निवृत्त झाले होते

आणि नवीन अध्यक्ष रतन टाटा यांचे पाणी कळायचे होते.

पण नायरने त्या माणसाला कमी लेखले. संपाच्या जोडीला टेल्कोच्या व्यवस्थापकांवर हिंसक हल्ले झाले आणि काही कामगारांनी उपोषण सुरू केले, तरी रतन टाटा ठाम होते. त्यांनी अनेकवार नायरला आणि संपाच्या इतर नेत्यांना वाटाघाटींसाठी बोलावले आणि अनेकदा ते भेटलेही, काही सवलतीही देऊ केल्या. नायरच्या मागण्यांशी त्या काही जुळल्या नाहीत, नायरची मागणी होती की टेल्कोच्या सर्व कामगारांचा नेता म्हणून त्याला घोषित करण्यात यावे. टाटांनी नकार दिला व शांतपणे आपल्या जागी ठाम राहिले. दरम्यान त्यांनी इतर प्रमुख संघटनांबरोबर पगाराचा मुद्दा सोडवला. त्यांनी आणि व्यवस्थापकांनी संपावरच्या एकेका कामगाराला भेटायला सुरुवात केली, आणि शांतपणे कामावर परत येण्यासाठी त्यांचे मन वळवायला सुरुवात केली. दरम्यान, दिल्लीच्या दबावामुळे शेवटी महाराष्ट्र सरकारने पोलीस पाठवून नायर आणि संपाच्या इतर नेत्यांना अटक केली. संप कोलमडला आणि बाकीचे कामगार कामावर रुजू झाले.

या सबंध संपाच्या काळात रतन टाटा शांत होते, त्यांनी कामगारांशी बोलण्याची आणि त्यांच्या अडचणी सोडवण्याची तयारी दाखवली होती. २००८ मधल्या सिंगूर वादविवादाच्या वेळीही त्यांचा तोच स्वभाव कायम होता. या वेळी एका राजकीय पक्षाने टाटांना ओलीस धरायचा प्रयत्न केला होता. त्यांनी चर्चेची आणि सवलतींची नम्र तयारी दर्शविली होती, पण समोरची व्यक्ती अजिबात वाटाघाटी करू इच्छित नव्हती, हे लक्षात आल्यावर त्यांनी ठाम भूमिका घेतलेली होती. १९८९ नंतर त्यांची भूमिका ही कायमच शांतिदूताची राहिली आहे, ती म्हणजे कामगारांना समजून घेण्याची व त्यांचा विश्वास संपादन करण्याची. भारतातल्या पत्रकारांनी मुलाखत घेतल्यावर त्यांनी आपल्या चुका मोकळेपणाने मान्य केल्या आहेत. 'कदाचित आम्ही आमच्या कामगारांना गृहीत धरले.' ते म्हणाले, 'आम्हाला शक्य ते सारे आम्ही त्यांच्यासाठी करत आहोत असे आम्ही मानत होतो. पण कदाचित तसे नव्हते.'[१२] या सगळ्यामुळे ते त्यांच्या सहव्यावसायिकांच्या कौतुकास पात्र ठरले. दोन वर्षांनी त्यांना 'इंडियन बिझिनेसमन ऑफ द इयर' हा किताब मिळाला – आणि कामगारांचा आदरही मिळाला.

जे.आर.डी. टाटांच्या पाऊलखुणांवरूनच चालत असले, तरी रतन टाटांनी अतिशय शहाणपणाने स्वत:ची प्रतिमा 'एक नवीन जे.आर.डी.' अशी न होऊ देण्याचा प्रयत्न केला. त्याऐवजी ते जे.आर.डीं.च्या आणि संस्थापकांच्या वारशाचे स्मरण ठेवण्याचे आवाहन टाटाच्या लोकांना करतात. 'विश्वासाची शताब्दी' ही मोहीम, म्हणजे जमशेटजी टाटांच्या मृत्यूचे शताब्दीवर्ष व जे.आर.डीं.च्या जन्माचे शताब्दीवर्ष (योगायोगाने रतन टाटांचे वडील नवल टाटा, टाटा समूहातले एक

अत्यंत लोकप्रिय अधिकारी, यांचेही ते जन्मशताब्दी वर्ष होते.) हा योग साधून आखलेल्या मोहिमेने कर्मचाऱ्यांना तसेच बाह्य स्टेकहोल्डर्सना अगदी खणखणीत संदेश दिला होता. तो अव्यक्त संदेश असा होता – जे जमशेटजी आणि जे.आर.डीं.नी केले, ते करण्याचा आम्हीही प्रयत्न करू. आम्ही तुमच्याशी, आमच्या कर्मचाऱ्यांशी बांधील आहोत. बदल्यात आम्ही एवढेच मागतो की, आमच्यावरचा विश्वास कायम ठेवा.

'काम करण्यासाठी अतिशय उत्साहवर्धक जागा,
एक घोडदौड करणारा समूह', असे नाव टाटांनी कमावले आहे.

अर्थात फक्त परंपरा आणि वारसाच फक्त शिल्लक आहे, असे नाही. गेल्या दहा वर्षांत टाटा समूहाने सर्जनशीलतेबद्दल नाव मिळवले आहे, तो जगात सर्वत्र पोहोचला आहे, आणि कॉर्पोरेट ब्रँडचे भारतीय युवकांशी जवळचे नाते जुळले आहे. काम करण्यासाठी अतिशय उत्साहवर्धक जागा, घोडदौड करणारा समूह असेही नाव टाटांनी कमावले आहे. स्पर्धकांपेक्षा कमी पगार देऊनही, विशेषतः व्यवस्थापनातल्या जागांसाठी, कितीतरी टाटा कंपन्या या पदवीधरांची नोकरीसाठी पहिली पसंती असतात. परंतु, पूर्वी जी मूल्ये निर्माण केली, तीच आज या एम्प्लॉयर ब्रँडच्या केंद्रस्थानी आहेत, यात काही शंकाच नाही. विश्वासासह नेतृत्व अशा मोहिमांद्वारे, हॅच आणि शुल्ट्झना, त्यांनी जे करायला हवे होते, ते केले आहे; 'कर्मचाऱ्यांमागे ब्रँड उभा करणे, ब्रँडच्या मागे कर्मचाऱ्यांची रांग उभी करणे नव्हे.'

करून पाहण्याची हिंमत

कर्मचाऱ्यांकडून सूचना मागवणे या गोष्टीला मोठा इतिहास आहे. एकोणिसाव्या शतकाच्या शेवटी-शेवटी त्याला सुरुवात झाली. ब्रिटनमध्ये, चॉकलेट बनवणाऱ्या कॅडबरी बंधूंनी, ज्या कर्मचाऱ्यांच्या उत्पादन किंवा प्रक्रियेसंदर्भातील सुधारणेच्या सूचना स्वीकारल्या जातील आणि यशस्वी होतील, त्यांना बक्षीस देण्याची एक मोहीम फार यशस्वीपणे चालवली होती. तेव्हापासून अनेक कंपन्यांनी हे केलेले आहे. (कधीकधी याची फळे संमिश्र मिळतात, जवळजवळ सारे यश, व्यवस्थापन हे कर्मचाऱ्यांना गंभीरपणे घेत असल्याचा भरवसा वाटण्यावर अवलंबून आहे. त्यांना जर ही लोकप्रियतेची हाव वाटली तर त्याचा काही उपयोग नाही.)

पण फारच कमी व्यवसाय असे असतात की, जे फसलेल्या कल्पनांनासुद्धा बक्षीस देतात. त्यापैकी 'टाटा' एक आहेत. त्यांची 'डेअर टू ट्राय' – 'करून

बघण्याची हिंमत' ही मोहीम २००७साली सुरू झाली, ती संपूर्ण समूहात चालते. यात ज्या कर्मचाऱ्यांच्या कल्पना कुठल्या ना कुठल्या कारणाने कधीच प्रत्यक्षात यशस्वी होऊ शकल्या नाहीत, अशांना बक्षीस आणि वाहवा मिळते. 'डेअर टू ट्राय' स्पर्धेच्या सर्वसाधारण विजेत्यांना खुद्द रतन टाटांच्या हस्ते पारितोषिक मिळते. आतापर्यंतच्या विजेत्यांमध्ये टाटा मोटर्सचा एक संघ आहे, ज्यांनी मोटारींसाठी हलक्या वजनाचे प्लॅस्टिकचे दरवाजे विकसित केले होते. टेटलीचा एक चमू होता. त्यांनी स्वादाची एक कॅप्सूल बनवली होती, ती पाण्यात किंवा अन्य पेयात टाकल्यावर तो स्वाद येत असे. यातली कुठलीच प्रत्यक्षात उतरवण्यासारखी नव्हती. दोन्हींनी दाखवले की जे लोक काहीतरी वेगळे करून पाहतात, त्यांचे कौतुक करायला 'टाटा' तयार होते.

डेअर टु ट्राय हा 'इनोव्हिस्टा' या एका मोठ्या स्पर्धेचा एक भाग असतो. इनोव्हिस्टामध्ये सर्वांत यशस्वी नाविन्यपूर्ण उत्पादनासाठी बक्षीस असते. सुरुवात जरा आस्ते-आस्ते झाली. हा उपक्रम कितपत गंभीरपणे होतो आहे, हे एकदा लक्षात आल्यानंतर या स्पर्धेने जणू रान पेटवले. २००९मध्ये टाटा क्वालिटी मॅनेजमेंट सर्व्हिसेस (टी.क्यू.एम.एस.)चे प्रमुख सुनील सिन्हा यांनी भारतातल्या एका बिझिनेस मासिकाला सांगितले की, त्यांना संपूर्ण समूहातून १,००० स्पर्धक येण्याची अपेक्षा होती, प्रत्यक्षात १,७०० आले.[१३] सिन्हा म्हणतात की, इनोव्हिस्टा, डेअर टू ट्राय आणि इतर उपक्रमांचे ध्येय 'सर्जनशीलतेचे/प्रतिभेचे लोकशाहीकरण' हे आहे. अगदी सुरुवातीपासून, संस्थापकांच्या काळापासून, टाटा सर्जनशील आहे, पण या नावीन्यतेमध्ये जास्त लोकांनी सहभागी होण्याची गरज होती. टी.क्यू.एम.एस.चे जनरल मॅनेजर समीर बॅनर्जी यांनी 'आम्हाला सर्जनशीलता हा आमच्या वातावरणाचाच एक घटक बनवायचा आहे.' असे त्यांच्या पुण्याच्या कार्यालयात भेटायला गेलो असताना सांगितले होते. बिझिनेस एक्सलन्स मॉडेलसारखे टी.क्यू.एम.एस.चे कार्यक्रम नाविन्यपूर्ण उत्पादनासाठी एक ढाचा तयार करायला मदत करतात, तर इनोव्हिस्टासारखे कार्यक्रम त्याला एक प्रतिष्ठा देतात. शेवटी वरिष्ठ अधिकाऱ्यांचे वैयक्तिक नेतृत्व, जशी भूमिका रतन टाटांनी नॅनो विकसित करताना पार पाडली होती, त्यामुळे हा संदेश अधिक ठामपणे पोहोचतो.

प्रशिक्षण व विकास हाही टाटांच्या संस्कृतीचा महत्त्वाचा भाग आहे आणि तोही टाटा ब्रँड दृढ करतो. इथे पुन्हा आपल्याला संस्थापक आणि 'समाजाच्या भल्यासाठी शिक्षणा'शी त्यांची बांधिलकी यांचा प्रभाव जाणवतो. आज टाटा प्रशिक्षणावर भरपूर खर्च करत आहेत, आणि त्यांनी पुण्याचे व्यवस्थापन प्रशिक्षण केंद्र आणि इतर ठिकाणची प्रशिक्षणाची सुविधा त्यांच्या सहयोगी कंपन्या आणि संस्थांसाठी खुल्या केल्या आहेत. या केंद्रात प्रशिक्षणाचे आणि ज्ञानदानाचे काम चालते, पण त्याची

सर्वांत महत्त्वाची भूमिका ही मूल्यपद्धती टिकवून ठेवणे आणि दृढ करण्यास मदत करणे ही आहे. व्यवस्थापन आणि कर्मचारी यांच्या दृष्टीने नाही, 'टाटा-पणाचे' महत्त्वाचे लक्षण म्हणजे वैयक्तिक जबाबदारी घेणे. टाटा सन्स समूहाचे मनुष्यबळ विकासाचे प्रमुख सतीश प्रधान म्हणतात – त्यांच्या माणसांना सारखे थेट सूचना न देता आपणहून काम करता आले पाहिजे, अशी टाटांची अपेक्षा आहे. 'लोकांचे निर्णय घेण्यासाठी आम्ही इथे नाही.' ते म्हणाले, 'लोकांना योग्य निर्णय घेण्यासाठी सक्षम करणे हे आमचे काम आहे. ते जे काम करतात, त्याचे श्रेय आम्हाला नको. "हे आमचे आम्ही केले." असे त्यांनी म्हणायला हवे.

प्रशिक्षण व विकास हाही टाटांच्या संस्कृतीचा महत्त्वाचा भाग आहे. आणि तोही टाटा ब्रँड दृढ करतो.

आता आपल्यासमोर हळूहळू एम्प्लॉयर ब्रँडचे चित्र स्पष्ट होत आहे, निदान जसे टाटांना हवे आहे, तसे. एका बाजूला, विश्वासार्ह नेतृत्वाचा वारसा, लोकांना आणि त्यांच्या सर्वोच्च हिताला बांधील असलेली संस्था; दुसऱ्या बाजूला मुक्त विचार आणि सर्जनशीलतेला प्रोत्साहन हे दुसरे गुण आहेत. चांगल्या कल्पनांना, मग त्या फसलेल्या असल्या, तरीही बक्षीस आणि वैयक्तिक जबाबदारी घ्यायला लोकांना शिकवणे. या प्रकरणाच्या सुरुवातीला टायटनच्या कहाणीने दाखवून दिले तसे, भारतात देशसेवा आणि राष्ट्रउभारणी यांचीही भूमिका जबरदस्त असते.

या सगळ्या तत्त्वांचे जिवंत आणि रंजक उदाहरण आपल्याला २००५मध्ये स्थापन झालेल्या कन्नन दिवाण हिल प्लँटेशन कंपनीमध्ये दिसते. टाटा टीचे दक्षिण भारतातले पूर्वीचे मळे कन्नन दिवाण कंपनीच्या मालकीचे व व्यवस्थापनातले आहेत. टाटा टीचे जुनेजाणते व्यवस्थापक आणि सध्याचे उपाध्यक्ष (आणि टाटा सन्सचे संचालकसुद्धा) आर.के. कृष्णकुमार सांगतात की, 'सुरुवातीला टाटा टी ही फक्त चहाची लागवड करणारी कंपनी होती, ते चहाची तोडणी वगैरे करून वितरकांना विकत असत. लिप्टन आणि ब्रुक बाँडसारख्या तगड्या रिटेल ब्रँडच्या स्पर्धेला तोंड द्यावं लागल्याने, टाटांनी पुढचीही प्रक्रिया करायला सुरुवात केली व स्वत:चे रिटेल ब्रँड्स आणले, मळ्यातच पॅकिंगची सुविधा निर्माण केली, म्हणजे त्यांनी ब्रँडेड उत्पादने स्पर्धकांपेक्षा लवकर – आणि त्यामुळेच अधिक ताजी आणि उच्च दर्जाची राहून – बाजारापर्यंत पोहोचतील. कंपनी भराभर वाढली. 'त्यातला खूप पैसा आम्ही पुन्हा समाजासाठीच वापरला. समाजासाठी पेरला.' कुमार म्हणतात. कंपनीने मळ्यात काम करणाऱ्या कामगारांसाठी घरे, शाळा, रुग्णालये, टेनिस कोर्ट्स आणि करमणुकीच्या इतर सुविधा निर्माण केल्या व त्या स्वखर्चाने चालवल्या.

१९९०मध्ये भारत बदलत होता, जगाची रचना बदलत होती आणि रतन टाटांनी समूहातल्या कंपन्यांच्या समोर आपल्या बाजारपेठेची नव्याने व्याख्या करण्याचे आव्हान ठेवले.

१९९०मध्ये बदल घडायला सुरुवात झाली. भारत बदलत होता, जगाची रचना बदलत होती आणि टाटा समूहही बदलत होता. नवीन अध्यक्ष रतन टाटांनी समूहातील कंपन्यांसमोर त्यांच्या बाजारपेठेची नव्याने व्याख्या करण्याचे आव्हान ठेवले. 'मी अशा निष्कर्षाला पोहोचलो की, जग हे आमची बाजारपेठ आहे.' कुमार सांगतात, टाटा टीमध्ये व्यूहात्मक बदल होऊ लागले, चहाच्या कंपनीपासून ते आंतरराष्ट्रीय ब्रँडेड पेय कंपनीपर्यंतचा हा बदल होता. पण असे करण्याच्या प्रक्रियेत, तिचे मूळ असणाऱ्या चहाची लागवड करण्याच्या व्यवसायाशी तिची अधिकाधिक फारकत होऊ लागली. चहाची लागवड करून पीक घेण्यात आता जेमतेम नफा मिळत होता. टाटा ग्लोबल बीव्हरेजेसच्या दक्षिण आशिया विभागाच्या अध्यक्ष संगीता तलवार म्हणतात की, 'केरळमधले काही मळे तर नुकसानीत चालू होते.'

मग काय करावे? मळे दुसऱ्या कंपनीला विकावे? पण नफा मिळत असताना हे करणे कठीण होते; कुठल्याही खरेदीदाराने मजुरी कमी केली असती आणि सामाजिक कार्यक्रम बंद करून टाकले असते. मळे बंद करून कामगारांना निरुपयोगी ठरवावे का? टाटांनी तिसरा पर्याय निवडला. त्यांनी ओळखले की कर्मचाऱ्यांना जर स्वातंत्र्य दिले, तर ते गोष्टी बदलून टाकू शकतात आणि त्यांनी त्यांचे मळे कामगारांनाच देऊन टाकले.

मालकी कामगारांकडे देणे हे यापूर्वी घडलेले होते, पण ती नेहमी घडणारी गोष्ट नव्हती. एक प्रसिद्ध घटना म्हणजे १९२०मध्ये जॉन लेविस या ब्रिटिश डिपार्टमेंटल स्टोअर्स मालकाने आपली पूर्ण मालकी, तिचे समान हिस्से करून त्याच्या कामगारांमध्ये वाटून टाकली. पण स्वत: जॉन लेविसने वर्णन केल्याप्रमाणे हे करणे जोखमीचे आणि अवघड होते.[४] जर व्यवस्थापन आणि कामगारांमध्ये अगोदरपासून विश्वास असेल, तरच हे जमू शकते. हा उपक्रम जर फसला असता, तर टाटा टी ही 'डेअर टू ट्राय'च्या बक्षिसासाठी पात्र ठरली असती, पण तिच्या कीर्तीला मोठाच कलंक लागला असता.

टाटा जॉन लेविसइतक्या टोकाला गेले नाहीत. त्यांनी १९ टक्के हिस्सा स्वत:कडेच ठेवला व आणखी ६ टक्के एका ट्रस्टकडे सोपवला. कन्नन दिवाण हिल्सचे उरलेले ७५ टक्के हे कंपनीच्या १२,००० कामगारांमध्ये वाटण्यात आले. कामगार-मालकांचे व्यवस्थापनावर नियंत्रण राहावे म्हणून सल्लागार समित्यांची

स्थापना झाली. परिणाम लगेच दिसले. आपल्या कंपनीचे मालक होण्याच्या आव्हानाला कामगारांनी खरोखर उत्साहाने प्रतिसाद दिला आणि टाटांबरोबरचे दुवा कायम असल्याने त्यांना एक खात्री आणि आत्मविश्वास होता. २००५ मधील दर कामगारामागची २८-३० कि.ग्रॅ.ची उत्पादकता २००६मध्ये ४६ कि.ग्रॅ. एवढी वाढली होती.[१४] पहिल्याच वर्षी कंपनी नफ्यात आली आणि तेव्हापासून नफ्यातच आहे.[vi]

पण शाळा, रुग्णालये, क्रीडामंडळे आणि इतर सुविधांचा प्रश्न होताच. हे त्या नवीन कंपनीलाच सांभाळायला आणि खर्च करायला द्यावे का? संगीता तलवार यांना वाटले की, नाही, टाटा टीने या सुविधा निर्माण केल्या आहेत, त्यांचा खर्च उचलणे हे सुद्धा टाटा टीचे कर्तव्य आहे. त्या उपाध्यक्ष आर.के. कृष्णकुमार यांच्याकडे गेल्या आणि आपली कारणमीमांसा त्यांनी सांगितली. 'यात फार पैसा खर्च होईल.' संगीताने सावध केले. त्यांचे उत्तर साधे होते, 'जो काही खर्च होईल तो होवो.' टाटा कंपनी आपल्या लोकांकडे पाठ फिरवणार नाही, मग भले ती कंपनी 'टाटा' नाव लावत नसू दे. इतरही मार्गांनी त्यांचे कन्नन दिवाणला मदत करणे चालूच आहे. उदाहरणार्थ जुन्या मळयात नव्या रोपांची नव्याने लागवड करण्यासाठी वित्तपुरवठा करणे.

एम्प्लॉयर ब्रँडची सहनिर्मिती

आपण आधी पाहिले त्याप्रमाणे एम्प्लॉयर ब्रँडचे सामर्थ्य हे त्या ब्रँडभोवती गुंफलेल्या गोष्टींना आणि मिथकांना किती चटकन आपलेसे करतात आणि नंतर स्वत:च त्या तयार करू लागतात, त्यावर बऱ्याच प्रमाणात अवलंबून असते. विश्वासाची शताब्दी या मोहिमेला मिळालेला प्रतिसाद, ब्रँड ट्रॅकिंग अभ्यासातली माहिती आणि टाटा कंपन्यांबद्दलची माझी स्वत:ची निरीक्षणे आणि कनिष्ठ कर्मचाऱ्यांशी झालेली माझी संभाषणे हेच सुचवतात की, इथे तसे घडते आहे.

भारतात ग्राहकांप्रमाणे टाटांचे कर्मचारीसुद्धा विविध पातळ्यांवर ब्रँडमध्ये गुंतलेले असतात.

भारतात ग्राहकांप्रमाणे टाटांचे कर्मचारीसुद्धा विविध पातळ्यांवर ब्रँडमध्ये गुंतलेले असतात. उदाहरणार्थ, टाटा स्टीलचे कामगार अदलूनबदलून खुद्द टाटा स्टील आणि टाटा समूह यांचे असतात. टाटा परिवाराला ते आपले नेते मानतात. जमशेदपूरमध्ये मी ज्यांच्याशी बोललो, त्या प्रत्येकाला समूहाचा इतिहास, टाटा

स्टीलचा इतिहास, तो का स्थापन केला, त्याचा उद्देश व कार्य काय याची व्यवस्थित माहिती होती. तिथे असलेल्यांपैकी काहींच्या कुटुंबात टाटा स्टीलमध्ये काम करणारी ही तिसरी, चौथी पिढी होती. आपल्या कुटुंबाइतकेच ते टाटा स्टीलशी घट्टपणे जोडले गेले होते.

उघड, अशा प्रकारचे घट्ट नाते हे टाटा कम्युनिकेशन्स किंवा टाटा टेलिसर्व्हिसेस किंवा ट्रेंट सारख्या नव्या कंपन्यांसाठी कठीण आहे. या बाबतीत एम्प्लॉयर ब्रँड म्हणून कंपनीचा ब्रँड थोडा दुबळा आहे, कारण परंपरा निर्माण व्हायला, दंतकथा गोळा व्हायला तेवढा वेळच मिळालेला नाहीये. या ठिकाणी ही फट सांधायला टाटा कॉर्पोरेट ब्रँड पुढे येतो. या सततच्या मिथकांमध्ये संस्थापक जमशेटजी टाटा, राष्ट्रनिर्माता जे.आर.डी. टाटा, जे समूहाला जागतिक पातळीवर नेत आहेत, असे सर्जनशील रतन टाटा अशांमधून शक्ती मिळवतात आणि यांनाच आपल्या अभिमानाचा आणि स्फूर्तीचा स्रोत बनवतात.

सततच्या मिथकांमध्ये असणाऱ्या संस्थापक जमशेटजी टाटा, राष्ट्रनिर्माता जे.आर.डी टाटा यांच्याकडून सर्जनशील रतन टाटा शक्ती मिळवून समूहाला जागतिक पातळीवर नेत आहेत आणि त्यांनाच आपल्या अभिमानाचा आणि स्फूर्तीचा स्रोत बनवतात.

'लिव्हिंग द ब्रँड' या आपल्या पुस्तकात निकोलस इंड यांनी मांडले की, 'आपले सर्व कर्मचारी हे आपले ब्रँड ॲम्बॅसडर होतील असा प्रयत्न कंपनीने केला पाहिजे.'[१५] टाटांकडे पाहून असे वाटते की, 'ही अपेक्षा जरा जास्तच आहे की काय?' 'वेधक कथांची एक मालिका तयार करणे आणि लोकांना आमंत्रित करून त्यात त्यांना सहभागी करणे.' हे टाटांचे यावरचे उत्तर आहे. मग लोक आपल्या मर्जीने ब्रँड ॲम्बॅसडर होणे पसंत करतात आणि त्याचे स्वरूपही निवडतात. हे स्वरूप प्रतिभावंत म्हणून, हिरीरीचे पुरस्कर्ते म्हणून किंवा सामाजिक कार्याला वाहिलेले कष्टाळू कामगार म्हणूनही असू शकते. जमशेदपूरच्या पोलादाच्या कारखान्यात शॉप फ्लोअरवर काम करणारा कामगार स्वत:ला ब्रँड ॲम्बॅसडर म्हणेल का? याबद्दल मला जरा शंका आहे; त्याचा अभिमान त्याच्या कामातच आहे. दुसऱ्या बाजूला, टाटा स्टीलच्या 'सेंटर फॉर एक्सलन्स'मधली जेनी शाह आणि तिचे कर्मचारी स्वत:ला ब्रँड ॲम्बॅसडर म्हणवून घेतीलच. त्यांचे बोलणे ऐकत असताना मला वाटले, टाटा स्टीलमध्ये आणि पर्यायाने टाटा समूहात काम करणे, हे त्यांना नोकरीपेक्षा 'पेशा' वाटतो आहे. खुद्द टाटा हाच त्यांना एक बिझिनेस न वाटता एक चळवळ वाटत होती. टाटांच्या परिणामाबद्दल बोलताना ते मिळालेल्या नफ्याबद्दल

नाही, तर बदलून टाकलेल्या जीवनांबद्दल बोलत होते.

प्रश्न आहेत आणि होते. आपण पाहिले की काही वेळा अशा येऊन गेल्या, जेव्हा टाटांचे त्यांच्या कर्मचाऱ्यांशी असलेले संबंध निरगाठीचे झाले होते, खास करून १९२०मध्ये टिस्कोसारख्या ठिकाणी काही हटवादी व्यवस्थापकांनी बळेच कामगारांना गप्प बसवले. टेल्को आणि टायटनमध्येही संप झाले होते आणि २००९मध्ये आसाममध्ये नोवेरा नडी मळ्यावर संप झाला होता. नोवेरा नडी ही आता टाटा टीच्या थेट मालकीखाली किंवा व्यवस्थापनाखाली नाही, पण अजूनही कित्येक लोकांच्या मनात ती टाटांशी संबंधितच आहे. व्यवस्थापनाची अपयशे आहेत. निवड, प्रशिक्षण सगळे असले तरी नको ती माणसे टाटा कंपन्यांनी नोकरीवर ठेवून झालेली आहेत. जमशेटजी टाटांबरोबरच्या एका संचालकाने त्यांच्या मृत्युलेखात म्हटले, 'कुटुंबीयांच्या किंवा मित्रांच्या वशिल्याचा त्यांच्यावर कधीही परिणाम झाला नाही, आणि हा माणूस कंपनीचा फायदा करून देईल याची खात्री झाल्याशिवाय त्यांनी माणूस नोकरीवर ठेवला नाही.'[१६] संस्थापकांच्या काळात जेव्हा फक्त काही हजार माणसे कामावर होती, तेव्हा हे सोपे होते. आज जगभरात साडेतीन लाखांहून अधिक कर्मचारी असताना, टाटा सन्सचे व्यवस्थापकीय संचालक आर. गोपालकृष्णन म्हणतात तसे, प्रत्येक वेळी निर्णय अचूक ठरणे शक्य नसते.

पण तरी टाटांची निवड पुष्कळ वेळा बरोबर ठरते, आणि टाटा ब्रँडप्रमाणे वागण्याची तयारी असलेल्या लोकांची पुष्कळ उदाहरणे आहेत. जागेअभावी एकच उदाहरण पुरेसे ठरावे. अनेक वर्षांपूर्वी, एका टाटा कंपनीने एक मध्यमवर्गीय तरुण मुलगा अकाउन्टट म्हणून नेमला. ही नोकरी मिळवल्याचा त्याला फार अभिमान होता. 'एखाद्या मध्यमवर्गीय घरात, तुम्ही टाटामध्ये अकाउन्टटची नोकरी मिळवली, म्हणजे स्वत:चे कल्याण केल्यासारखे होते.' गोपालकृष्णन सांगतात. टाटांच्या नीतिमूल्यांनीही तो मुलगा फार प्रभावित झाला. त्याने 'सन्मानसूत्र' – कोड ऑफ ऑनर – वाचले. नीतिमूल्यांवरच्या काही सेमिनार्सना तो हजर राहिला आणि टाटा समूह ज्या मूल्यांवर उभा आहे, त्यांच्यावर त्याची दृढ श्रद्धा निर्माण झाली.

या तरुण अकाउन्टटचे एक काम भारतीय सीमाशुल्क आणि अबकारी विभागाशी संबंधित होते. त्याची कंपनी माल व काही सुटे भाग आयात करत होती आणि कागदपत्रांची व्यवस्थित पूर्तता करण्याची काळजी घेणे, हे त्याचे काम होते. त्यामुळे साहजिकच त्याचा स्थानिक कर विभागाशी जवळून संपर्क आला. एक दिवस एका कर अधिकाऱ्याकडून त्याला एक विनंती आली. कागदपत्रे झटपट पुढे सरकवण्यासाठी त्याच्या कंपनीने त्या अधिकाऱ्याला व त्याच्या वरिष्ठाला असे मिळून दर महिन्याला १०,००० रुपये दिलेच पाहिजेत. तरुणाने त्या अधिकाऱ्याला तीव्र विरोध केला, पण तो अधिकारी बधेना.

तो अधिकारीही जरा मूर्ख असला पाहिजे, कारण टाटांचे लाच न देण्याचे धोरण भारतात सर्वांना ठाऊक आहे. तरीसुद्धा पुढे जे काही घडले, त्यासाठी मात्र तो मुळीच तयार नसणार. संतापलेल्या तरुणाने थेट दिल्लीला लाचलुचपत प्रतिबंधक खात्याच्या संचालकांना ई-मेल पाठवून काय घडले ते कळवले. लाचलुचपत प्रतिबंधक खात्याने ताबडतोब उत्तर दिले व स्थानिक पोलिसांचा संपर्क क्रमांक दिला. सापळा रचला गेला, दोघंही कर अधिकारी त्यात अडकले, पकडले गेले व त्यांची रवानगी तुरुंगात झाली. त्या तरुण अकाउन्टटने आपल्या वरिष्ठांजवळही याचा एका शब्दाने उच्चार केला नव्हता. तो काळजीत पडला नव्हता, घाबरला नव्हता, त्याला त्याची काही गरज वाटली नाही. ही होती टाटांची मूल्ये, त्याने योग्य गोष्ट केली होती.

गोपालकृष्णन सांगतात, 'पुढे असे झाले की, रात्री आठ वाजण्याच्या सुमारास मला फोन आला की, 'दोन कर अधिकाऱ्यांना तुरुंगात पाठवण्यास 'टाटा' जबाबदार' अशी दुसऱ्या दिवशी सकाळी वर्तमानपत्रात बातमी येणार होती. पहिल्यांदा मी जरा त्रासलो होतो. उद्या सकाळी नाश्त्याची वाट लागली म्हणताना माझ्या मनात एक विचार आला, त्या मुलाला जरा समज द्यायला हवी. पण ती काही फार काळ टिकली नाही. मी मनाशी म्हटले, त्याने योग्य तेच केले आहे. छापू दे बातमी वर्तमानपत्रात. एक समूह म्हणून आपण हे हाताळू शकतो, पण एक व्यक्ती म्हणून त्याचे श्रेय त्याला मिळायला हवे. अशा तरुणांना आपण प्रोत्साहन दिले पाहिजे. केवळ एका टाटा कंपनीत नव्हे, पण एकूण समाजात असे आणखी काही तरुण आपण निर्माण करू शकलो, तरी आपण भारतासाठी खूप काही चांगले केल्यासारखे होईल.'

निष्कर्ष

आपण आतापर्यंत जास्त करून टाटा कन्सल्टन्सीसारख्या भारतीय आणि भारतातल्या कंपन्यांबद्दल बोलत आहोत. टाटांच्या मूल्यांबद्दलची जागृती, माहिती जिथे कमी आहे, त्या परदेशी बाजारपेठांत पुन्हा परिस्थिती वेगळी आहे. काही बाबतीत तर 'टाटा' धोक्याच्या जागी उभी आहे. उदाहरणार्थ ब्रिटनमध्ये टाटांचे नाव सर्वश्रुत आहे, पण ते कशाचे प्रतिनिधित्व करतात हे मात्र ठाऊक नाही. टाटा स्टीलची उपकंपनी असलेल्या कोरसच्या हातून जेव्हा एक मोठा व्यवहार गेला आणि नाताळच्या तोंडावर रेडकारच्या कारखान्याला त्यांना टाळे ठोकून १७०० कामगारांना घरी पाठवणे भाग पडले (नंतर तो आकडा कमी होऊन १६०० वर आला.). तेव्हा काही पत्रकारांनी प्रश्न विचारले, टाटांनी याबाबत अधिक काही का

केले नाही? तेरा डिसेंबरला फुटबॉल सामन्यापूर्वी मिडल्सब्रो मैदानावर निदर्शने करण्याऱ्या काही कामगारांनीही हा प्रश्न विचारला.

पण एकूणात, टाटांच्या कोरसशी असलेल्या नेमक्या नात्याबद्दल संभ्रम असल्याने आणि टाटांच्या स्वत:च्या व्यवस्थापन शैलीमुळे आणि मूल्यांमुळे टाटांना फार मोठ्या टीकेला तोंड द्यावे लागले नाही. कामगार आणि पत्रकार त्यांच्या नेहमीच्या माहितीतल्या खलनायकावर म्हणजे ब्रिटिश सरकारवर घसरले आणि त्यांनी काहीच मदत न केल्याचा ठपका सरकारवर ठेवला.

पण काही धोकेही आहेत. एखादे दु:खद पण आवश्यक असा कारखान्याचे विर्सजन किंवा टाळेबंदीची मालिका अशी परिस्थिती भविष्यात टाटांवर येऊन आदळणार आहे, हे ताडणे काही फार कठीण नाही. हे घडू शकेल असे नाही, 'असेच' घडणार आहे; जर टाटांनी ब्रिटनमध्ये एक तगडा एम्प्लॉयर ब्रँड निर्माण केला नाही तर! टाटा स्टील युरोपचे व्यवस्थापकीय संचालक किर्बी ॲडम्स म्हणतात त्याप्रमाणे, 'हे आणखी एक असे क्षेत्र आहे, जिथे टाटांनी जरा जास्तच मौन बाळगले आहे.' केवळ कर्मचारीच नव्हे, तर ते जिथे राहतात आणि काम करतात त्यांच्या आजूबाजूच्या समाजालाही टाटांची मूल्ये अधिक ठामपणे समजली पाहिजेत, नाहीतर उपभोक्त्यांप्रमाणे तेही स्वत:ची मते बनवायला सुरुवात करतील.

भारतात 'एम्प्लॉयर ब्रँड' खरोखरच खूप बळकट आहे. का बरे? कारण टाटांनी त्यासाठी भरपूर मेहनत घेतली आहे. कर्मचाऱ्यांना गुंतवून घेतले आहे, विश्वासार्हता आणि बांधिलकी यांचे दर्शन घडवले आहे. ताकदीचे नेतृत्व आणि संस्कृती तयार केली आहे. ब्रँडलाही विशेष ओळख निर्माण करील आणि कामगारांनाही टाटा कहाणीचा हिस्सा बनू देईल, अशी दीर्घजीवी मिथके पुरवली आहेत. महत्त्वाचे म्हणजे, त्यांनी जी गोष्ट कर्मचाऱ्यांना सांगितली तीच ग्राहकांना सांगितली, फक्त जरा निराळ्या पद्धतीने. मागच्या प्रकरणात ज्याचा संदर्भ होता, त्या टाटा ग्राहक ब्रँडचा पट, अनेक वेगवेगळ्या गटांना सामावणारा, विस्तृत असा होता. टाटा एम्प्लॉयर ब्रँड हा पुष्कळ घट्ट विणीचा आहे. वरिष्ठ अधिकाऱ्यांपासून ते सुरक्षा रक्षकांपर्यंत आणि झाडूवाल्यांपर्यंत, पोलादाच्या कारखान्यात काम करणाऱ्या मजुरांपासून ते शास्त्रज्ञांपर्यंत, टेलिकॉम अभियंते ते चहाच्या मळ्यांतल्या कामगारांपर्यंत, प्रत्येकाला असे वाटायला लावतो की, ते एकाच धाग्याने या ब्रँडमध्ये गुंतलेले आहेत. कदाचित टाटा परिवाराच्या इतक्या वर्षांच्या प्रभावामुळे असेल, पण कर्मचाऱ्यांमध्ये आणि ब्रँडमध्ये जवळजवळ घरगुती वाटेल इतका आपलेपणा आहे.

यामुळे फारच आश्चर्य वाटेल की, इतक्या बळकट, टिकाऊ, ग्राहक आणि एम्प्लॉयर ब्रँड्सकडे पाहिल्यानंतर, आर्थिक ब्रँडकडे वळावे आणि या आधीच्या

दोन्हीतली महत्त्वाची लक्षणे दिसूच नयेत, पुढच्या प्रकरणात आपण या विषयाकडे लक्ष देऊ या.

---

[i] आताची बाटा कंपनी ही त्याच व्यवसायातून आलेली आहे.

[ii] वरच्यासारखा एक फरक आणखी करायला हवा, तो म्हणजे समूहाचा भाग म्हणून स्थापन झालेल्या, एकाच संस्कृतीत वाढलेल्या भारतस्थित कंपन्या, कोरस आणि जग्वार लँड रोव्हरसारख्या नव्याने विकत घेतलेल्या कंपन्या, जिथे टाटा संस्कृती आत्मसात करायला अजून सुरुवात व्हायची आहे.

[iii] जमशेटजी टाटांच्या अतिउत्साही लेखकांनी लिहिलेल्या चरित्रांत असते की, असे करणारे ते जगातले पहिले एम्प्लॉयर होते. पण हे अगदी खरे नाही आणि आपण प्रकरण दोनमध्ये पाहिले त्याप्रमाणे प्रागतिक ब्रिटिश एम्प्लॉयर्सच्या उदाहरणांचा त्यांच्यावर बहुधा प्रभाव होता. पण यातल्या कुठल्याही प्रथा, पद्धती अजून कायद्यात बद्ध झालेल्या नव्हत्या, ना भारतात, ना अन्य कुठेही आणि त्या प्रभावामुळे, एकोणिसाव्या शतकातल्या जगातल्या सर्वांत प्रागतिक आणि सर्वांत जागरुक एम्प्लॉयर म्हणून असलेल्या टाटांच्या कीर्तीत कुठल्याही प्रकारची बाधा येत नाही.

[iv] यासंबंधी अधिक प्रकरण २ मध्ये.

[v] पण या बाबतीत हे घडून आले. जॉन लेविस कंपनी ही पूर्णपणे कर्मचाऱ्यांच्या मालकीची आहे आणि २००९मध्ये ती यु.के.मधली सर्वांत जास्त वेगाने वाढणारी रिटेल दुकानांची साखळी होती.

[vi] पुढे टाटा टीने 'ॲमलगमेटेड प्लांटेशन्स' नावाची कंपनी स्थापन केली व ते आसामच्या मळ्यांच्या व्यवसायातही शिरले. ॲमलगमेटेड प्लांटेशन्समध्ये अनेक कर्मचारी भागधारक आहेत, तसेच इतर कॉर्पोरेट भागधारकही आहेत.

टाटा आर्थिक ब्रँड

आपला टाटा ब्रँडचा शोध आता संपत आला आहे, पण अजून अनेक गट आणि त्यांची समजूत यांची चर्चा करणे बाकी आहे. या प्रकरणात आपण सरकार, प्रसारमाध्यमे आणि आर्थिक संस्था यांच्या समजुती पाहणार आहोत आणि पुढच्या प्रकरणात आपले लक्ष एकंदरीत समाजाकडे वळवणार आहोत.

कॉर्पोरेट ब्रँड्सबद्दल चर्चा करताना, आपण पाहिले तसे, आपण 'उपभोक्ता ब्रँड्स'बद्दल किंवा 'कर्मचारी ब्रँड्स'बद्दल बोलतो, पण 'राजकीय ब्रँड' किंवा 'प्रसारमाध्यमांचा ब्रँड' याबद्दल क्वचितच बोलतो. याचे कारण बहुधा कॉर्पोरेट ब्रँडिंगवरचे बरेचसे साहित्य उत्तर अमेरिका आणि युरोपमधून येते, हे असावे. या दोन ठिकाणी उद्योग आणि राजकारण यांची साधारणपणे फारकत झालेली असते. शासन उद्योगांत हस्तक्षेप करते, पण फक्त (निदान अधिकृतरीत्या तरी) जेव्हा कायद्यांचा भंग होतो किंवा आर्थिक आणीबाणीच्या वेळीच – जसे २००८ मध्ये बँक अरिष्टाच्या वेळी झाले होते.

औद्योगिक नेतेही अर्थातच सरकारी अधिकारी आणि मंत्री यांच्याबरोबर चांगली नाती जोपासतात. पण ती कॉर्पोरेट असण्यापेक्षा वैयक्तिक जास्त असतात.[i] औद्योगिक नेते आणि त्यांचे जनसंपर्क – पीआर – खाते प्रसारमाध्यमांशी - विशेषत: आर्थिक वार्ताहरांशीही चांगले संबंध जोपासण्याचा प्रयत्न करतात आणि कॉर्पोरेट ब्रँडची यात महत्त्वाची भूमिका असते. पण पुष्कळ वेळा वृत्तपत्रांचे महत्त्व यासाठी वाढते की, ते ग्राहक, आर्थिक संस्था, एकंदरीत समाज अशा इतर स्टेकहोल्डर्सवर प्रभाव पाडू शकतात. वृत्तपत्रे हीसुद्धा एक स्टेकहोल्डर असतात याला काही अर्थ नाही.

'आर्थिक ब्रँड्स', वित्तसंस्थांमध्ये आणि वित्त-बाजारात असलेली कंपनीची कीर्ती आणि प्रतिमा याबद्दल कॉर्पोरेट ब्रँडिंगचे लेखक कधीकधी लिहितात. या वित्तसंस्थांची त्या ब्रँडविषयीची आणि पर्यायाने त्यामागच्या कंपन्यांविषयीची जी

समज असते, तिचा थेट परिणाम त्या कंपनीच्या पैसे उभे करण्याच्या क्षमतेवर आणि आर्थिक स्टेकहोल्डर्सबरोबर (बँका, भागधारक इ. यांच्याशी) चांगले संबंध राखण्यावर होतो. अशा प्रकारे जाणीवपूर्वक एक आर्थिक ब्रँड निर्माण करणाऱ्या पहिल्या कंपन्यांपैकी एक होती १९८० मधील ब्रिटनमधील हॅन्सन काँग्लोमोरेट. भरवशाचे वित्त व्यवस्थापन, जोरदार वाढ आणि भागधारकांना चांगला परतावा या पायावर हॅन्सनने नाव मिळवले होते. आज, विशेषत: खासगी भागधारकांचा उदय झाल्यापासून, बऱ्याच मोठ्या कंपन्या अशी प्रतिमा तयार करू पाहतात.

ते काहीही असले, तरी टाटांच्या बाबतीत निदान हे तीन स्टेकहोल्डर्स गट महत्त्वाचे आहेत. याच क्रमाने त्यांचा समाचार घेत, त्यांची समजूत काय आहे आणि त्याचे परिणाम काय होऊ शकतात ते पाहू या.

बिझिनेस आणि राजकारणाची सरमिसळ

आपण प्रकरण २ व ३मध्ये पाहिल्याप्रमाणे, कित्येक वर्षे टाटांचे भारतीय राष्ट्रीय काँग्रेसबरोबर जवळचे संबंध होते आणि १९४७साली स्वातंत्र्य मिळाल्यानंतर काँग्रेसने सरकार स्थापन केले ते पुढील काही दशके टिकले. भारतीय राष्ट्रीय काँग्रेसच्या अगदी पहिल्या बैठकांना जमशेटजी टाटा हजर होते आणि त्यांच्या मृत्यूपर्यंत त्यांनी काँग्रेसला पाठिंबा दिला. ते फार प्रसिद्धीत आले नाहीत, कारण त्यांना कदाचित ब्रिटिश राजचेही अनुकूल मत हवे असावे. आपण पाहिले की कसे टाटांना सरकारी बंधनांमुळे एक दशकभर लोखंड आणि पोलाद उद्योगात शिरता आले नाही. राज आणि ब्रिटिश अधिकाऱ्यांबरोबर संबंध चांगले ठेवण्याची त्यांनी काळजी घेतली आणि कितीतरी अधिकाऱ्यांना – विशेषत: उदारमतवादी अधिकाऱ्यांना – त्यांच्याविषयी अतिशय आदर निर्माण झाला. लॉर्ड रे, जे मुंबईचे गव्हर्नर होते आणि नंतर भारतखात्याचे सचिव झाले, ते टाटांचे वैयक्तिक मित्र होते.

त्या काळातले ब्रिटनचे सर्वांत प्रभावी व्हाईसरॉय, लॉर्ड कर्झन यांच्याशी मात्र त्यांचे संबंध यथातथाच होते. त्यात वैयक्तिक जिव्हाळा तर अजिबातच नव्हता आणि कर्झनला टाटांच्या योजनांबद्दल काही उत्साह नव्हता. 'इंडियन इन्स्टिट्यूट ऑफ सायन्स'ला त्यांचा पाठिंबा निदान सुरुवातीला तरी थंडच होता, पण नंतर भारतातल्या प्रत्येक ब्रिटिश अधिकाऱ्याप्रमाणे त्याच्याही लक्षात आले की, जमशेटजी टाटा बलाढ्य आहेत. सरकारवर जाहीर टीका करणेसुद्धा टाटांना शक्य होते. 'ब्रिटिश शासन हे भारतात असू शकते, तितपत बरे आहे.' टाइम्स ऑफ इंडियाला पाठवलेल्या पत्रात ते लिहितात (तिथले संपादक स्टॅनली रीड हेही चांगले मित्र होते.) 'आणि यात कुणी कुरकुर करू शकत नाही. पण अमूर्त, अव्यक्त असे हेतू

असणे वेगळे आणि ठोस कामगिरी वेगळी.'१ सरकारनेही हा हल्ला परतवला नाही, निदान जाहीरपणे तरी नाही आणि टाटा व त्यांच्या व्यवसायावर याचे कोणतेही पडसाद उमटले नाहीत. त्यांचे पुत्र रतन टाटा यांनी महात्मा गांधी दक्षिण आफ्रिकेत असताना त्यांना दिलेल्या उघड पाठिंब्यामुळेही काही पडसाद उमटले नाहीत.

'लायसन्स राज' काढून टाकल्यानंतर आणि १९९१मध्ये भारतीय अर्थव्यवस्था खुली झाल्यानंतर टाटा आणि भारत सरकार यांचे संबंध बदलले.

राजकीय पटावरची ही जवळीक जे.आर.डी. टाटांनी अगदी १९४७साली मिळालेल्या स्वातंत्र्यानंतरही चालू ठेवली. यात आश्चर्य वाटण्याजोगे काही नाही. टाटा समूह हा राष्ट्र उभारणीशी बांधील होता आणि राष्ट्र उभारणी ही राजकीय कृतीच आहे. जे.आर.डीं.नी काँग्रेस पक्षाला पाठिंबा दिला. जवाहरलाल नेहरू आणि त्यांची वारस असलेली कन्या इंदिरा गांधी यांच्याशी त्यांचे निकट संबंध होते. आपण प्रकरण ३मध्ये पाहिल्याप्रमाणे भारतीय उद्योगांच्या नाड्या सरकारने घट्ट आवळलेल्या होत्या. नेहरूंशी कितीही जवळचे संबंध असले तरीही एअर इंडियाचे राष्ट्रीयीकरण झालेच आणि नंतर टिस्कोबद्दलही तशीच भीती निर्माण झाली होती. अत्युच्च पातळीवर जवळचे संबंध असल्यामुळेच जे.आर.डीं.ना राष्ट्रीयीकरणाविरुद्ध आपली बाजू स्वत: मांडण्याची संधी मिळाली आणि त्यांचे म्हणणे ऐकले गेले. सरकारबरोबर जवळचे संबंध असणे, हे अशा रीतीने आवडीचे आणि दोन्ही गरजेचे होते.

लायसन्स राज संपल्यानंतर आणि १९९१मध्ये भारतीय अर्थव्यवस्था खुली झाल्यानंतर टाटा आणि भारत सरकार यांचे संबंध बदलले.ii आज असे वाटते की, टाटा आणि राजकारणाचे जग यात पूर्वीपेक्षा जास्त अंतर आहे. आज टाटांची बांधिलकी एका विशिष्ट पक्षाशी असण्यापेक्षा राजकीय प्रक्रियेशी आहे. उदाहरणार्थ 'टाटा इलेक्टोरल ट्रस्ट' हा टाटा कंपन्यांचा ट्रस्ट भेदभाव न करता, सर्व राजकीय पक्षांना आर्थिक मदत देतो, मात्र त्या पक्षांना निवडणुकीत एक ठराविक पातळीवरचा कौल तरी मिळाला असला पाहिजे. त्या पक्षांचा व्यवस्थापकीय खर्च व वरखर्च भागवण्यासाठी हा ट्रस्ट पैसे देतो. २००९मध्ये हाच समभाव कायम राहिला होता, ज्या तृणमूल काँग्रेसने टाटा नॅनोच्या सिंगूर प्रकल्पाला विरोध केला होता, त्याच तृणमूल काँग्रेसला टाटांच्या ट्रस्टने देणगी दिली होती. ही टाटांनी दिलेली लाच आहे, असे सुरुवातीला सुचवून, मग तृणमूल काँग्रेसने हे पैसे परत केले होते.

तुकड्यातुकड्यांच्या अशा भारतीय राजकारणाशी टाटांचे नाते अवघड आहे. डाव्यांचा टाटांना विरोध आहे, कारण टाटा हा मोठा उद्योग आहे आणि त्यांचा सर्व

मोठ्या उद्योगांना विरोध असतो. काही उजवे राजकीय पक्ष टाटांच्या सामाजिक उपक्रमांकडे संशयाने पाहतात. १९९०च्या दशकामधला टाटा टीचा आसाममधला ग्रामीण विकासाचा कार्यक्रम हे याचे एक उदाहरण आहे. बंदी घातलेल्या युनायटेड लिबरेशन फ्रंट ऑफ आसाम – उल्फा – या फुटीरतावादी चळवळीला मदत केल्याच्या आरोपावरून सप्टेंबर १९९७मध्ये टाटा टीचे जनरल मॅनेजर एस.एस. डोग्रा यांना आसामच्या मुख्यमंत्र्यांच्या आदेशावरून अटक करण्यात आली होती. कार्यकारी संचालक आर.के. कृष्णकुमार यांचीही त्याच कारणासाठी चौकशी झाली, परंतु कुठल्याही आरोपाशिवाय त्यांना सोडून देण्यात आले होते. तसेच झारखंड राज्यात वनवासी-आदिवासींबरोबर चाललेल्या प्रचंड प्रकल्पाकडे – एका परीने या उपक्रमामुळे नक्षलवादींच्या छुप्या हल्ल्यापासून टाटा स्टीलचे संरक्षणही होते आहे – अति-उजव्या वर्तुळातून संशयाने पाहिले जाते.

लाचलुचपतीला बळी न पडण्याची कीर्ती असल्याने समूहाला काही शत्रूही निर्माण झाले आहेत. लाच मागणाऱ्या राजकारण्यांना नकार दिला गेल्याने त्यांची टाटांवर फारशी मर्जी राहत नाही.

लाचलुचपतीला बळी न पडण्याची कीर्ती असल्याने समूहाला काही शत्रूही निर्माण झाले आहेत. राजकीय नेते आम्हाला म्हणतात, 'निवडणूक मोहीम चालू असताना तुमच्याकडे पैसे मागायला आम्ही येतसुद्धा नाही.' टाटा सन्सचे आर. गोपालकृष्णन सांगतात, 'निवडणुकांनंतर आम्हाला रुग्णालय किंवा शाळा बांधून हवी असेल, तर तेव्हा आम्ही तुमच्याकडे येऊ.' भारतीय समाजात यामुळे त्यांचे कौतुक करणारे खूप आहेत, पण लाच मागणाऱ्या राजकारण्यांना नकार दिल्याने त्यांची टाटांवर फारशी मर्जी राहत नाही. पण सगळ्यात गंभीर म्हणजे राजकीय पक्षांची आपसात सतत चाललेली हाणामारी, ज्यात कधीकधी टाटाहीमध्ये सापडतात. पश्चिम बंगालमधल्या सिंगूरची घटना ही सत्तासंघर्षातूनही उद्भवलेली असू शकते. टाटांना झोडपल्यामुळे काही राजकीय नेत्यांना प्रसिद्धी मिळाली व त्यांचे चेहरे आणि नावे बातम्यांमध्ये झळकली.

त्यामुळे राजकीय वर्तुळांतली टाटांबद्दलची समज ही, स्वत: ते राजकीय नेते, त्यांची ध्येयं आणि महत्त्वाकांक्षा आणि तत्त्वांना असलेले त्यांच्या मनातले स्थान यांवर अवलंबून असते. भारतीय राजकारणात टाटा हे एक विश्वासार्ह नाव मानले जाते. यांच्याकडे भ्रष्टाचार चालत नाही हे माहीत असते. त्यांचा एकूण आकार, भारतीय अर्थव्यवस्थेत आणि राष्ट्रउभारणीत त्यांचे योगदान यामुळे त्यांचा आदर केला जातो. जागतिक राजकीय पटावर एक महत्त्वाचा खेळाडू बनण्याची भारताची

महत्त्वाकांक्षा आणि एक जागतिक, निदान बहुराष्ट्रीय कंपनी बनण्याची टाटांची इच्छा या अगदी परस्परपूरक आहेत. पण काही अल्पसंख्य असे आहेत जे टाटांना घाबरतात किंवा त्यांचा तिरस्कार करतात; कदाचित अगदी तात्त्विक कारणांमुळे किंवा त्यांचा आकार हाच त्यांना धोका वाटत असावा (हेही म्हटले पाहिजे की, ते भारतातल्या प्रचंड उद्योग समूहांचा सुद्धा – कदाचित अधिक विखारीपणाने – तिरस्कार करतात.).

तर टाटांचा 'राजकीय ब्रँड' हा जास्त करून पूर्वीच्या परंपरा आणि कीर्ती यांवर आधारलेला आहे. राजकीय वर्तुळात या ब्रँडला अधिक परिणामकारकरीत्या पुढावा मिळणे शक्य आहे का? तसे करण्यात धोके आहेत आणि डाव्यांकडून उद्योगविरोधी राजकारणी आणि पक्ष यांच्याकडून उलट थप्पडही बसू शकते. दुसऱ्या बाजूला भारतीय राजकारणाशी संबंध ठेवणे टाटांना अनिवार्य आहे. मग ते अ-पक्षीय का असेना, इथे पुन्हा 'टॉल पॉपी' लक्षण दिसते. भारतातला सर्वांत मोठा उद्योगसमूह म्हणून आणि भारतीय उद्योगांचा सर्वांत जास्त नजरेत भरणारा चेहरा म्हणून. ज्यांना ज्यांना भारतीय उद्योगांवर हल्ला करायचा आहे, ते टाटांना लक्ष्य करणार. टाटांनी स्वत:ची गोष्ट राजकारण्यांना सांगायला हवी, नाहीतर इतर स्टेकहोल्डर्सप्रमाणे तेही स्वत:च गोष्ट रचतील. अर्थातच, टाटा परिवार आणि त्यांच्या कित्येक ज्येष्ठ अधिकाऱ्यांचे काही राजकीय नेत्यांशी उत्तम संबंध आहेतच, पण कॉर्पोरेट ब्रँडचा उपयोग करून हे संबंध अधिक विस्तारता येतील का, त्यांना पाठबळ देता येईल का हे विचारायला हरकत नाही आणि परदेशात, जिथे राजकारणी लोक टाटांची रचना, कार्यपद्धती आणि हेतू यांबद्दल जास्त करून अनभिज्ञ आहेत,[iii] तिथे तर राजकीय गटांशी संबंध प्रस्थापित करण्यामध्ये टाटा कॉर्पोरेट ब्रँडची भूमिका महत्त्वाची असेल; असे नातेसंबंध, जे टाटांच्या जागतिक व्यूहरचनेसाठी महत्त्वाचे असतील.

कथेकरी

भारताची प्रसारमाध्यमे ही राजकीय पक्षांइतकीच विविधांगी आहेत. एका निरीक्षकाने भारतीय वृत्तपत्रसृष्टीला इंद्रधनुष्याची उपमा दिली आहे. जिथे छापील स्वरूपात, दूरचित्रवाणीवर किंवा इंटरनेटवर मताची प्रत्येक बारीकसारीक छटा व्यक्त होत असते आणि राजकारणाप्रमाणे भारतीय पत्रकारांची टाटांबद्दलची समज ही सुद्धा त्यांच्या स्वत:च्या उद्दिष्टांवर आणि आदर्शांवर बऱ्याच प्रमाणात अवलंबून असते.

पत्रकारांचे काम म्हणजे सत्य समोर आणणे, असा कधी-कधी पत्रकारांचा दावा असतो. खरे हे की बरेच जण खासगीत आणि काही जण जाहीररीत्या सांगतात –

गोष्ट सांगणे हा त्यांचा उद्देश असतो. ते वाचकांना किंवा प्रेक्षकांना त्या गोष्टीचा मागोवा घेत राहायला आणि मग नंतर आणखी गोष्टी वाचायला किंवा पाहायला भाग पाडतात. माध्यमांचे वाचक किंवा प्रेक्षक हे अशा रीतीने उपभोक्ते असतात आणि त्यांना अधिकाधिक रंजक, माहितीपूर्ण आणि अभ्यासपूर्ण गोष्टी पुरवत राहून उपभोग घेण्यासाठी त्यांना प्रवृत्त करणे, हे पत्रकारांचे काम आहे. हे जर त्यांनी केले नाही, तर त्यांची वृत्तपत्रे कुणी वाचणार नाही किंवा त्यांच्या वाहिन्या कुणी बघणार नाही आणि ते धंद्यातून बाहेर फेकले जातील.[iv]

मी असे म्हणतो याचे कारण, प्रकरण ६मध्ये आपण पाहिले की, गोष्टी सांगणे – कथाकथन – याला भारतीय संस्कृतीत फार महत्त्वाचे स्थान आहे.[v] पटण्याजोग्या आणि छान सांगितलेल्या गोष्टीं लोक आपल्याशा करतात आणि संस्कृतीचा एक भाग म्हणून स्वीकारतात. भारतीय पत्रसृष्टीवर नजर टाकली, तर विविध पत्रकारांनी वेगवेगळ्या दृष्टिकोनांतून लिहिलेल्या टाटांबद्दलच्या गोष्टींची एक विशाल श्रेणी सापडणे शक्य आहे. त्यातल्या बऱ्याच जणांनी सत्याचा अपलाप केलेला असतो, ते सोडा. समज असणे हेच सर्व काही आहे. माध्यमांमध्ये जो गोष्ट उत्तम प्रकारे सांगेल, तो जिंकेल. ब्रँडिंगच्या भाषेत, माध्यमांकडे एक संवादसाधन म्हणून पाहिले जाते, ज्याच्याद्वारे इतर स्टेकहोल्डर्सवर प्रभाव पाडता येऊ शकतो. ब्रँडिंग सल्लागार अल राईस ब्रँड उभारणीच्या सर्वोत्तम मार्गाचा सल्ला देतात : बहुतेक सर्व ब्रँडविषयक जाहिराती काही उपयोगाच्या नसतात, जनसंपर्क हाच ब्रँडचे नाव सुस्थापित करण्याचा एकमेव खराखुरा परिणामकारक मार्ग आहे.[२] पण याची एक दुसरी बाजू आहे – कथेकरी असल्याने, पत्रकारसुद्धा ब्रँडची सहनिर्मिती करीत असतात आणि त्यांचे वैयक्तिक किंवा तात्त्विक विचार हे इतर स्टेकहोल्डर्ससारखे तंतोतंत असू शकत नाहीत. त्यांना वाटले तर, ते इतर स्टेकहोल्डर्सची कंपनीबद्दलची समज सकारात्मकेकडून नकारात्मकतेकडे किंवा उलट बदलण्याचा प्रयत्न करू शकतात.

पत्रकारांकडे केवळ एक माध्यम म्हणून बघण्यापेक्षा, आपण त्यांना एक उपभोक्ताही म्हणू शकतो. त्यांना लिहिण्यासाठी, टीव्हीवरचे कार्यक्रम बनवण्यासाठी चांगल्या बातम्या हव्या असतात. त्याशिवाय ते काम करू शकत नाहीत. काही कंपन्यांना हे उमजलेले आहे आणि माध्यमांबरोबर त्यांनी उत्तम संबंध आणि स्वत:च्या उत्तम प्रतिमा निर्माण केल्या आहेत. त्यांचे जनसंपर्क खाते माध्यमांच्या अगदी जवळिकीत असते आणि एखाद्या पत्रकाराला माहिती हवी असली किंवा बातमी पाहिजे असली, तर ते या गरजा भागवायला तत्पर असतात. व्हर्जिन, डॅनवन आणि मायक्रोसॉफ्ट ही आंतरराष्ट्रीय कंपन्यांची उदाहरणे आहेत, जे वृत्तपत्रांना केवळ दूत समजत नाहीत, तर एक 'स्टेकहोल्डर' समजतात. या नातेसंबंधासाठी ते कॉर्पोरेट ब्रँडचा उपयोग करतात. उदाहरणार्थ पत्रकारांना व्हर्जिन म्हटले की 'उद्योजकता'

आठवते, डॅनवन म्हणजे 'सामाजिक जबाबदारी' आणि मायक्रोसॉफ्टचे नाव 'नवनिर्मिती आणि धर्मादायाशी' जोडले गेले आहे.

टाटांबद्दल भारतीय वृत्तपत्रांमध्ये बरीच वेगवेगळी मते सापडतात, पण तरी त्या सगळ्यांमध्ये एक सातत्य आहे. साधारणपणे – आणि अनेक अपवादांसह – इतर कोणत्याही भारतीय उद्योगसमूहापेक्षा टाटांना जास्त आदरभाव मिळालेला आहे. मी मुंबईत ज्यांच्याशी बोललो, त्या सर्व उद्योगविषयक पत्रकारांचे 'टाटा' ही एक शक्तिशाली आणि चांगले व्यवस्थापन असलेली कंपनी आहे, असे मत होते. नॅनोसारखी नवनिर्मिती आणि डोकोमोने सादर केलेला प्रति सेकंदाचा दर सर्वांच्या बोलण्यात होता. नवनिर्मितीसाठी टाटांचे नाव होण्यामध्ये वृत्तपत्रांनी मोलाची भूमिका बजावली आहे. एखाद्या विशिष्ट विचारांप्रमाणे चालवलेली वृत्तपत्रे सोडली, तर कामगार विवादाचे चित्रणही अगदी सकारात्मकतेने नाहीतरी, तटस्थपणे केलेले आहे. गेली दोन वर्षे एका उद्योगविषयक आघाडीच्या वृत्तपत्राने जागतिक स्तरावरची टाटांची उपस्थिती आणि टाटांची नवी भूमिका यांना उचलून धरले आहे. (टाटा परदेशात किती प्रसिद्ध आहेत याबद्दल त्यांनी जरा जास्तच अतिशयोक्ती केली आहे, पण निदान ती अनुकूल प्रसिद्धी आहे.)

साधारणपणे – आणि अनेक अपवादांसह – इतर कोणत्याही भारतीय उद्योगसमूहापेक्षा टाटांना जास्त आदरभाव मिळालेला आहे.

टाटा सन्सचे अध्यक्ष रतन टाटांना खंत आहे की, १९९०च्या दशकात टाटा समूहाला कीर्ती होती, पण ब्रँड नव्हता. भारतीय वृत्तपत्रांचा विचार केला, तर एका परीने ते आजही खरे आहे. टाटा ब्रँड म्हणजे काय आणि इतर स्टेकहोल्डर्सला त्याबद्दल काय वाटते हे भारतीय पत्रकारांना माहीत आहे, पण ते स्वतः त्याच्याशी जोडले गेले आहेत, असे काही मला जाणवले नाही. इथे हेही सांगितले पाहिजे की, टाटा समूहाच्या कंपन्या आणि भारतीय वृत्तपत्रे यांच्यात भरपूर संवाद आहे आणि समूहाने भारतात व अन्यत्र परदेशांत जनसंपर्क – पीआर – एजन्सीज नेमलेल्या आहेत. पण या ठिकाणी प्रगतीला वाव आहे.

परदेशी वृत्तपत्रांबद्दल बोलायचे झाले, तर ज्यांची इथे कार्यालये किंवा वार्ताहर आहेत, त्यांनासुद्धा टाटा ब्रँड आणि त्यांची मूल्ये यांबद्दल विशेष माहिती नाही. उदाहरणार्थ कोरस, जग्वार आणि लँड रोव्हर खरेदीला ब्रिटिश वृत्तपत्रांत भरपूर प्रसिद्धी मिळाली, पण टाटा समूहाबद्दल मात्र 'टाटा हा सर्वांत मोठा भारतीय उद्योगसमूह आहे', असल्या प्राथमिक विधानांव्यतिरिक्त काहीच तपशील दिला गेला नाही. उदाहरणार्थ बीबीसी न्यूजच्या संकेतस्थळावर 'टाटा' या शब्दाचे झेक,

इंडोनेशियन आणि झुलू भाषांत काय अर्थ होतात, ती भाषांतरे दिली होती, पण टाटा सन्सची बहुतांश मालकी ही धर्मादाय संस्थांकडे आहे किंवा समूहाच्या कार्याबद्दलची, मूल्यांबद्दलची काहीही माहिती दिलेली नव्हती.[३] जग्वार, लँड रोव्हर खरेदीनंतरच्या पडझडीच्या काळात ब्रिटिश वृत्तपत्रांनी अतिशय निराशावादी वृत्ती धारण केली; त्या वेळच्या बातम्यांचे मथळे होते. 'टाटांनी १.४ बिलियन पौंडांचे समभाग गहाण टाकले, टाटांच्या आर्थिक परिस्थितीबद्दल वाढती चिंता (द टाइम्स, १८ फेब्रुवारी २००९) आणि 'टाटा मोटर्सने ७५० मिलियन डॉलर्स उभारले, समभागांच्या किमती खाली आल्या' (रायटर्स, ९ ऑक्टोबर २००९). कुठल्याही बातमीने टाटा मोटर्सबद्दल किंवा टाटा समूहाबद्दल तपशीलवार माहिती दिली नाही. टाटांना जी गोष्ट सांगायची असू शकत होती, त्याच्याशी काही संबंध न ठेवता, पत्रकारांनी त्यांना हवी असलेली गोष्ट सांगितली.

आधीच्या प्रकरणात आपण पाहिले की, डिसेंबर २००९ मधली कोरसमधली टाळेबंदी ही साधारणपणे देशांतर्गत बाब म्हणून वृत्तपत्रांनी हाताळली, टाटांसंदर्भात याचा उल्लेख केला नाही. पण पुन्हा सांगायचा मुद्दा हा की, या बातम्यांमध्येसुद्धा टाटा म्हणजे काय, त्यांची मूल्ये काय याबद्दलची शून्य माहिती दिसून आली. तरीदेखील ब्रिटनमध्ये टाटांसाठी केलेला मार्केट रिसर्च दाखवतो की, टाटा समूहाबद्दल माध्यमांना बरीच माहिती आहे. माझे स्वतःचे निरीक्षण असे की, आंतरराष्ट्रीय माध्यमांना टाटा म्हणजे काय, त्याची रचना कशी आहे, कार्यपद्धती कशी चालते आणि टाटा 'ब्रँड'बद्दलची समज – माहिती नव्हे – फार कमी आहे. दक्षिण आफ्रिकेतल्या यशस्वी मोहिमेसारखीच, ब्रँड प्रमोशन मोहीम टाटांनी युके, युएसए आणि चीनमध्ये हाती घेतली आहे. त्याचे परिणाम भविष्यात कळतीलच. कोरस आणि जग्वार लँड रोव्हर यासारख्या कंपन्यांची खरेदी आणि नॅनोसारख्या नवनिर्मिती यांमुळे माध्यमे धरून, 'प्रभावकारी' गटांमध्ये टाटा समूहाबद्दलची जागृती वाढत आहे.

आर्थिक ब्रँड

'सुरक्षित पण साधीसुधी' असे आपल्या ब्रँडचे आर्थिक वर्तुळातले वर्णन काही टाटा कंपन्यांमधले अधिकारी करतात. केवळ गुंतवणूकदारांमध्येच नाही, तर काही टाटा अधिकाऱ्यांमध्ये सुद्धा असा एक सार्वत्रिक समज आहे की, सर्वसाधारणपणे टाटा कंपन्यांमध्ये केलेल्या गुंतवणुकीवर लाभांशाच्या रूपाने किंवा समभाग किमतीत झालेल्या वाढीच्या रूपाने मिळणारा परतावा हा इतर काही भारतीय कंपन्यांमध्ये केलेल्या गुंतवणुकीवरच्या परताव्यापेक्षा कमी असतो. म्हणजे तो कमी असतो असे

नव्हे, पण तो इतर क्षेत्रात मिळतो त्यापेक्षा कमी असतो. पण दुसऱ्या बाजूला, जोखीम फारच कमी असते. समूहातल्या बाकी कंपन्यांचा पाठिंबा आणि खणखणीत नाव यांच्यामुळे टाटा कंपन्या बुडतील अशी शक्यता नाही. या गुंतवणुकी मजबूत, सुरक्षित आणि शहाणपणाच्या असतात.

विरोधाभास म्हणजे, २००२मध्ये टाटा फायनान्स कोसळली. या अलीकडच्या काळात समूहावर कोसळलेल्या खऱ्यातर एकाच आर्थिक घोटाळ्यामुळे टाटांची कीर्ती वाढली. टाटा समूहाचा गुंतवणुकीचा विभाग जो टाटा फायनान्स, त्यांचे सकृतदर्शनी तरी चांगले चालले होते. पण टाटा सन्समधल्या कुणाकुणाला गैरप्रकाराचा वास आला आणि त्यांनी एका ऑडिट फर्मला टाटा फायनान्सच्या आर्थिक परिस्थितीचा स्वतंत्रपणे आढावा घेण्याची कामगिरी सोपवली. ऑडिटरने सर्व आलबेल असल्याचा अहवाल दिला, नंतर एकाएकी तो मागे घेतला आणि तो देणाऱ्या टीमलीडरची हकालपट्टी केली. स्वत:च आढावा घेतल्यानंतर टाटा सन्सला 'इनसायडर ट्रेडिंग'पासून खोट्या कागदपत्रांपर्यंत विविध गैरव्यवहारांचे पुरावे सापडले. शेअरबाजारात अलीकडे खालावलेल्या किमतीमुळे कंपनीच्या हिशोबातले कृष्णविवर उघडे पडले होते.

टाटा कंपन्या म्हणजे मजबूत, सुरक्षित, शहाणपणाची गुंतवणूक.

सात वर्षांनी रतन टाटा मला सांगत होते, आणखी बोटचेपे पर्याय होते, जेणेकरून हे भोक बुजले असते, आर्थिक तोटा भरून निघाला असता आणि सगळे हळूच कपाटाखाली दडवले गेले असते. ते म्हणाले, 'पण मी असे करू शकलो नाही. असे केल्याने गुन्हेगाराला मोकळे सोडून दिल्यासारखे झाले असते. मला वाटले की, आम्ही जर हे जाहीर केले नाही, तर त्याचा अर्थ हे चालवून घेतले जाते असे सांगितल्यासारखे झाले असते.'

टाटा सन्सचे व्यवस्थापकीय संचालक आर. गोपालकृष्णन यांच्या शब्दांत सांगायचे तर, 'आम्हीच शिट्टी फुंकली.' टाटा सन्सने नियामक अधिकाऱ्यांना कळवले, त्यांनी पुढे पोलिसांना कळवले. लगेचच ही गोष्ट जाहीर झाली आणि वृत्तपत्रांत सनसनाटी बातम्या छापून येऊ लागल्या. रतन टाटा म्हणतात, थोड्या काळासाठी टाटांच्या नावाला आणि प्रतिमेला झळ पोहोचली. टाटामध्ये असे कसे होऊ शकते? लोक विचारू लागले. त्यांचे सचोटी आणि शहाणपणासाठीचे नाव कायमचे डागाळले का? हे प्रकरण पुढे पुष्कळ दिवस वृत्तपत्रांत गाजत राहिले, विशेषत: टाटा फायनान्सचे माजी व्यवस्थापकीय संचालक दिलीप पेंडसे यांना या गैरव्यवहाराशी संबंधित अनेक आरोपांवरून अटक झाली होती. त्यांनी असा दावा केला की, जे घडत होते, ते टाटा सन्सच्या संचालक मंडळाला माहीत होते आणि

त्याची त्याला परवानगी होती. यातला खोटेपणा लगेच सिद्ध झाला. पण देवमूर्तींचे पाय मातीचेच निघाले, अशी एक सर्वसाधारण निराशेची भावना निर्माण झाली होती.

आणि मग, टाटांच्या इतिहासात घडलेल्या मूकनाट्यातील क्षणांपैकी एक प्रत्यक्षात आला. या प्रश्नाची चर्चा करण्यासाठी बोलावलेल्या भागधारकांच्या बैठकीत, रतन टाटांनी घोषणा केली की, 'कंपनीच्या हिशोबात एक भोक पडले आह. ते भोक किती मोठे आहे, हे आम्हाला अजून माहीत नाही. फक्त ते आहे एवढे कळले आहे. टाटा ते भरून काढेल. झालेले नुकसान ही आमची नैतिक जबाबदारी आहे आणि आम्ही ते नुकसान भरून काढू.' मी मनात म्हटले, 'हे खासच विशेष आहे.' गोपालकृष्णन म्हणतात, 'कुणीही म्हटले असते. ही लिमिटेड लायबिलिटी कंपनी आहे. आमची काही जबाबदारी नाही' किंवा ते असे म्हणून शकले असते की, 'अजून आम्हाला या प्रश्नाची व्याप्ती माहीत नाही, आम्हाला समजले की पुन्हा आम्ही तुमच्याकडे येऊ.' पण त्यांनी वचन दिले की, नुकसान किती आहे ते आम्हाला माहीत नाही, पण तरीही आम्ही ते भरून देऊ. ते खरोखर मनापासून बोलत होते.'

शेवटी ते नुकसान भरून काढण्यासाठी समूहाला टाटा फायनान्समध्ये ५०० ते ७०० कोटी रुपये ओतावे लागले. पण भारतातल्या लोकांना टाटा फायनान्सचे नाव घेतल्याबरोबर पहिल्यांदा आठवते ती गोष्ट ही नव्हे; अफरातफर नाहीतर ज्या पद्धतीने टाटा समूहाने त्यातून मार्ग काढला आणि जबाबदारी स्वीकारली, ते त्यांच्या स्मरणात आहे. या शेवटानंतरची गोष्टही फार रंजक आहे. कलंकित झालेले माजी व्यवस्थापकीय संचालक दिलीप पेंडसे यांच्यावर अनेक आरोप ठेवले गेले आणि त्यांना कैद झाली. त्यांनी जामिनासाठी अनेक अर्ज केले, पण टाटा समूहाने दर वेळी विरोध केला. पण जसा काळ जाऊ लागला, तशी त्यांची केस कोर्टात उभी राहण्याचे चिन्ह दिसेना. 'माझ्या मनात आले, हा माणूस अठरा महिने तुरुंगात आहे आणि त्याची सुनावणीसुद्धा झाली नाही.' रतन टाटा म्हणतात, 'आपण त्याच्यावर अन्याय करत आहोत.' पुढच्या वेळी त्यांनी जामीन मागितल्यावर टाटांनी आक्षेप मागे घेतला. हे लिहीत असताना दिलीप पेंडसे मुक्त आहेत, अजून खटल्याची वाट पाहत आहेत.

तर जबाबदारी आणि विश्वास या दोन पायांवर टाटांचा भारतातला आर्थिक ब्रँड उभा आहे. भारतातला वित्तबाजार अजूनही बऱ्यापैकी चंचल आहे हे लक्षात घेता, ही कीर्तीसुद्धा काही वाईट नाही. पण भविष्यात ही पुरेशी होईल का? टाटांचा आर्थिक ब्रँड हा कॉर्पोरेट ब्रँडच्या इतर भागांपेक्षा जरा मागे पडल्यासारखा दिसतो. तिथे सर्जनशीलता, दूरदृष्टी आणि भविष्यवेधी विचार हे विशेष गुण ठरले आहेत. पुरावा असे सुचवतो की, भारतीय वित्तबाजार हा टाटांना स्थिर आणि विश्वासार्ह

समजतो, पण तो 'साहसी' म्हणून त्यांच्याकडे बघत नाही.

हा समज बदलूही शकतो. टाटांच्या परदेशातल्या मोठाल्या खरेद्या या भारतात बातम्यांचे मथळे बनल्या आणि टाटा आता जागतिक आर्थिक वर्तुळात मोठा खेळाडू झाले, असे सूचित केले गेले. आपण पुढे पाहणार आहोत, तशी ही अतिशयोक्ती आहे, पण त्यामुळे टाटा हे अधिक साहसी आहेत या समजाला तरी मदत मिळते. येथील पत्रकार जेव्हा भारतीय उद्योगांच्या भारताबाहेरच्या विस्ताराबद्दल बोलतात, तेव्हा टाटांच्या नावाचा अगदी सरसकट उल्लेख होतो.

जागतिक अपेक्षा

यानंतर आपण टाटांच्या भारताबाहेरच्या आर्थिक ब्रँडकडे येतो. इथले संदेश फारच 'संमिश्र' आहेत. आर्थिक वर्तुळात टाटांबद्दलची माहिती निश्चितच खूप मोठ्या प्रमाणावर आहे. टाटा आफ्रिकाचे व्यवस्थापकीय संचालक रमण धवन म्हणता की, 'वर्णविद्वेष संपुष्टात आल्यानंतर, समूहाच्या तिथल्या प्रवेशाच्या सुरुवातीपासून, दक्षिण आफ्रिकेतल्या वित्तीय घटकांना टाटा समूहाबद्दल माहिती होती, तशी ती उपभोक्त्यांना, कर्मचाऱ्यांना किंवा एकंदर समाजाला नव्हती.' वित्तीय संस्थांची जाळी जगभर पसरलेली असतात इतर स्टेकहोल्डर्सपेक्षा, जगातल्या इतर भागांतल्या कंपन्यांची त्यांना जास्त माहिती असणे आणि त्यांनी माहितीवर आधारित निर्णय घेणे जास्त स्वाभाविक आहे.

आणि काही टाटा कंपन्यांचे स्वत:चे आर्थिक ब्रँड्स आणि उच्चभ्रू प्रतिमा आहेत. त्यामध्ये टाटा स्टील आणि टाटा मोटर्स येतात. ब्रिटिश वृत्तपत्रांनी अगदी निराशाजनक चित्र रंगवले असले तरी, ऑक्टोबर २००९मध्ये टाटा मोर्टसने जेव्हा जग्वार लँड रोव्हर खरेदीच्या वेळचे कर्ज अंशत: फेडण्यासाठी ६०० मिलियन पौंडांचे समभाग देऊ केले, तेव्हा वित्तबाजाराने प्रतिसाद दिला. ते सर्व समभाग तासाभरात संपले आणि टाटा मोटर्सने आपली ऑफर ७५० मिलियन पौंडांपर्यंत वाढवली. पुन्हा टाटाच्या समभागांच्या किमती घसरल्या, हेच पाश्चिमात्य वृत्तपत्रांनी धरून ठेवले, पण रेटिंग एजन्सीज आपल्या मतावर ठाम राहिल्या आणि डिसेंबरपर्यंत समभागांच्या किमतीने त्या वर्षीची उच्चांकी उसळी मारली होती. त्याआधी २००४ मध्ये, जगभर झालेल्या प्रचारामुळे टाटा कन्सल्टन्सी सर्व्हिसेसची 'प्राथमिक समभाग विक्री'– इनिशियल पब्लिक ऑफर (आयपीओ) – ६०० टक्क्यांहून जास्त 'ओव्हरसबस्क्राइब' झाली होती. हे सगळे सुचवते की, जगातील आर्थिक समाजात टाटांबद्दलची जाणीव दृढ आणि सकारात्मक आहे.

गुंतवणूकदार अर्थातच टाटा समूहात गुंतवणूक करत नाहीत, ते एखाद्या

विशिष्ट कंपनीत गुंतवणूक करतात. पण आर्थिक वर्तुळात सध्या तरी टाटा कॉर्पोरेट ब्रँडची फारशी जाणीव दिसत नाही. आर्थिक विश्लेषकांना फक्त त्यांच्यापुरत्या क्षेत्राबद्दलच माहीत असते. पोलाद क्षेत्र विश्लेषकांना टाटा स्टील माहीत असते आणि त्याबद्दल ज्यांना अधिक माहिती हवी असेल, त्यांच्यासाठी विश्लेषकांचे अहवाल ढिगाने उपलब्ध असतात. मोटार उद्योगाच्या विश्लेषकांना टाटा मोटर्स ठाऊक असते, एफएमसीजी कंपन्यांच्या तज्ज्ञांना टाटा टी माहीत असते. पण या सगळ्याची बेरीज करून त्या समूहाबद्दल, त्याचे ध्येय अन् मूल्ये, त्याचा ब्रँड यांचे एकंदर ज्ञान होत नाही. लंडनस्थित कितीतरी विश्लेषकांच्या मी मुलाखती घेतल्या, ज्यांनी सरळ मान्य केले की, त्यांना मूठभर टाटा कंपन्यांची नावे माहीत होती, समूहाच्या रचनेबद्दल शून्य ज्ञान होते आणि टाटा सन्सच्या भूमिकेबद्दल अंधूकशी कल्पना होती. टाटा सन्सची बहुतांश मालकी धर्मादाय संस्थांकडे आहे, हे त्यातल्या एकालाही माहीत नव्हते. (पण जेव्हा मी त्यांना हे सांगितले तेव्हा ते चकित झाले आणि त्यांना एकदम त्यात स्वारस्य वाटू लागले.)^{vi} अर्थात प्रभावळ-परिणाम म्हणजे या शक्तिशाली कंपन्यांच्या यशाची झळाळी टाटा कॉर्पोरेट ब्रँडवर चढेल. टाटा मोटर्स, टाटा स्टील आणि टाटा कन्सल्टन्सी सर्व्हिसेससारख्या कंपन्या आपली उत्तम कामगिरी अशीच कायम राखतील हे गृहीत आहे.

ग्राहक, कर्मचारी आणि समाज यांच्याबरोबरच्या नातेसंबंधांवर समूह खूप जास्त भर देतो.

ग्राहक, कर्मचारी आणि समाज यांच्याबरोबरच्या नातेसंबंधांवर समूह खूप जास्त भर देतो, पण तेवढाच भर आर्थिक स्टेकहोल्डर्सवर असतो का? अनेक ज्येष्ठ नागरिकांच्या मुलाखतींमधून माझे असे दृढ मत झाले आहे की, तो तसा नसतो. याला अपवाद आहेत – टाटा कन्सल्टन्सी सर्व्हिसेस, टाटा केमिकल्स, टाटा स्टील आणि टाटा मोटर्स या वित्तव्यवहारांना सरावलेल्या आहेत आणि भागधारकांशी संपर्क ठेवण्याकडे पुष्कळ लक्ष देतात. पण समूहातल्या सर्व कंपन्यांच्या बाबतीत हे खरे नाही. टाटा समूहाने विकत घेतलेल्या एका ब्रिटिश कंपनीचा मुख्य कार्यकारी अधिकारी माझ्याशी बोलताना म्हणाला की, युकेमध्ये मुख्य कार्यकारी अधिकाऱ्यांना २५-३० टक्के वेळ हा गुंतवणूकदारांबरोबरच्या संबंधांसाठी द्यावा लागतो. त्याचे स्वतःचे निरीक्षण असे आहे की, टाटामध्ये हे प्रमाण दहा टक्क्यांहूनही कमी आहे.

याचा अर्थ टाटांची माणसे भागधारकांना कमी महत्त्वाचे समजतात असे अजिबातच नाही. फक्त कॉर्पोरेट ब्रँडच्या इतर पैलूंवर त्यांनी जेवढे लक्ष दिले, तेवढे आर्थिक ब्रँडवर दिलेले नाही आणि याचे प्रतिबिंब आर्थिक वर्तुळात, समूहाच्या

लौकिकात उमटले आहे. भारतात अजूनही समूह 'जुन्या टाटांच्या' विश्वास, जबाबदारी आणि भरवसा या मूल्यांशी जोडला जातो; सर्जनशीलता आणि वैश्विक विचाराशी नाही – निदान अजून तरी नाही. परदेशात, आपण आत्ताच पाहिले तसे, वित्तीय समाजाच्या एका भागाला विविध कंपनी ब्रँड्सची चांगली पक्की समज आहे, पण टाटा कॉर्पोरेट ब्रँडबद्दल अंधूक माहिती आहे आणि प्रसारमाध्यमांप्रमाणे इथेही जोखीम आहे. जगात वित्तीय समाजातल्या कितीतरी जणांची मते अर्थविषयक वृत्तपत्रांसारखी होती. त्यांना कोरस आणि जग्वार लँड रोव्हर खरेदीतले फक्त धोकेच दिसत होते. त्यांना जर टाटा, त्यांची उद्दिष्टे आणि मूल्ये अधिक चांगल्या रीतीने माहीत असती, तर कदाचित त्यांचा दृष्टिकोन बदलला असता. या ज्ञानाच्या अभावी, त्यांनी स्वत:च्या कथा रचल्या. कदाचित यामुळे टाटांचे नुकसान काही झाले नाही, कायमचे नुकसान तर नक्कीच झाले नाही. परंतु टाटांना हव्या तशा प्रतिमेकडे न पाहता, वित्तीय समाजाने स्वत:च एक प्रतिमा निर्माण करण्याचा धोका तर राहतोच.

मग गोष्टी बदलल्या पाहिजेत का? बहुधा, होय. १९९१ पूर्वी जागतिक वित्त बाजारापासून टाटा खरोखरीच अलग होते, गेल्या पाच-सहा वर्षांत या बाजारपेठेशी खऱ्याअर्थाने व्यवहार सुरू झाला आहे. भागधारकांच्या वेगवेगळ्या मागण्यांशी आता त्यांना जुळवून घ्यावे लागणार आहे. 'निव्वळ फायद्यासाठी काम नाही', हा सहजस्वभाव असलेले टाटा 'आणखी नफा, भरपूर, आत्ता!' असा सहजस्वभाव असलेल्या संस्थांबरोबर काम करू शकतील? टाटांची मूल्ये त्यांच्या विरोधी जाणार नाहीत? पीटर उन्सवर्थचा विश्वास आहे की, 'येणाऱ्या वर्षांमध्ये 'माणसे आणि पृथ्वी' (People and Planet) हे टाटा बीव्हरेजेसच्या केंद्रस्थानी असेल.' पण बँका आणि पेन्शन फंडांना ते मान्य होईल का?

त्यांना मान्य होईल आणि जागतिक वित्तबाजाराच्या जरा कठोर वातावरणातही टाटांचा सहजस्वभाव टिकून राहील अशी मी आशा करतो. जर टाटाही इतर कुठल्याही बहुराष्ट्रीय कंपनीसारखे भागधारकांच्या नफेखोरीच्या मागे लागले आणि त्यांच्या कर्मचाऱ्यांच्या आणि सामाजिक बांधिलकीशी तडजोड करणे त्यांना भाग पडले, तर तो फार दु:खाचा दिवस असेल. जग दरिद्री होऊन जाईल – आणि टाटाही. आपण पुढच्या प्रकरणात पाहणार आहोत, त्याप्रमाणे ब्रँडला एवढी ताकद देणाऱ्या काही गोष्टींपैकी एक म्हणजे सामाजिक कार्य, आजतागायत चालू असलेला सामाजिक आणि राष्ट्र उभारणीमध्ये असलेल्या बांधिलकीचा दीर्घ आणि अभिमानाचा इतिहास आहे. ब्रँड जागतिक होईल, तसे या मूल्यांशी तडजोड करण्यासाठी प्रचंड दडपण येईल. रतन टाटा आणि त्यांचे वारस या दडपणाला टक्कर देतील आणि तावूनसुलाखून बाहेर येतील, अशी आशा आपण करू शकतो.

[i] या नियमाला अपवाद असणाऱ्या कंपन्यांमध्ये संरक्षण-संबंधित उद्योग आणि बांधकाम व्यवसाय यातील कंपन्या आहेत. त्यांचे उत्पन्न सरकारी कंत्राटातून येते. पण या बाबतीत 'सरकार' हा ग्राहक असतो आणि नातेसंबंध व ब्रँड प्रतिमा ही प्रकरण ६मध्ये पाहिल्यासारखी असते. त्याच्याऐवजी आपण इथे सरकार हे नियामक, सोयी करून देणारे आणि मधे पडणारे म्हणून आपण पाहणार आहोत.

[ii] तरी भारतात केंद्र आणि राज्य सरकार अर्थव्यवस्थेत महत्त्वाची भूमिका पार पाडतात. युरोप किंवा उत्तर अमेरिकेपेक्षा पुष्कळ जास्त.

[iii] टाटांच्या कोरसखरेदीच्या सुमारास ब्रिटनमध्ये 'हाउस ऑफ कॉमन्स'मध्ये केलेली विधाने आणि विचारलेले प्रश्न, यात याचे प्रतिबिंब दिसते. कोरसचे कारखाने जिथे आहेत, त्या मतदारसंघातल्या संसद सदस्यांनी गृहपाठ केला होता आणि भारतीय वंशाच्या संसद सदस्यांनी टाटांबद्दलचे त्यांचे विचार मांडले होते. पण बहुसंख्य सदस्यांना समूहाबद्दल अत्यल्प ज्ञान होते.

[iv] हे तिरकस वाटेल, पण हेतू तसा नाही. पत्रकारिता आणि प्रकाशनाच्या दुनियेत गेली बत्तीस वर्षे आतबाहेर राहून मी कित्येक वेळेला अशी लक्षणे पाहिली आहेत.

[v] अधिक बरोबर म्हणजे, प्रत्येक संस्कृतीत याची भूमिका असते, पण ही भूमिका भारतात प्रकर्षाने राखली जाते.

[vi] हे काही पूर्ण सर्वेक्षण नव्हते किंवा प्रातिनिधिक नमुनाही नव्हता. पण 'सायलो परिणाम' – म्हणजे विश्लेषकांना टाटांच्या त्यांच्यापुरत्या भागाची खूप माहिती असते, पण एकंदर समूहाबद्दल फार कमी माहिती असते, हा समज विश्लेषकांच्या अहवालांवरून आणि इतर स्रोतांवरून दृढ होतो.

आम्ही धर्मादाय करत नाही

झारखंड हे भारतातल्या सर्वांत गरीब राज्यांपैकी एक. तिथल्या २७ मिलियन (२.७ कोटी) जनतेपैकी ३२ टक्के दारिद्र्यरेषेखाली जगते. झारखंडमध्ये साक्षरतेचे प्रमाणही भारतीय राज्यांमध्ये खालून दुसरे आहे. २००६मध्ये ५८ टक्के जनता अधिकृतपणे निरक्षर होती. ४१ टक्के जनता ही आदिवासी आहे; हा योगायोग नाही, आधुनिकतेची झुळूक यांना लागलीच नाही.[१] संथाल आणि ओराओनसारखे आदिवासी गट अजूनही त्यांच्या पारंपरिक गावात राहतात, त्यांची अर्थव्यवस्था आणि तंत्रज्ञान यांच्यात गेल्या काही शतकांत अजिबात प्रगती नाही.

फेब्रुवारी २००९ मध्ये, टाटा स्टीलने जमशेदपूरमध्ये नूतनीकरण आणि आधुनिकीकरण केलेल्या त्यांच्या 'आदिवासी सांस्कृतिक केंद्राचे' उद्घाटन केले. केंद्राचा उद्देश दुहेरी होता. आदिवासी लोकांच्या संस्कृतीचा अभ्यास करणे, अन्य भारतीयांना ती समजावून द्यायला मदत करणे आणि आदिवासींना स्वत:ची संस्कृती आणि वारसा टिकवून ठेवायला मदत करणे. 'आदिवासींना मदत करण्याचे प्रयत्न त्यांना विकासाच्या उंबरठ्यापर्यंत आणून सोडतील, पण आपलेपणाच्या आणि सांस्कृतिक वारशाच्या भावनेशिवायच.' असे टाटा स्टीलने प्रकाशित केलेला एका लेखात म्हटले आहे.[२] एका छोट्या संग्रहालयाबरोबरच केंद्रात संथाली भाषेची प्रयोगशाळा इत्यादी असलेल्या संशोधनाच्या सोयी आहेत. इथे लोकांना पारंपरिक संगीत शिकायला आणि सादर करायला प्रोत्साहन दिले जाते आणि 'काती' हा जवळजवळ विस्मृतीत गेलेला क्रीडाप्रकार पुनरुज्जीवित करण्यासाठी इथे प्रयत्न झाला आहे. टाटा स्टीलच्या कॉर्पोरेट सस्टेनेबिलिटीचे प्रमुख सतीश पिल्ले यांनी मला सांगितले की, 'केंद्राच्या कामात आता चार प्रमुख आदिवासी गटांचा समावेश आहे आणि आणखी मोठ्या प्रमाणावर याचा विस्तार करायच्या योजना आहेत.'

आदिवासी सांस्कृतिक केंद्र हा 'टाटा स्टील रूरल डेव्हलपमेंट सोसायटी'ने

जमशेदपूरमधील 'आदिवासी सांस्कृतिक केंद्र'

गेली कित्येक वर्षे चालवलेल्या उपक्रमांच्या एका मोठ्या मालिकेचा एक भाग आहे. या सर्व उपक्रमांना मिळून नाव आहे 'उठनौ'. या संथाली शब्दाचा अर्थ आहे 'उत्थान'. झारखंड आणि शेजारच्या ओरिसा राज्यांत मिळून ८०० खेड्यांना या कार्यक्रमाचा स्पर्श होतो. यात पुरवल्या जाणाऱ्या मोफत आरोग्य सेवेतून दरवर्षी २,५०,००० लोकांची आरोग्य तपासणी होते, यात क्षयरोग आणि मोतीबिंदू शस्त्रक्रियेचे विशेष कार्यक्रमही घेतले जातात. आणखी एका कार्यक्रमातून खोल विहिरी पुरवल्या जातात. जेणेकरून खेड्यांना पिण्याचे स्वच्छ पाणी मिळेल. या सर्व खेड्यांमध्ये कुटुंब नियोजनाबद्दलचा सल्ला आणि एच.आय.व्ही. वा एड्स शिक्षणाचा कार्यक्रमही आहे. 'लाईफ लाईन एक्स्प्रेस' हे फिरते रुग्णालय दर वर्षी कितीतरी रुग्णांपर्यंत पोहोचते, त्यामुळे लहान-लहान शस्त्रक्रिया जागेवरच केल्या जातात. शैक्षणिक कार्यक्रमांमध्ये शाळा बांधल्या जातात व दर वर्षी शेकडो विद्यार्थ्यांना आर्थिक मदत केली जाते. रोजगार निर्मितीचे कार्यक्रम शेतकऱ्यांना उत्पादकता वाढवायला व इतरांना ग्रामीण उद्योग सुरू करायला मदत करतात; विशेषत: महिलांना आर्थिक उपक्रमात सहभागी व्हायला व स्वावलंबी बनण्यासाठी खास मदत केली जाते. बांगला देशातल्या ग्रामीण बँकेच्या धर्तीवर सूक्ष्म ऋण सेवा सुरू झाली आहे आणि खेड्यांतल्या ३५०० महिला सूक्ष्म कर्जे देणाऱ्या ठरल्या आहेत. भविष्यात हे कार्यक्रम आणखी खेड्यांपर्यंत व इतर राज्यांमध्ये विस्तारण्याच्या योजना आहेत.

झारखंड गरीब असले, तरी प्रगतीपथावर आहे; दारिद्र्यरेषेखालच्या जनतेचे प्रमाण दर वर्षी दोन टक्क्यांनी कमी होत आहे. या अतिशय सकारात्मक गोष्टीचा टाटा स्टील एक हिस्सा आहेत. खरेतर कंपनीच्या कामाला नीटशी प्रसिद्धी मिळालेली नाही आणि या उपक्रमाच्या परिणामांबद्दल अधिकारी अगदी संकोचाने बोलतात, 'आम्ही जे करतो, त्याबद्दल बोलायला आम्हाला आवडत नाही.' टाटा स्टीलच्या कॉर्पोरेट सेवांचे उपाध्यक्ष पार्थ सेनगुप्ता म्हणतात. सेवा हा स्व-भाव आहे; आदिवासींना मदत लागते, आम्ही ती देतो. तामिळनाडूमधल्या टायटनप्रमाणे समाज बदलून टाकण्याचे किंवा प्रत्येकाचे जीवन सुधारल्याचे भव्यदिव्य दावे नाहीत. त्याऐवजी टाटा स्टीलचे लोक एकेका खेड्याबद्दल, ते पोहोचलेल्या आणि त्यांनी बदललेल्या एकेका जीवनाबद्दल बोलतात.

या कामाचा टाटा स्टीललाही फायदा झाला आहे. १९६०मध्ये पश्चिम बंगालमधल्या नक्षलबारीमध्ये 'नक्षलवादी' नावाने डाव्या घुसखोरांची एक चळवळ उदयाला आली आणि झारखंड, बिहार, ओरिसा आणि पूर्वापार गरीब असलेल्या भागांमध्ये ती पसरली आहे.[३] पोलीस, सरकारी अधिकारी आणि कधीकधी खासगी कंपन्यांमधले अधिकारी यांना ते लक्ष्य करतात. नक्षलवादींचे छुपे सैनिक आणि पोलीस यांच्यातल्या चकमकींमध्ये १९६७ पासून ६००० माणसे मारली गेली आहेत. २००९च्या उन्हाळ्यात, उत्तर झारखंडमध्ये सरकारी मालकीच्या कोळशाच्या कंपनीतल्या दोन ज्येष्ठ अधिकाऱ्यांची नक्षलवाद्यांनी गोळ्या घालून हत्या केली. पण टाटा स्टीलला शांतता मिळाली आणि कितीतरी 'संथाल' व 'ओराओन' दर वर्षी जमशेदपूरला येऊन उत्तम तांत्रिक प्रशिक्षण घेतात व पोलाद कारखान्यात नोकऱ्या करतात. 'रूरल डेव्हलपमेंट सोसायटी'च्या आरोग्य व शैक्षणिक सेवांचे चमू आदिवासी भागात मोकळेपणाने फिरतात. आदिवासी टाटा स्टीलला आपला मित्र मानतात.

उत्कृष्टतेची निर्मिती

जमशेदपूरच्या केंद्रात आणखी एक वैशिष्ट्यपूर्ण इमारत किंवा इमारतींचा समूह – 'सेंटर फॉर एक्सलन्स' आहे. विख्यात वास्तुविशारद हाफीज कॉन्ट्रॅक्टर यांची ही रचना! भारतात अशा प्रकारच्या वास्तूचे दर्शन घडवून, आश्चर्यचकित करते. जलाशय, कारंजी आणि फुले यांच्या अंगणाभोवती, पुराणकालीन पूर्वेकडच्या शेजाऱ्यांची आठवण करून देणारे पिरॅमिड्स, स्तंभांच्या रांगा आणि झिगुराट्स यांची मालिका. हे आहे टाटा स्टील पुरस्कृत 'सोसायटी फॉर द प्रमोशन ऑफ प्रोफेशनल एक्सलन्स'चे माहेरघर.

कदाचित हा निव्वळ योगायोग असेल, पण इथली वास्तुकला ही सोसायटीच्या उद्देशांशी पूर्णपणे सुसंगत आहे. एका प्रकारच्या 'मंदिरात' असल्याची भावना निर्माण होते; म्हणजे प्रार्थनास्थळ नव्हे, पण ज्ञानाचा, अध्ययनाचा आणि परंपरांचा ठेवा जतन करणारे मंदीर. त्याच वेळी, या केंद्राला भेट देताना मला आपण एका उच्चशिक्षण देणाऱ्या संस्थेत आहोत असेही वाटत होते. इथे टाटा स्टीलचा इतिहास सांगणारे, त्याच्या परंपरा आणि कथा कशा निर्माण आणि विकसित झाल्या हे सांगणारे एक लहानसे संग्रहालय आहे, कॉन्फरन्स आणि मीटिंग्जची दालनेही आहेत, कलाविष्कारासाठी विशेष जागा आहेत. केंद्राच्या मृदुभाषी संचालक जेनी शाह यांनी कोणकोणत्या व्यावसायिक संघटना सोसायटीशी संलग्न आहेत व 'सेंटर फॉर एक्सलन्स'चा वापर करतात याची एक लांबचलांब यादीच मला दाखवली. हे केवळ टाटा स्टीलच्या लोकांच्या प्रशिक्षणाचे केंद्र नाही, पण टाटा स्टीलला निःसंशय याचा फायदा होतो. हे केंद्र सर्वांना खुले आहे. शास्त्रज्ञ, अभियंते, संगीतकार, लेखक आणि कलावंत सारे जण या व्यासपीठाचा उपयोग चर्चांसाठी आणि शिकण्यासाठी करतात.

केंद्राशी संलग्न अशी आणखी एक प्रभावी सुविधा म्हणजे जमशेदपूरमधले क्रीडाकेंद्र. क्रीडाप्रकारांवर टाटाच्या सर्व नेत्यांचे प्रेम राहिलेले आहे. जमशेटजी टाटांनी आपल्या मुलाला, दोराबला लिहिलेल्या सुप्रसिद्ध पत्रात जमशेदपूरला खेळाच्या भरपूर सुविधा निर्माण करायला कळकळीने सांगितले आहे. (त्यांच्या

जमशेदपूर येथील 'सेंटर फॉर एक्सलन्स' क्रीडा केंद्राचा बाहेरचा भाग

त्या पत्राची प्रतिमा केंद्राच्या संग्रहालयात दर्शनी भागात लावलेली आहे.) त्यानंतर, १९२४च्या ऑलिंपिकचा भारतीय संघ हा सर दोराबजी टाटा यांनी वैयक्तिकरीत्या पुरस्कृत केला होता. टाटा समूहाच्या विविध भागांत मी ज्यांच्याशी बोललो, त्यातल्या कितीतरी जणांनी मला आठवण करून दिली की, भारताला ऑलिंपिक्समध्ये मैदानी स्पर्धांमध्ये अजून सुवर्णपदक मिळायचे आहे. (भारतीय संघाला मात्र आतापर्यंत हॉकीत आठ वेळा सुवर्णपदक मिळाले आहे.) त्यांना भारतीय खेळाडूला ऑलिंपिक्सच्या पोडियमवर बघायला नक्कीच आवडेल – आणि तो/ती खेळाडू जर टाटा पुरस्कृत क्रीडा संकुलातून पुढे गेले असतील तर – जरा नम्रपणे सांगायचे झाले तर – त्यांना फार आनंद होईल. पण याहीपेक्षा अधिक म्हणजे, जे.आर.डी क्रीडासंकुलाचे प्रमुख कॅ. अमिताभ म्हणाले की, 'हे केंद्र म्हणजे भारतभरातल्या क्रीडा संकुलांसाठी आदर्श ठरावे आणि अधिकाधिक भारतीयांनी खेळावे, तंदुरुस्त राहावे याला उत्तेजन मिळावे, अशी अपेक्षा आहे. जेणेकरून सगळ्या देशाचे आरोग्य सुधारेल.'

खरोखर, जमशेदपूरमध्ये कुठलाही खर्च करायचा शिल्लक ठेवला नाही. डझनभर खेळांच्या प्रशिक्षणाच्या सोयी आहेत आणि फुटबॉल, धनुर्विद्या आणि मैदानी खेळ (ॲथलेटिक्स) यासाठी प्रशिक्षक आणि सुविधा असलेल्या पूर्ण स्वरूपातल्या प्रबोधिनी आहेत. भारतातील क्रिकेटचा माजी कप्तान सौरव गांगुली आणि एव्हरेस्ट शिखर पादाक्रांत करणारी पहिली महिला बचेंद्री पाल यांसह भारताचे अनेक नामवंत क्रीडापटू आणि खेळाडू इथे येतात आणि किशोरांपुढे आदर्श ठेवतात.

जमशेटजी टाटांनी आपल्या मुलाला, दोराबला लिहिलेल्या सुप्रसिद्ध पत्रात जमशेदपूरला खेळाच्या भरपूर सुविधा निर्माण करायला कळकळीने सांगितले होते. त्यानंतर, १९२४मध्ये भारतीय ऑलिंपिक संघ हा सर दोराबजी टाटा यांनी वैयक्तिकरीत्या पुरस्कृत केला होता.

आणि खुद्द जमशेदपूर आहे. 'टाटानगर' या नावानेही कधीकधी ओळखल्या जाणाऱ्या, वृक्षांच्या छायेतले रस्ते, बगीचे आणि मैदाने यांची काळजी जमशेदपूर युटिलिटी अँड सर्व्हिसेस कंपनी (जस्को – JUSCO) या टाटा स्टीलच्या मालकीच्या कंपनीकडून घेतली जाते. जमशेटजी टाटांच्या मूळ स्वप्नाशी अजूनही बांधील असणारी जस्को – ही वीज, दिवे ते स्वच्छता, सांडपाणी निचरा ते रस्ते झाडण्यापर्यंत सर्व काही करते आणि पुरवते. इथे रुग्णालये, देवळे, मशिदी आणि चर्चेस आहेत. सर्व थरांसाठी शाळा आहेत आणि शारीरिक वा मानसिकदृष्ट्या अपंग मुलांसाठीसुद्धा

उत्कृष्ट शाळा आहेत. सोशल क्लब्ज आहेत, गोल्फ कोर्स आणि करमणुकीची इतर साधने आहेत, सारी टाटा स्टीलने पुरवलेली व सांभाळलेली आहेत. कंपनी चक्क गाडी चालवायलासुद्धा शिकवते आणि सुरक्षित ड्रायव्हिंगचे पाठ देते. मूळच्या दिल्लीच्या असणाऱ्या जेनी शाह म्हणतात की, 'त्या शहराच्या तुलनेत जमशेदपूर म्हणजे एक ओॲसिस वाटते. इथे शांतपणे आणि सुरक्षितपणे राहता येईल. मुलांना वाढवता येईल, असे वाटण्याजोगी ही जागा आहे.'

हे सगळे वाचताना, ऐकताना हे विसरायलाच होईल की, इथे एक पोलादाचा कारखानासुद्धा आहे. सेंटर फॉर एक्सलन्सच्या एका मार्गदर्शकाबरोबर मी एका रविवारी सकाळी तिथे फेरफटका मारला आणि भारतातला सर्वांत आधुनिक पोलाद प्रकल्प 'ॲक्शन'मध्ये पाहिला. वितळलेल्या पोलादाच्या त्या झळाळणाऱ्या नारंगी जिभा रोलिंग मिलच्या लांबसडक रनवेवर सरसरत जाताना पाहून मलासुद्धा कालाईलच्या वचनाची आठवण झाली – ज्याच्या हातात लोखंड आणि पोलादाचे नियंत्रण, त्याच्याच हाती पुढे जाऊन सोन्याचे नियंत्रण येते. संपत्तीची निर्मिती मी बघत होतो. याच पोलादाच्या कारखान्यातून ती सारी क्षमता येते – जमशेदपूरच्या रहिवाशांना साऱ्या सुविधा पुरवण्याची, भारताच्या खेळाडूंना सोयी करून देण्याची आणि त्या पलीकडच्या खेड्यांमधल्या आदिवासींपर्यंत हे सारे पोहोचवण्याची. तंत्रज्ञान बदलले आहे, प्रकल्पाचा आकार आणि व्याप बदलला आहे. पण दृष्टी मात्र जमशेटजी टाटांनी ११६ वर्षांपूर्वी लॉर्ड रे या आपल्या मित्राला पत्रातून सांगितली, ती तशीच आहे :

> 'being blessed by the mercy of Providence with more than a fair share of the world's goods and persuaded that I owe much of my success in life to an unusual combination of favourable circumstances, I have felt it incumbent on myself to help provide a continuous atmosphere of such circumstances for my less fortunate countrymen.'[4]

> 'जगातल्या सुखांचा प्रमाणाबाहेर वाटा मिळण्याचा कृपाप्रसाद लाभल्यामुळे आणि जीवनातले माझ्या यशाचे श्रेय हे असामान्य अनुकूल योगांना आहे हे पटल्यामुळे, मला माझी ही जबाबदारी वाटते की, माझ्याइतक्या नशीबवान नसलेल्या माझ्या देशवासीयांना मी असेच अनुकूल वातावरण सातत्याने पुरवले पाहिजे.'[४]

भारत निर्माण

मी टाटा स्टीलवर जास्त भर दिला, कारण त्यांचा सामाजिक कार्यक्रम सर्वांत जुना अन् सर्वांत मोठा आहे. पण प्रत्येक टाटा कंपनीचा स्वत:चा असा सामाजिक उपक्रम असतो. काही उदाहरणे :

टाटा कन्सल्टन्सी सर्व्हिसेस – राष्ट्रीय साक्षरता अभियानाच्या सहयोगाने लोकांना लिहा-वाचायला शिकवण्यासाठी संगणकावर आधारित साक्षरता कार्यक्रम (Computer Based Functional Literacy – CBFL) चालवते.

सध्या भारतातली एक तृतीयांशहून जास्त जनता निरक्षर आहे आणि निरक्षरतेतून माणूस दारिद्र्याच्या चक्रात अडकतो. 'लिहिणं-वाचणं' शिकल्याने त्यातून सुटका व्हायला मदत होते. सीबीएफएल त्यांना पहिल्या पायरीवर घेऊन जातो. फक्त काही आठवड्यांत ३५ ते ४० तास शिकल्याने त्यांना वृत्तपत्रे किंवा बसचे वेळापत्रक वाचण्याइतपत अक्षरओळख होते. आतापर्यंत १,२०,००० लोकांनी याचा लाभ घेतला आहे.

> **सीबीएफएल कार्यक्रम त्यांना पहिल्या पायरीवर घेऊन जातो. फक्त काही आठवड्यांत ३५ ते ४० तास शिकल्याने त्यांना वृत्तपत्रे किंवा बसचे वेळापत्रक वाचण्याइतपत अक्षरओळख होते.**

टाटा कन्सल्टन्सी सर्व्हिसेसतर्फे टी.सी.एस. मैत्री उपक्रम चालवला जातो. त्यात कर्मचारी, त्यांचे पती/पत्नी आणि कुटुंबीयांना विविध सामाजिक उपक्रमांत भाग घ्यायला उत्तेजन दिले जाते. उदाहरणादाखल साक्षरता प्रसार आणि इंग्रजी शिकवणे, स्वच्छता आणि पाणीपुरवठा सुधारणे आणि 'किड्स फॉर टायगर्स' हा मुलांना वाघ, वनसंरक्षक आणि पर्यावरण संरक्षण यांच्यातले दुवे शिकवणारा प्रकल्प, याशिवाय ॲडव्हान्स्ड कॉम्प्युटर ट्रेनिंग सेंटर चालविणे, जिथे अंधांना आणि दृष्टिदोष असलेल्यांना कॉम्प्युटर कौशल्ये शिकवली जातात.

तसेच टाटा टेलिसर्व्हिसेसही भारतातल्या 'नॅशनल असोसिएशन फॉर द ब्लाइंड' यांच्याबरोबर काम करते व अंधांना प्रशिक्षण देऊन, सर्व कॉल सेंटर्समध्ये नोकऱ्या देते, खास सॉफ्टवेअर वापरून त्यांना त्यांचे काम करता येते. तसेच टाटा टेलिसर्व्हिसेस शेतकऱ्यांसाठी मोफत कॉल सेंटर्स चालवतात, ज्याद्वारे शेतकऱ्यांना उद्योग, सरकार आणि उच्च शैक्षणिक अधिकारी यांच्याशी थेट जोडून दिले जाते व ते त्यांच्या प्रश्नांची उत्तरे देतात. तसेच मच्छिमारांसाठी मोबाइल फोनवर 'फिशिंग' ॲप्लिकेशन दिले जाते, ज्यामुळे त्यांना समुद्रातले माशांचे स्थान, लाटांची उंची,

वाऱ्याचा वेग आणि बाजारभाव या साऱ्यांची माहिती मिळते.

टाटा टीने 'जागो रे!' अभियान चालवले आणि तरुणांना मतदान करून जबाबदारी घेण्याचे आणि भ्रष्टाचाराविरुद्ध लढायचे आवाहन केले. त्यांचे केरळमधले 'सृष्टी सोशल वेलफेअर सेंटर' हे विशेष शैक्षणिक गरजा असलेल्या मुलांना प्रशिक्षण देते व व्यवसाय कौशल्ये शिकवते आणि या कार्यक्रमातून उत्तीर्ण झालेल्या मुलांना कागद बनवणे, रंगवणे असे कला-उद्योग उभारायला मदत करते. मागच्या प्रकरणात उल्लेख केल्याप्रमाणे कन्नन दिवाण हिल्स प्लांटेशन कंपनीच्या कामगार-मालकांसाठी अनेक सेवा पुरवणे चालू आहे.

टाटा केमिकल्सने चालवलेले टाटा किसान संसार हे शेतकऱ्यांना माहिती पुरवणारे नेटवर्क उत्तर भारतातल्या २२,००० खेड्यांमधल्या ३५ लाख (३.५ मिलियन) शेतकऱ्यांना सेवा देते. बियाणे, हत्यारे आणि खते पुरवण्याबरोबर हे नेटवर्क शेतकऱ्याला कार्यक्षम बनण्यासाठी आणि उत्पादकता वाढवण्यासाठी मोफत माहिती पुरवते. हा अगदी व्यापारी उपक्रम असला तरी त्याला समाजसेवेची बाजू आहेच. टाटा केमिकल्सचा 'टोटल प्रोड्यूस' या आयरिश संस्थेबरोबर एक संयुक्त प्रकल्प आहे, ज्यात शेतकऱ्यांना त्यांची ताजी फळे व भाजीपाला शहरातल्या बाजारात विकून त्यांच्या शेतीमालाला योग्य भाव मिळायला मदत केली जाते. 'टाटा केमिकल्स सोसायटी फॉर रूरल डेव्हलपमेंट'चे जल-व्यवस्थापन, पडीक जमीन लागवडीखाली आणणे आणि अत्यंत गरीब भागातल्या लोकांकरता उत्पन्नाचे साधन निर्माण करणे, असे अनेक कार्यक्रम चालू आहेत.

टाटा मोटर्स कम्युनिटी सर्व्हिसेस डिव्हिजन, पुष्कळशी टाटा स्टीलसारखी, आजूबाजूच्या लहान गावांमध्ये आणि खेड्यांमध्ये जाऊन आरोग्य, शिक्षण आणि जल-व्यवस्थापनविषयक सेवा देतात. एका कार्यक्रमांतर्गत लोकांना एकत्र येऊन सहकारी तत्त्वावर व्यापार करून आर्थिकदृष्ट्या स्वावलंबी होणे शिकवले जाते. टाटा गृहिणी सोशल वेल्फेअर सोसायटी ही कर्मचाऱ्यांच्या खास स्त्री-नातेवाइकांना आर्थिकदृष्ट्या स्वावलंबी बनायला मदत करते.

टायटन इंडस्ट्रीज अपंग व्यक्तींना प्रशिक्षण देण्यास उत्तेजना देते आणि पुढे जाऊन अपंगांना नोकरीवर ठेवते. आज त्यांच्या एकूण कर्मचाऱ्यांपैकी ४ टक्के कर्मचारी असे आहेत, ज्यांना कुठल्या ना कुठल्या स्वरूपाचे शारीरिक अपंगत्व आहे. आपण प्रकरण ५मध्ये पाहिल्याप्रमाणे गरीब भागातल्या लोकांना प्रशिक्षण व रोजगार देणे आणि तामिळनाडूच्या आर्थिक विकासाला चालना देणे, हा तर टायटनचा इतिहास आहे. २००८च्या अतिरेकी हल्ल्यात बळी पडलेल्यांना व त्यांच्या कुटुंबीयांना मदत देण्यासाठी ताज समूहाने ताज पब्लिक सर्व्हिस वेल्फेअर ट्रस्ट हा न्यास स्थापन केला. तसेच ताज समूह जिथे-जिथे काम करतो, तिथल्या

स्थानिक प्रशिक्षणामध्येही ताज समूह मोठी गुंतवणूक करतो, मग ते भारतात असो किंवा दक्षिण आफ्रिकेसारखा परदेश असो.

समूहाने एकत्रित काम करण्याचे उत्कृष्ट उदाहरण दिसून आले, २६ डिसेंबर २००४च्या त्सुनामी संकटाला तोंड देताना.

याशिवाय टाटा इंटरनॅशनल सोशल आंत्रप्रेनरशिप स्कीमसारख्या प्रकल्पांचा समन्वय केंद्रीय पद्धतीने ठेवला जातो. या योजनेमध्ये युनिव्हर्सिटी ऑफ केंब्रिज आणि युनिव्हर्सिटी ऑफ कॅलिफोर्निया, बर्कले इथल्या पदवीधारकांना टाटांच्या भारतातील कंपन्यांमध्ये, त्यांच्या 'शाश्वत'तेच्या कॉर्पोरेट उपक्रमांमध्ये (Corporate Sustainability) प्रशिक्षणार्थी म्हणून आणले जाते. या प्रकल्पांवर काम करताना हे विद्यार्थी आपल्याबरोबर आंतरराष्ट्रीय दृष्टिकोन घेऊन येतात. नापीक जमिनीत कस निर्माण करून ती लागवडीखाली आणणे, सूक्ष्म ऋण योजना राबवणे आणि जल व्यवस्थापन योजना विकसित करणे, असे प्रकल्प यात केले गेलेले आहेत.

टाटांसाठी या विभागाचे काम पाहणाऱ्या शेर्नवाझ कोला यांनी मला या योजनेच्या परिणामांबद्दल सांगितले – ही मुले जिथे काम करतात त्या परिसरावरच नव्हे, तर जीवनाची ही बाजू कधीच न अनुभवलेल्या ब्रिटिश आणि अमेरिकन

तामिळनाडूमधील नैऋत्य किनाऱ्यावरील एक त्सुनामी परिहार प्रकल्प

तरुणांवरही याचे परिणाम होतात. पण समूहाने एकत्रित काम करण्याचे उत्कृष्ट उदाहरण दिसून आले, ते २६ डिसेंबर २००४च्या त्सुनामी संकटांला तोंड देताना. हजारो जणांचा जीव घेऊन आणि लाखो लोकांना बेघर करून त्सुनामीने भारताच्या दक्षिण किनाऱ्यावर हाहाकार माजवला होता. चोवीस तासांच्या आत, विविध टाटा कंपन्या कामाला लागल्या. अन्न, पाणी आणि अंथरुणे यांसारख्या तातडीच्या गरजा भागवू लागल्या आणि इतस्तत: अडकलेल्या लोकांना सुरक्षित ठिकाणी हलवू लागल्या. नैसर्गिक आपत्तींचा सामना करण्याचा वीस वर्षांहून अधिक अनुभव असणाऱ्या टाटा रिलीफ कमिटी (टीआरसी)ने या सर्व कामात समन्वय ठेवला होता. अर्थात त्यांनाही एवढ्या मोठ्या संकटाचा अनुभव नव्हता.

आणीबाणी ओसरल्यावर पुनर्निर्माणचे काम सुरू झाले. टीआरसीने संपूर्ण समूहातून संसाधने गोळा केली. टाटा मोटर्सने मदत पोहोचवण्यासाठी वाहने पुरवली. टाटा प्रोजेक्ट्सने पाण्यातले/जमिनीतले क्षार कमी करणाऱ्या यंत्रणा पुरवल्या. ताज समूहाने निर्वासितांसाठी आणि कामगारांसाठी खाण्यापिण्याची व्यवस्था केली. टाटा बीपी सोलर या संयुक्त प्रकल्पाने सौर दिवे पुरवले, तर आणखी एक कंपनी शापूरजी पालनजी यांनी बेघरांसाठी घरे बांधली[ii]. संपूर्ण समूहातल्या सर्व कर्मचाऱ्यांनी एक दिवसाचा पगार रिलीफ फंडाला देणगी म्हणून दिला. दरम्यान, टाटा कन्सल्टन्सी सर्व्हिसेसने त्यांच्या 'मैत्री' कार्यक्रमाअंतर्गत, आपद्ग्रस्तांना त्यांच्या नवीन घरात राहायला जाण्याच्याही अगोदर प्रशिक्षण द्यायला सुरुवात केली होती.

निर्वासित पुन्हा स्थिरस्थावर झाल्यावरही, टाटांचा सहभाग संपला नाही. आर्थिकदृष्ट्या अधिक स्वावलंबी होण्याची आणि आपले जीवनमान सुधारण्याची किनारपट्टीच्या गरीब लोकांना ही संधी होती. टाटा समाजविज्ञान संस्थेचे विद्यार्थी ग्रामस्थांशी बोलत, गरजा समजून घेत आणि टाटा कुठे मदत करू शकेल याची संधी हेरत. विद्यार्थी ६०० किलोमीटर्सची किनारपट्टी फिरले.[iii] 'जसे पूर्वी होते तसे पुन्हा करून द्यावे' ही कल्पना नसून 'पायाभूत सुविधा मजबूत करून, स्थानिक इच्छा-आकांक्षांना अनुसरून, आदर्श खेडी निर्माण करायची होती.' टाटांच्या संकेतस्थळावरच्या एका लेखात स्पष्ट केले आहे.

'जसे पूर्वी होते तसे पुन्हा करून द्यावे,' ही कल्पना नसून 'पायाभूत सुविधा मजबूत करून, स्थानिक इच्छा-आकांक्षांना अनुसरून, आदर्श खेडी निर्माण करायची होती.' हे टाटांच्या संकेतस्थळावरच्या एका लेखात स्पष्ट केले आहे.

किनाऱ्यावरच्या मच्छिमारांना फायबर ग्लासच्या आधुनिक बोटी, तसेच जाळी आणि मासेमारीची साधने पुरवण्यात आली. खेड्यांमध्ये ज्ञानकेंद्रांची एक साखळीच उभारली गेली – त्या प्रत्येक ठिकाणी ग्रंथालय, प्रशिक्षण केंद्र आणि संपर्क केंद्र होते. या संपर्क केंद्रांत वादळ आणि त्सुनामीच्या धोक्याच्या इशाऱ्यांपासून ते समुद्राची स्थिती, उत्तम मासे कुठे मिळतील हे कळण्यासाठी माशांच्या थव्यांच्या हालचाली ते स्थानिक बाजारभाव इथपर्यंत सगळ्यांची माहिती दिली जात असे. आरोग्य शिक्षण आणि पोषणाच्या प्रकल्पांसोबत प्रौढ साक्षरता व शिक्षण कार्यक्रम स्थापन झाले. आर्थिक स्वावलंबनाच्या जोरदार मोहिमेत पर्यायी रोजगारावर खूप भर देण्यात आला. व्यावसायिक प्रशिक्षण दिले गेले. (यातील काही केंद्रे आजही चालू आहेत.) कोवालम इथे समुद्रशैवालाचे पीक घेण्याचा (Sea Weed Harvesting) प्रकल्प उभा राहिला. ग्रामीण भारतातला सर्वांत दरिद्री घटक जो विधवा, त्यांच्या मदतीसाठी कलाकौशल्यावर आधारित प्रकल्प त्यांना दिले गेले, जेणेकरून त्यांना अर्थार्जन करून स्वत:च्या पायावर उभे राहायला मदत होईल.

टाटा समूह आणि त्याच्या कंपन्या सहभागी झालेल्या प्रकल्पांची ही छोटी उदाहरणे आहेत. अजून टाटा ट्रस्टने केलेली कामे बघायला सुरुवातही केलेली नाही.

टाटा ट्रस्ट्स

सर दोराबजी टाटा ट्रस्ट, सर रतन टाटा ट्रस्ट आणि इतर विश्वस्त संस्था यांना मिळून एकच समावेशक टाटा ट्रस्ट्स ही संज्ञा वापरली जाते. टाटा परिवाराच्या अनेक महत्त्वाच्या सदस्यांनी आपल्या मृत्युपत्रान्वये वर दिल्यासारख्या किंवा नवाजबाई रतन टाटा ट्रस्टसारख्या विश्वस्त संस्था स्थापन केल्या.[iv]

सर्व टाटा ट्रस्ट्स मिळून टाटा सन्सची ६६ टक्के मालकी बाळगतात. गेल्या काही वर्षांत टाटा समूहाचा जास्त विस्तार झाला व नफा वाढला. तसे या ट्रस्ट्सचे उत्पन्नही एकदम वाढले. जगभरच्या रूढ पद्धतीप्रमाणे, हे ट्रस्ट्स या उत्पन्नातला काही भाग भांडवलनिर्मितीसाठी गुंतवतात व बाकीच्या देणग्या देतात. या रकमाही एकदम वाढलेल्या आहेत. २००६-०७मध्ये व्यक्ती व संस्था मिळून देणग्यांची एकूण रक्कम रु. २२६.५६ कोटी किंवा त्या वेळेच्या विनिमय दराप्रमाणे ५३.९ मिलियन डॉलर्स एवढी होती. २००७-०८मध्ये ती वाढून रु. ३१६.८५ कोटी किंवा ७९.२ मिलियन डॉलर्स झाली. २००८-०९चे हे आकडे आहेत रु. ४१३.०२ कोटी किंवा ८२.६ मिलियन डॉलर्स.[v] या आकड्यांना थोडा संदर्भ द्यायचा, तर १९३१ पासून टाटांनी रु. १८८८ कोटी किंवा सुमारे ४३६ मिलियन डॉलर्स एवढ्या देगण्या दिलेल्या आहेत. त्यातली ८० टक्के रक्कम २०००सालाच्या

पुढची आहे. अगदी चलनवाढ जरी गृहीत धरली तरी हे स्पष्ट आहे की, १९९०च्या दशकाच्या अखेरीपासून टाटा समूहाच्या आर्थिक आरोग्याची पुनर्स्थापना आणि नवा जोर, नवी उमेद आणि आंतरराष्ट्रीय महत्त्वाकांक्षा या टाटा ट्रस्ट्ससाठी आणि ओघाने भारतीयांसाठी लाभदायक ठरल्या आहेत.

२००८-०९ वर्षात संस्था आणि समाज मिळून भारतभरात ४३६ आणि १८७७ गरजू व्यक्तींना देणग्या दिल्या, यांपैकी दोन तृतीयांश लोकांना, त्यांना न परवडणाऱ्या वैद्यकीय उपचारांची गरज होती. उरलेल्यांना, जमशेटजी टाटांनी सुरू केलेली प्रथा चालू ठेवत, गरीब पण होतकरू विद्यार्थ्यांना शिक्षणासाठी किंवा प्रवासासाठी दिलेल्या शिष्यवृत्त्या होत्या. जे.आर.डीं.चा विमानविद्येतला रस दाखवणाऱ्या, जे.आर.डी. ट्रस्टने सुरू केलेल्या विमानोड्डाणासाठीच्या तेरा शिष्यवृत्त्या होत्या. संस्थांना दिलेल्या देणग्या ७ प्रकारांत विभागल्या आहेत – (१) संस्था – मुख्यत: टाटा समाजविज्ञान संस्था व टाटा इन्स्टिट्यूट ऑफ फंडामेंटल रिसर्च (२) नैसर्गिक संसाधनांचे व्यवस्थापन व ग्रामीण रोजगार (३) शहरातली गरिबी व रोजगार (४) शिक्षण (५) आरोग्य (६) नागरी समाज, शासन व मानवी हक्क आणि (७) माध्यमे, कला व संस्कृती. कोलकाता इथल्या नवीन कॅन्सर रुग्णालयासाठी रु. ४० कोटी ते छत्तीसगडमधील भाताच्या पिकाच्या उत्पादनवाढीसाठी एक दिवसाच्या प्रशिक्षण कार्यक्रमासाठी रु. ५०,००० अशी या देणग्यांची श्रेणी आहे. काही उदाहरणे अशी –

- सामाजिक बँकिंग नेटवर्क विकास या मोठ्या कार्यक्रमाअंतर्गत तामिळनाडू इथल्या कालंजम फाउन्डेशनला रु. १०२ लाख.
- कर्नाटकातल्या चार खेड्यांमध्ये माती व पाणी संरक्षणासाठी नवनिर्माण ट्रस्टला रु. ५.३ लाख.
- समाजमंदिर बांधणे व व्यावसायिक शिक्षण यासाठी महाराष्ट्रातल्या 'स्ट्रीट यूथ प्रोजेक्ट'ला रु. ४.५ लाख.
- शाळेतून बाहेर पडलेल्या किशोर-युवकांना शिक्षण व प्रशिक्षण देणाऱ्या मध्यप्रदेशातल्या स्टेट रिसोर्स सेंटर फॉर ॲडल्ट एज्युकेशनला रु. १३.२० लाख.
- केरळमधल्या रिसर्च फॉर मेडिसिनल प्लँटला रु. १९४ लाख.
- कर्नाटकातल्या एका धर्मशाळेत सांडपाणी रिसायकलिंग प्रकल्प उभारण्यासाठी रु. ११.४ लाख.
- मानवी हक्क शिक्षण पुरस्कार व स्त्रिया आणि शाळापूर्व मुलांच्या शैक्षणिक केंद्रासाठी पश्चिम बंगालमधल्या एका कार्यक्रमाला रु. ५ लाख.
- सामाजिक गटांची संस्था उभारून स्त्रियांना सक्षम करण्याचे उद्दिष्ट असलेल्या,

उत्तरप्रदेशातल्या एका कार्यक्रमाला रु. ३.१ लाख.

• दलित कला व संस्कृती यांच्या प्रसारासाठी नवी दिल्ली इथल्या दलित फाउंडेशनला रु. ५ लाख.

टाटा कंपन्यांच्या संपत्तीवर आधारित टाटा ट्रस्टनी भारतात काय केले आहे, याची ही अगदी अल्पशी झलक आहे.

समाजसेवा आणि ब्रँड व्हॅल्यू

एकेकटे पाहिले, तर यातले बरेचसे प्रकल्प असे आहेत की, सामाजिकदृष्ट्या जबाबदार असणाऱ्या जगातल्या कुठल्याही कंपनीने ते करावेत अशी अपेक्षा आपण ठेवू. टाटा कॉर्पोरेट ब्रँडचे वैशिष्ट्य म्हणजे हे प्रकल्प नसून त्यांची प्रचंड संख्या, हाताळलेल्या सामाजिक प्रश्नांची व्याप्ती आणि टाटा समूह आणि ट्रस्ट्सनी स्वीकारलेली सामाजिक उद्दिष्टे/कार्ये हे आहे. बहुतांश भारतीयांना कंपन्या आणि ट्रस्ट्सनी हाती घेतलेले किमान एक तरी सामाजिक कार्य माहीत असते. या प्रकल्पांनी लाखो लोकांच्या जीवनाला थेट स्पर्श केला आहे.

मी हा विषय अधिक विस्ताराने दिला, याचे कारण मला टाटा समूहाचा गौरव करायचा होता असे नसून (तरी अगदी छिद्रान्वेषी टीकाकाराला सुद्धा हे मान्य करावेच लागेल की, टाटा समूहाने भारतात खूपच चांगले काम केले आहे.) ही गोष्ट ब्रँडच्या दृष्टीने महत्त्वाची आहे, हे आहे. हे समजून घ्यायला हवे की, टाटा ज्या समाजसेवा आणि राष्ट्र उभारणीच्या मूल्यांचा उद्घोष करतात, तो केवळ वाचाळपणा नसून, ती श्रद्धा ही समूहाच्या नसानसांत भिनली आहे. 'टाटा' भारताशी बांधील आहेत, पूर्णपणे निष्ठावंत. मी एकदा समूहातल्या कुणालातरी या उपक्रमांच्या एकूण खर्चाचा हिशोब केला आहे का, असे विचारल्यावर समोरची व्यक्ती गोंधळून गेली होती. वृत्ती अशी दिसली की, 'कशाला कुणी असला हिशोब ठेवेल? किती खर्च आला याने काय फरक पडतो? आम्ही हे करतो, एवढे खरे.'

टाटा कॉर्पोरेट ब्रँडचे वैशिष्ट्य म्हणजे, हे प्रकल्प नसून त्यांची प्रचंड संख्या हाताळलेल्या सामाजिक प्रश्नांची व्याप्ती आणि टाटा समूह आणि ट्रस्ट्सनी स्वीकारलेली सामाजिक उद्दिष्टे हे आहे. बहुतांश भारतीयांना कंपन्या आणि ट्रस्ट्सनी हाती घेतलेले किमान एक तरी सामाजिक कार्य माहीत असते. या प्रकल्पांनी लाखो लोकांच्या जीवनाला थेट स्पर्श केला आहे.

‘आम्ही धर्मादाय करत नाही,’ टाटा स्टीलचे कॉर्पोरेट सर्व्हिसेसचे तत्कालीन उपाध्यक्ष पार्थो सेनगुप्ता म्हणतात. ‘आम्ही सेवा करतो.’ परिणाम साधण्यासाठी ते थोडी अतिशयोक्ती करत होते, असे म्हटले जाऊ शकते, पण मला नाही तसे वाटत. टाटा समूह आणि कंपन्या जे करतात, त्यात थोडा धर्मादाय आहे. पण ते स्वत:ला आणि आपल्या लोकांना छान वाटावे म्हणून कुणालाही देणग्या देत ‘उदारपणा’ करत नाहीत. उलट एखाद्याने या विविध सामाजिक कार्यक्रमांकडे आणि देणग्यांकडे पाहिले तर लक्षात येईल की, खरे म्हणजे त्या देताना फार काळजीपूर्वक दिल्या आहेत. जेणेकरून दिलेल्या पैशाचा व संसाधनांचा सर्वांत जास्त परिणाम साधला जाईल व सर्वांत जास्त सकारात्मक परिणाम दिसेल. पण या सर्व उपक्रमांना एक भावनिक बाजू आहे. इतिहासकार आर.एम. लाल यांनी सर दोराबजी टाटा ट्रस्टचे संचालक म्हणून अठरा वर्षे काम केले. त्यांच्या हृदयातून हे शब्द लिहिले गेले आहेत :

> सर्वोच्च कसोटी कुठली... तर लोकांच्या आयुष्यात काय घडले. टाटा मेमोरियल हॉस्पिटलमधला बरा झालेला रुग्ण, आपल्या खेड्यात पिण्याच्या पाण्याच्या पहिल्या दर्शनाने आनंदित झालेली ग्रामकन्या, एखादा नवा पल्सार गवसल्यावर रेडिओ-अॅस्ट्रॉनॉमरला झालेला अत्यानंद, हिमालयाच्या शिखरावर उभ्या असणाऱ्या गिर्यारोहकाचा रोमांच किंवा एखाद्या आईच्या बाळाने त्याच्या हृदयशस्त्रक्रियेनंतर डोळे उघडून तिचा चेहरा ओळखल्यावर त्या आईच्या चेहऱ्यावर उमटलेली मूक कृतज्ञता.[६]

यात अर्थात थोडी सूट दिली पाहिजे. आपण आधी पाहिले त्याप्रमाणे टाटा स्टीलच्या झारखंड आणि ओरिसातल्या कार्यक्रमांमुळे या अशांत भागात स्थानिक लोकांशी चांगले संबंध राखण्यास मदत झाली आहे. या अनुकूल जनसंपर्कातून आणि सामाजिक कार्यक्रमांतून टाटांना वृत्तपत्रांतून जी प्रसिद्धी मिळते, त्याचा टाटांना एक समूह म्हणून निश्चितच फायदा होतो, जसा तो नावीन्यपूर्ण ग्राहकोपयोगी उत्पादनांच्या वृत्तपत्रातील प्रसिद्धीमुळे मिळतो. पण याउलट टाटा कंपन्या व टाटा ट्रस्ट्स यांनी चालवलेल्या बहुतांश प्रकल्पांना माध्यमांतून अल्प किंवा शून्य प्रसिद्धी मिळते. टाटा, भारतातली त्यांची राष्ट्र-उभारणी किंवा समाजसेवा यांची जाहिरात करत नाहीत, ते येते त्यांच्या खुल्या कागदपत्रांमध्ये (Public Documents), वार्षिक अहवालांत आणि कंपनीच्या संकेतस्थळांवर वेळोवेळी दिल्या जाणाऱ्या अहवालांत. पण आपले उपक्रम जगापर्यंत पोहोचवण्यासाठी ते जाहिराती देत नाहीत. ते फक्त करत राहतात आणि नेमका हाच या ब्रँडचा

शक्तिशाली घटक आहे. कुठल्याही 'पीआर' मोहिमेतून जे साधणार नाही, ते यातून साधले जात आहे.

पैसा, विश्वासार्हता इत्यादी ब्रँड गुणांबद्दल जेव्हा एक मूल्य म्हणून लोक विचार करतात, तेव्हा ते डोक्याने विचार करत असतात. पण टाटांनी देशासाठी काय केले, हा विचार मात्र ते मनापासून करतात.

पुन्हा एकदा आपण दंतकथांकडे येतो. सर्वसामान्य भारतीयांना टाटा समूह आणि त्यांचे ट्रस्ट्स काय करतात हे नेमकेपणाने सांगता येणार नाही. पुष्कळसे लोक या दोन्हीत निदान भावनिक पातळीवर तरी भेद करू शकत नाहीत. ते जेव्हा रुग्णालये, शाळा, गरिबीविरोधी कार्यक्रम, मानवी हक्क कार्यक्रम, क्रीडा सुविधा यांच्याबद्दल बोलतात, तेव्हा फक्त 'हे टाटांनी केले', असे म्हणतात. प्रत्येकाच्या आवडीचा एक-एक टाटा प्रकल्प असतो. मुंबईत, कित्येक दशके टाटांनी आधार दिलेल्या आणि हजारो रुग्णांवर उपचार करणाऱ्या टाटा कॅन्सर रुग्णालयाबद्दल बोलतात, त्सुनामी मदतकार्याची तामिळनाडूमध्ये आठवण आहे, झारखंड, ओरिसा आणि इतर ग्रामीण भागात ग्रामीण गरिबी हटवण्याची बोलणी निघतात. दिल्ली-बंगलोरमध्ये शिक्षण आणि वैज्ञानिक संशोधनासाठीच्या मदतीवर बोलले जाते. आधीच्या परिच्छेदात आर.एम. लालांनी वरच्या परिच्छेदात वर्णन केल्यासारख्या भावनिक कथा ते सांगत असतात.

पैसा, विश्वासार्हता इत्यादी ब्रँड गुणांबद्दल जेव्हा एक मूल्य म्हणून लोक विचार करतात, तेव्हा ते डोक्याने विचार करत असतात. पण टाटांनी देशासाठी काय केले हा विचार मात्र ते हृदयातून करतात. सामाजिक ब्रँडचे 'मूल्य' पैशाच्या किंवा दुसऱ्या भाषेत करण्याचे विविध प्रयत्न झालेले आहेत, पण ते कधीच फारसे यशस्वी झालेले नाहीत. अशा प्रयत्नांतही मला काही विशेष तथ्य दिसत नाही. 'जे तुम्ही मोजू शकत नाही, त्याचे व्यवस्थापन तुम्ही करू शकत नाही.' असे रॉबर्ट काप्लान आणि डेव्हिड नॉर्टन 'द बॅलन्स्ड स्कोअरबोर्ड'मध्ये म्हणाले आहेत. पण आपण आत्ता पाहतो आहोत ते सुचवते की, काप्लान आणि नॉर्टन यांची चूक होते आहे. सामाजिक ब्रँडची शक्ती मोजता येत नाही, पण त्याचे व्यवस्थापन करता येते.

गुणात्मक चक्र

पहिली पायरी म्हणजे, लोक काम कसे करतात हे समजून घेणे. एक सकारात्मक, गुणात्मक वर्तुळ किंवा गुणात्मक चक्र असते, जे समाजकार्य,

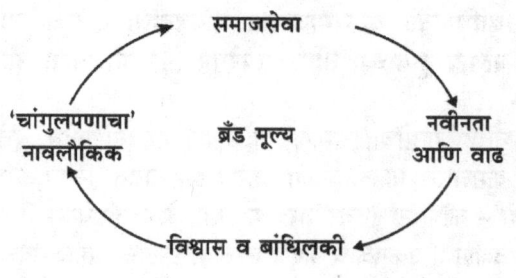

आकृती ९.१ टाटांचे गुणात्मक चक्र

विश्वास, नावलौकिक, नावीन्य आणि ब्रँड उभारणी हे एकत्र गुंफते.

समाजाशी बांधिलकी आणि समाजसेवा याबद्दलचा टाटांचा नावलौकिक हा प्रत्यक्ष कृतीच्या दीर्घ परंपरेतून निर्माण झाला आहे. 'इंडियन इन्स्टिट्यूट ऑफ सायन्स' आणि 'टाटा मेमोरियल हॉस्पिटल' अशा टाटांनी स्थापन केलेल्या संस्था, भारतीय समाजाच्या विणीत खोलवर गुंफल्या गेल्या आहेत. त्याला जोड मिळते ती सतत वाढत असणारे कार्यक्रम, देणग्या आणि आज संपूर्ण समूहभर चाललेल्या इतर उपक्रमांची.

हे कार्यक्रम, उपक्रम आणि त्यांचा उघड परिणाम म्हणजे – हे 'टाटा' नावाशी एक सकारात्मक भावना जोडतात. 'टाटा' ही एक 'चांगली' संस्था आहे, माणसे आणि पृथ्वी यांचे स्थान तिथे नफ्याच्या अगोदर आहे, अशी समज तयार होते. ही सकारात्मक भावना ग्राहक, कर्मचारी व इतर स्टेकहोल्डर्सच्या मतांना पुष्टी देते आणि 'टाटा' नावावर विश्वास ठेवण्याकडे ग्राहकांचा कल वाढतो. कर्मचाऱ्यांची टाटांच्या मूल्यांबद्दलची जाणीव विस्तारते; त्यांचा एका 'चांगल्या' कंपनीत काम करत असण्याबद्दलचा अभिमान वाढतो.

कर्मचाऱ्यांची टाटा मूल्यांबद्दलची बांधिलकी वाढल्यामुळे त्यांना ट्रेंटच्या संस्थापक सिमॉन टाटा म्हणतात तशी, 'धीटपणाची' लागण होते. त्यांना नवीन सुचते. ते नवीन उत्पादन, नवीन सेवा, नवीन कल्पना निर्माण करतात आणि वर्तुळ पूर्ण होते. आयोडिनयुक्त मीठ किंवा मच्छिमारांना मोफत माहिती व सल्ला देणारे कॉल सेंटर अशा नवकल्पनांचा थेट परिणाम गरिबांच्या जीवनावर होतो. इतर कल्पना टाटा समूहात उत्पन्न व वाढ आणतात, त्यातून निर्माण होणारा जास्तीचा नफा टाटा ट्रस्टकडे परत जातो आणि ते तो योग्य व लायक व्यक्ती व गटांना देणगीरूपाने खर्च करतात.

समाजाशी बांधिलकी व समाजसेवा याबद्दलचा टाटांचा नावलौकिक हा प्रत्यक्ष कृतीच्या दीर्घ परंपरेतून निर्माण झाला आहे.

यातील चारही गोष्टींचा; समाजसेवा आणि गरजूंना मदत, 'चांगुलपणाचा' नावलौकिक, कर्मचारी, ग्राहक आणि इतरांकडून वाढती निष्ठा, नवीनता आणि व्यवसाय-वृद्धी – कॉर्पोरेट ब्रँडवर परिणाम होतो. हे चारही घटक मिळून ब्रँड मूल्य तयार करतात आणि ते एकमेकांचे पोषण करतात. टाटांचा समाजसेवेचा नावलौकिक जेवढा वाढेल, तेवढा ब्रँड बळकट बनेल, समूहाची तेवढी वाढ होईल आणि अशा तऱ्हेने त्याची गरजूंना मदत करायची क्षमताही वाढेल. चांगल्या कामांचा उपयोग केवळ प्रतिमा निर्माण करण्यापुरता नसतो, तर अधिक चांगले करू शकणारी मूल्ये ते निर्माण करतात. 'टेकिंग ब्रँड इनिशिएटिव्ह' या पुस्तकात हॅच आणि शुल्ट्झ आपल्याला आठवण करून देतात की, 'कॉर्पोरेट ब्रँडिंगमधला सर्वांत महत्त्वाचा घटक म्हणजे कंपनीची सर्व कृती आणि उक्ती यांचा, स्टेकहोल्डर्सच्या मनात असलेल्या कंपनीच्या प्रतिमेशी एकसंध ताळमेळ राखणे होय.'[७]

गुंतवणूकदारांसाठी मूल्य

कंपन्या चांगले काम करत आहेत, समाजाच्या उपयोगी पडत आहेत, असे जेव्हा दिसून येते, तेव्हा भारतातले आणि जगाच्या अन्य भागांतले ग्राहक आणि कर्मचारी सकारात्मक प्रतिसाद देतात, असे दाखवणारे भरपूर अभ्यास झाले आहेत. वित्तीय गटाच्या भावना संमिश्र असतात. मिल्टन फ्रीडमन यांनी मांडलेला एक जबरदस्त मतप्रवाह आहे. शिकागो विद्यापीठात फ्रीडमन यांनी मांडले होते की, 'उद्योगधंद्यांनी धर्मादाय पैसा खर्च करणे आणि समाजसेवा करणे हे चूक आहे.' फ्रीडमन म्हणतात, 'हा पैसा खर्च करण्यासाठी मुळी त्यांचा नाहीच, तो आहे भागधारकांचा आणि धंद्यात गुंतवणूक करण्यासाठी आवश्यक नसलेला सर्व पैसा हा भागधारकांना परत द्यावा. कंपनी व भागधारक यांनी कर भरावेत आणि सरकारने हा कराचा पैसा गरिबांचे उत्थान करण्यासाठी वापरावा. असल्या चळवळीत पडायचे उद्योगांना मुळीच कारण नाही.'

विशेषत: २००८च्या बँकिंग संकटाला सुरुवात झाल्यानंतर, हे मत उघडपणे मांडणे 'राजकीयदृष्ट्या चुकीचे' असले तरी खासगीत काही गुंतवणूकदार याच्याशी सहमत आहेत, हे नि:संशय. इतरांना, बऱ्याचदा वैयक्तिक आणि भावनिक कारणांसाठी वाटते की, दुर्दैवी आणि गरीब लोकांना मदत करणे हे उद्योगधंद्यांचे कर्तव्य आहे; पण पुष्कळ वेळा हा एक पूरक किंवा बाजूबाजूचा उपक्रम मानला जातो. गुंतवणूकदार

संचालक मंडळाला सांगतात, 'थोडा पैसा धर्मादाय नक्कीच द्या, पण अति नको. थोडे भले करा, पण आमच्या गरजा अगोदर, हे ध्यानात असू द्या.' सामाजिक कार्यक्रम खरेतर भागधारकांसाठी अधिक मूल्य निर्माण करू शकतात, हे भानच नसते.

माझे निरीक्षण असे आहे की, टाटांच्या बाबतीत निदान, ते मूल्य निर्माण करतातच, पण अप्रत्यक्ष रीतीने, अर्थात एका बाजूला फ्रेडमनने सांगितलेलीच गोष्ट टाटा करतात. दर वर्षी करोडो रुपये ते त्यांच्या भागधारकांना, टाटा ट्रस्ट्सना देतात, जे आपल्या इच्छेनुसार ते पैसे खर्च करतात. पण टाटांना असा खणखणीत लौकिक मिळण्यासाठी व प्रगतीच्या चक्राला गती देण्यासाठी एवढे पुरेसे नाही. शेवटी, अशा कितीतरी उद्योगपतींची उदाहरणे आहेत की, ज्यांनी उदारहस्ते देणग्या दिलेल्या आहेत, पण धंदा मात्र नफा मिळवण्याच्या एकमात्र उद्देशाने केलेला आहे. अँड्र्यू कार्नेजी, जॉन डी रॉकफेलर, डॅनिएल गुगेनहाईस, जे पी मॉर्गन या सर्वांनी फाऊंडेशन्सना, ट्रस्टना भरपूर देणग्या देऊन सत्कार्यासाठी भरपूर मदत केली, पण त्यांची कीर्ती मात्र स्वत:च्या स्वार्थासाठी उद्योग करणारे मुरब्बी (hard nosed) बिझिनसमेन अशीच होती, आणि आहे.

टाटा वेगळे उठून दिसतात, कारण ट्रस्टना भरपूर देणग्या देण्याबरोबर ते स्वत:ही त्यासाठी काम करतात.

टाटा वेगळे उठून दिसतात, कारण ट्रस्टना भरपूर देणग्या देण्याबरोबर ते स्वत:ही त्यासाठी काम करतात. टाटा समूह आणि टाटा कंपन्या स्वत:चे कार्यक्रम बनवतात आणि आपले निष्णात कौशल्य वापरून समाजाचे प्रश्न सोडवायला थेट भिडतात. कधी-कधी हे नफ्यासह घडते, जसे टाटा नॅनो, ही भारतातल्या जनतेला स्वस्त आणि सुरक्षित वाहन देण्यासाठी निर्माण झाली. कधी ते आपल्या कर्मचारी धोरणातून पार पडतात, अ-कुशल किंवा वंचित लोकांना प्रशिक्षित करून त्यांची उत्पन्न मिळवण्याची क्षमता वाढवतात. कधी ते ज्यांना पूर्ण किंमत देणे शक्य नसते, त्यांना अल्पदरात वस्तू व सेवा पुरवतात. पुन्हा, एका भावनिक पातळीवर, स्टेकहोल्डर्स या दोघांमध्ये फरक करत नाहीत. टाटा नुसते बोलत नाहीत, काहीतरी चांगले करत आहेत, एवढेच त्यांना दिसते, ते नुसते कुणालातरी पैसे देऊन टाकत नाहीत, प्रत्यक्ष काहीतरी 'करतात'.

टाटा ट्रस्टचे महत्त्व कमी लेखण्याचा उद्देश इथे नाही; ब्रँडला बळकटी देण्यात त्यांचा मोलाचा वाटा आहेच. धर्मादाय करण्यातले ते खरे तज्ज्ञ आहेत; सर्वोत्तम परिणामासाठी कुठे आणि कशा देणग्या द्याव्यात हे त्यांना चांगले कळते. कंपन्या आपली तज्ज्ञता वापरतात व त्यांना जे सर्वांत चांगले करता येते, त्यावर लक्ष केंद्रित

सामाजिक गरजांना प्रतिसाद

↓

इतर स्टेकहोल्डर्सच्या सकारात्मक समजेतून
मिळणारा चांगला नावलौकिक

↓

कर्मचाऱ्यांची बांधिलकी आणि समाधान

↓

कार्यक्षमता आणि सर्जनशीलता, उत्कृष्टेप्रती बांधिलकी

↓

या बांधिलकीच्या पाठीशी असणारी उत्कृष्ट व्यावसायिक
कामगिरी, अधिक ग्राहकांमधला नावलौकिक

↓

गुंतवणूकदारांना उत्तम परतावा

↓

संतुष्ट गुंतवणूकदार व दीर्घकाल समभाग धारण करणे

आकृती ९.२ : संतुष्ट गुंतवणूकदारांपर्यंतची सप्तपदी

करतात किंवा टाटा स्टीलसारखे, ते जिथे काम करतात, तिथे विशिष्ट सेवा देण्यासाठी स्वतंत्र संस्था स्थापन करतात. कॉर्पोरेट ब्रँडसाठी ट्रस्टचे काम आणि कंपनीचे काम हे दोन्ही सारखेच महत्त्वाचे आहे.

गुंतवणूकदारांबरोबरचे विशिष्ट नाते मूल्यनिर्मितीबरोबर कसे काम करते, हे आकृती ९.२ मध्ये दिसते.

पुन्हा एकदा, आपण सामाजिक ब्रँडचे मूल्य मोजू शकत नाही, पण मूल्यनिर्मितीची प्रक्रिया घडत असताना आपण पाहू शकतो. समाजसेवा आणि राष्ट्रउभारणीबद्दलचा आपला लौकिक वापरून टाटा कंपन्या कर्मचाऱ्यांची बांधिलकी आणि ग्राहकांचा विश्वास कसा उंचावू शकतात आणि त्यातून उत्तम व्यावसायिक कामगिरी व गुंतवणूकदारांसाठी चांगल्या संधी कशा निर्माण होतात हे आपण पाहिले आहे. कॉर्पोरेट ब्रँडबाबतीत ही प्रक्रिया अधिक सूक्ष्म पातळीवर घडते. कुठलीही विशिष्ट अशी टाटा कंपनी नसल्यामुळे, गुंतवणूकदारांचा टाटा ब्रँडशी काहीही आर्थिक संबंध नसतो. परंतु, निदान भारतात तरी, जेव्हा समभाग खरेदी केले जातात किंवा टाटा

समूहातल्या कंपनीशी कुठलेही आर्थिक नाते जोडले जाते, तेव्हा ते संपूर्ण ब्रँड व त्यांची मूल्ये याच्यासकट असते. हा समूह भारतात, भारतासाठी काय करतो आहे, हे पाहिल्यानंतर त्यांची स्वत:ची मूळ कल्पनाही, किंचित का होईना, बदलते.

संपूर्ण जगात

आपण आधीच्या तीन प्रकरणांमध्ये पाहिले त्याप्रमाणे, बाकीच्या जगातल्या स्टेकहोल्डर्सना, 'टाटा' काय आहे आणि काय करते याबद्दल अज्ञान असल्याने, या 'सामाजिक ब्रँड'ची ताकद त्यांना समजत नाही. टाटांनी जे भारतात केले, त्याची जगात इतरत्र, आपला कॉर्पोरेट ब्रँड उभारण्यासाठी, टाटा पुनरावृत्ती करू शकतील का?

यावर उत्तर म्हणजे त्यांनी हे आफ्रिका आणि आशियाच्या काही भागांत करायला सुरुवात केली आहे. टाटांची सहजप्रवृत्ती आणि मूल्ये, विश्वास निर्माण करण्याची आणि ब्रँड उभारण्याची त्यांची पद्धत हे विकसनशील देशांना जास्त मानवणारे आहे. या आधी चर्चा केल्याप्रमाणे, हे प्रत्यक्षात कसे घडवता येते, हे दक्षिण आफ्रिकेत दिसले आहे.

ही सामाजिक बांधिलकी टाटा युरोपात किंवा युनायटेड स्टेट्समध्ये किंवा खरेतर चीनमध्ये दाखवू शकतात का? हा खरा वादाचा मुद्दा आहे. टाटा कर्मचाऱ्यांनी आत्तापर्यंत काय केले आहे, तिकडे ते लक्ष वेधतात. पार १९१२मध्ये सर रतन टाटांनी लंडन स्कूल ऑफ इकॉनॉमिक्सला देणगी दिली होती, त्यातून आजच्या आधुनिक सामाजिक विज्ञान विभागाचा पाया घातला गेला. आणखी अलीकडची उदाहरणे आहेत, केंब्रिज विद्यापीठातले धातुशास्त्राचे 'टाटा स्टील अध्यासन' (Tata Steel Chair for Metallurgy), लुइझियानातल्या कतरिना चक्रीवादळाच्या वेळी टाटा कन्सल्टन्सी सर्व्हिसेसने सुटका व मदतकार्यासाठी विनामूल्य मदत दिली होती. ब्रिटनमध्ये टी.सी.एस. आणि इतर टाटा कंपन्या, 'बिझिनेस इन द कम्युनिटी' कार्यक्रमात सहभागी होतात.[vi] ही फक्त काही उदाहरणे आहेत, आणखी अशी कितीतरी आहेत. पण अजूनपर्यंत, आपण भारतात पाहतो तसा एकसंध प्रयत्न दिसत नाही, हे एकेकटे प्रयत्न झाले. या दिशेने जाण्याचा मनोदय टाटांनी स्पष्टपणे व्यक्त केला आहे. सुरुवात केलेली असली, तरी अजून बराच पल्ला गाठायचा आहे.

युकेमधल्या रुग्णालयांना, शाळांना मदत करण्यासाठी टाटा कंपन्यांना नक्कीच मोठी संधी आहे. पण या देशांमध्ये असलेल्या वेगळ्या सामाजिक आणि शासकीय रचनेमुळे, टाटांना अगदी याच पद्धतीने, 'हात काळे करता

येणार' नाहीत. रुग्णालय बांधायला टाटांनी देणगी दिली, तर ब्रिटिश शासन आणि नॅशनल हेल्थ सर्व्हिस तिचे स्वागत करतील, पण टाटांनी स्वतःच रुग्णालय बांधायचे आणि चालवायचे ठरवले, तर मात्र त्यांची नक्कीच थंड प्रतिक्रिया येईल. (इतर प्रकारच्या संस्था, उदाहरणार्थ अपंग, आजारी लोकांसाठी संस्था वगैरे, यांना कमी विरोध होईल.)

किंवा कदाचित टाटांची मूल्ये उपयोगात आणायचा आणखी एखादा नवीन मार्ग असेल? ब्रिटन आणि अमेरिकेचे दरडोई उत्पन्न भारतापेक्षा जास्त आहे, याचा अर्थ या देशांमध्ये सामाजिक प्रश्न नाहीत, असा नाही. फक्त ते भारतापेक्षा निराळे आहे. आपली मूल्यपद्धती राबवण्याचे आणि त्याद्वारे ब्रँडबद्दलची जाणीव आणि गौरव वाढवण्याचे काहीतरी मार्ग टाटांकडे असणारच. फक्त थोडे सर्जनशील चिंतन करण्याची गरज आहे.

काही प्रमाणात ब्रिटनमधले, युएसएमधले आणि निश्चितच चीनमधले – पुढाकाराचे असे प्रयत्न अगदी कोऱ्या पाटीपासून सुरू करावे लागतील. पाश्चिमात्य आणि चिनी स्टेकहोल्डर्सना कदाचित टाटांचा भारतातला राष्ट्र उभारणीचा गौरव फारसा ऐकायला आवडणार नाही, फक्त त्यांच्या सामाजिक कल्याणाच्या बांधिलकीबद्दल खात्री पटण्यापुरतेच त्यांना ऐकायचे असेल. स्थानिक अर्थव्यवस्थेतून पैसा 'काढून' तो नफ्याच्या रूपात टाटा सन्सला, म्हणजेच ट्रस्टना द्यायचा व तो भारतातील गरिबांच्या भल्यासाठी वापरायचा, या कल्पनेलादेखील प्रतिकूल प्रतिक्रिया येऊ शकते. 'मग ब्रिटन, अमेरिका, चीन यामधल्या गरिबांचे काय?' असा प्रतिसाद येऊ शकतो. भारतामध्ये आपला लौकिक खूप वाढवण्यापेक्षा टाटांनी स्थानिक वंचित गटांशी संबंध जोडून त्यांच्या गरजा भागवण्यावर लक्ष केंद्रित करायला हवे.

टाटा व्यवस्थापकांना याची चांगली जाणीव आहे. टाटा सन्सचे कार्यकारी संचालक आर. गोपालकृष्णन आणि टाटा सर्व्हिसेसच्या कॉर्पोरेट सर्व्हिसेसचे उपाध्यक्ष अतुल अगरवाल, या दोघांनीही मला ठासून सांगितले की, 'टाटा ही एक भारतीय कंपनी ते एका जागतिक कंपनीपर्यंतचा टाटा ब्रँडचा आणि संक्रमणाचा एक भाग म्हणून, टाटा जिथे काम करतात, तिथल्या समाजाशी त्यांची बांधिलकी दिसून येते. भारताबाहेरच्या ब्रँड सादरीकरणात 'देश प्रथम' ऐवजी 'समाज प्रथम' किंवा अगदी 'लोक प्रथम' असे वाढत्या प्रमाणात दिसत आहे.

अथवा पुन्हा टाटा ग्लोबल बीव्हरेजेसचे सीईओ पीटर उन्सवर्थच्या शब्दात 'माणसे आणि पृथ्वी' (People and Planet) तत्त्व अगदी बरोबर आहे. टाटांची मूल्ये योग्य रीतीने पकडतील, त्यांना बळकटी देतील व स्थानिक पातळीवर लोकांना समजतील, अशा प्रकारे ती प्रत्यक्ष राबवण्याचे योग्य मार्ग शोधून काढणे, हे खरे

कठीण काम आहे.

टाटा कम्युनिकेशन्सचे व्यवस्थापकीय संचालक एन. श्रीनाथ यांचा विश्वास आहे की, टाटांची मूल्ये फक्त भारतापुरती नाहीत, तर ती जागतिक आणि वैश्विक आहेत. त्यांचे बरोबर आहे का, हे येती दहा वर्षेच सांगतील.

---

[i] JUSCOचे यश आश्चर्यकारक आहे. टाटा स्टीलचा एक लहानसा विभाग इथपासून सुरुवात होऊन, आता तो स्वतःच एक स्वतंत्र उद्योग बनला आहे.

नाही केवळ ब्रँडकहाणी

ऑक्टोबर २००९मध्ये मी सिमॉन टाटांना भेटलो. सिमॉन या भारतीय उद्योगातल्या एक दुर्लक्षित पण महत्त्वपूर्ण महिला आहेत. लॅक्मेचा सौंदर्यप्रसाधनांचा उद्योग त्यांनी उभारला होता. हिंदुस्थान लीव्हरला विकला जाण्याअगोदर त्यांनी लॅक्मे हा किरकोळ विक्रीमधला अत्यंत यशस्वी ब्रँड तयार केला होता. तो विकला गेल्यानंतर त्यांनी 'ट्रेंट' ही भारतातली देशांतर्गत मालकीची रिटेल दुकानांची पहिली साखळी सुरू केली व तिचे अध्यक्षपद भूषवले. मी त्यांना मुंबईत भेटलो, तेव्हा त्यांच्या कार्यालयाची आवराआवर चालू होती. टाटा समूहातल्या अठ्ठेचाळीस वर्षांच्या सेवेनंतर त्या निवृत्त होत होत्या.

बोलताना मी त्यांना, टाटा समूहाची मूल्ये कोणती असे विचारले. त्यांनी खूप वेळ माझ्याकडे पाहिले व स्मित हास्य केले, 'ती कोणती, हे तुम्हाला चांगले माहीत आहे.' त्या सौम्यपणे म्हणाल्या.

त्यांचे बरोबर होते. टाटांची मूल्ये कोणती हे शोधणे, तात्त्विकदृष्ट्या फार कठीण नव्हते. हा प्रश्न मी कितीतरी टाटा कर्मचाऱ्यांना विचारला आणि मला साधारण सारखीच उत्तरे मिळाली. अर्थात कुठल्याही टाटा कंपनीत रुजू होतानाच प्रत्येक कर्मचारी एक 'मूल्य-विधान' वाचतो व त्याखाली सही करतो. तसेच टाटांची लोकही न्याय, विश्वास, उत्तरदायित्व, सचोटी, प्रामाणिकपणा, सर्जनशीलता, समाजाप्रती बांधिलकी, जागतिक दृष्टी अशा गोष्टींबद्दल सातत्याने बोलत असतात. टाटांची मूल्ये दाखवणाऱ्या शब्दांची यादी देणे अगदी सोपे आहे. व्यवहारात त्या मूल्यांचा अर्थ ठरवणे हे जास्त कठीण आहे.

तज्ज्ञ म्हणतात की, शब्द ही केवळ चिन्हे आहेत, आपण त्यांना निरनिराळे अर्थ प्राप्त करून देतो. 'शब्दांना स्वत:चा अर्थ असतोच,' भाषेचे तत्त्वज्ञ बॅरी स्मिथ म्हणतात, 'त्यांना तो अर्थ असतो कारण बोलणारा तो अर्थ त्यांना देतो.'[१] याचे परिणाम दोन. एक असे शक्य आहे की, तुम्ही 'न्याय' किंवा 'उत्तरदायित्व' हे शब्द

उच्चारता, पण त्यांचा अर्थ तुम्हाला माहीत नसतो किंवा दुसऱ्या लोकांनी ज्या अर्थाने तो शब्द वापरलेला असतो, त्यापेक्षा वेगळ्याच अर्थाने तुम्ही तो शब्द वापरता. दुसरे असेही शक्य आहे की, मी जेव्हा तो शब्द उच्चारतो, तेव्हा माझ्या तोंडून तो शब्द ऐकताना, ऐकणारा माणूस, माझ्या मनातल्या अर्थापेक्षा वेगळाच अर्थ लावतो.

जेव्हा 'मूल्य' वगैरे ज्यांच्या संकल्पना फार 'मृदू' असतात आणि अर्थ ठाशीव असण्यापेक्षा अध्याहृत असतो – अशा वेळी हे विशेषत्वाने खरे ठरते. अनेक 'मूल्यानुवर्ती' उद्योगांबरोबर (किंवा मूल्यानुवर्ती असण्याचा दावा करणाऱ्या उद्योगांबरोबर) काम करून मला हे चांगले माहिती आहे की, नेमकेपणाने मांडणे फार अवघड असते. मूल्यविधान कुणीही करू शकते. त्याचा अर्थ ते वास्तव किंवा संस्थेच्या आतल्या किंवा बाहेरच्या व्यक्तींना विश्वास ठेवण्याजोगे वाटेल, असे नाही. एखाद्या मूल्याचा अर्थ कसा लावायचा हे बदलू शकते, न्याय कुणाला? उत्तरदायित्व कशाचे?

टाटांची मूल्ये एकदा समजली, ती जगणे हे खऱ्या अर्थाने समजले की मगच आपल्याला टाटा ब्रँडचा अर्थ समजू लागतो.

म्हणून मी म्हणतो की सिमॉन टाटांचे बरोबर होते. टाटांची मूल्ये दर्शवणारे शब्द मला माहीत होते, मी त्यांची यादी सहजपणे करू शकलो असतो किंवा समूहाच्या स्वतःच्या मूल्यविधानाकडे वळू शकलो असतो, त्या शब्दांचा 'अर्थ' समजण्यासाठी मात्र मला त्यांचे प्रत्यक्ष आचरण पाहावे लागते, म्हणून टाटा समूह त्याची मूल्ये कशी 'जगतो' हे पाहण्यासाठी मी टाटामधल्या आणि बाहेरच्याही लोकांशी बोललो. कारण आर. के. कृष्णकुमार म्हणतात तसे, हे केवळ ब्रँड कहाणीपेक्षा अधिक आहे. टाटांची मूल्ये एकदा समजली, ती जगणे हे खऱ्या अर्थाने समजले की, मगच आपल्याला टाटा ब्रँडचा अर्थ समजू लागतो.

टाटा कॉर्पोरेट ब्रँडबद्दल आपल्याला जे माहीत आहे, त्याचा सारांश मांडणे हा या प्रकरणाचा उद्देश आहे : तो कसा जगतात, त्याचे गुणविशेष काय आणि विविध स्टेकहोल्डर्ससाठी त्याचा अर्थ काय होतो. तसेच आपण भारतातल्या आणि परदेशातल्या स्टेकहोल्डर्सच्या वेगवेगळ्या समजुती काय आणि त्यांचा अर्थ काय होऊ शकतो याचाही – थोडक्यात – सारांश पाहू आणि टाटांच्या उदाहरणावरून इतर कॉर्पोरेट ब्रँड-बिल्डर्सनी व ब्रँड व्यवस्थापकांनी काय बोध घ्यावा, हे पाहून समारोप करणार आहोत.

साहसी वृत्ती

'ब्रँड जगणे' – म्हणजे ब्रँड ज्यांचे चिन्ह आहे, अशी मूल्ये आचरणात आणणे आणि त्या मूल्यांच्या अनुसार वागणे – इथेच काही माणसे व काही व्यक्ती अडखळतात. कधी एका बाजूला मूल्ये आणि ब्रँड, तर दुसऱ्या बाजूला संस्कृती यात मुळातच फरक असतो. ब्रँडमागच्या मूल्यांवर जर लोकांचा विश्वास नसेल, तर ती आचरणात आणणे त्यांना फार कठीण जाते. दुसरे, या प्रकारे ब्रँड जगायला एक निश्चित धैर्य लागते; एकदा का तुम्ही तुमच्या मूल्यांबद्दल जाहीर वक्तव्य केले की, दुबळेपणा आणि अपयश शोधायला टपलेल्या टीकाकारांना तुम्ही तत्काळ आमंत्रणच देत असता. ती संस्था जेवढी मोठी आणि डोळ्यात भरण्याजोगी, तेवढी ही तपासणी कडक असते. या पुस्तकात आपण 'टॉल पॉपी' लक्षण खूपदा पाहिले आहे. टाटा इतके मोठे आणि इतके डोळ्यांत भरण्याइतके असल्याने ते जास्त लक्ष वेधून घेतात. कधी तर नंदीग्राममध्ये झाले तसे, ज्या गोष्टीमध्ये टाटांचा काही सहभाग किंवा जबाबदारी नाही, त्यासाठीसुद्धा त्यांच्यावर ठपका ठेवला जातो.

**टाटा समूह ज्या बाबतीत भाग्यवान आहे,
त्यातली एक म्हणजे समर्थ नेतृत्वाचे सातत्य.**

नेतृत्व फार महत्त्वाचे आहे. टाटा समूह ज्या बाबतीत भाग्यवान आहे, त्यातली एक म्हणजे समर्थ नेतृत्वाचे सातत्य. त्यांचे बहुतेक नेते दीर्घ काळ पदावर होते. टाटा सन्सचे सध्याचे अध्यक्ष रतन टाटा हे १२२ वर्षांतले फक्त पाचवे अध्यक्ष आहेत. या सातत्याचा खूप फायदा झालेला आहे.[i] जमशेटजी टाटा, जे.आर.डी. टाटा आणि रतन टाटा या प्रत्येकाने आपापल्या पद्धतीने समूहाला योग्य लक्ष्यावर ठेवले व एक उदाहरण घालून दिले आहे. त्याचबरोबर, सिमॉन टाटा ज्याला 'धीटपणाचा स्वभाव' म्हणत होत्या किंवा टाटा आफ्रिकाचे रमण धवन ज्याला 'साहसी वृत्ती' म्हणतात (कदाचित याचा संदर्भ महात्मा गांधींनी 'टाटा साहसी वृत्ती दर्शवतात,' म्हणण्याशी असेल), ती समूहात भरून टाकण्यात ते यशस्वी झाले आहेत. 'डेअर टू ट्राय'सारखे उपक्रम, ज्यात चांगल्या पण प्रत्यक्षात आणण्यात अपयशी ठरलेल्या कल्पनांसाठी कर्मचाऱ्यांना बक्षीस दिले जाते, तेही या वृत्तीला बळ देतात. सिमॉन टाटा आणखी एक उदाहरण देतात, ट्रेंटची स्थापना :

> आम्ही ट्रेंटचे काय करू शकतो याची मला कल्पना होती. पण समूहाच्या पाठिंब्याची गरज होती हे मला माहीत होते. म्हणून मी

> रतनला एक दिवस जिन्यात थांबवले आणि म्हटले, 'रतन, माझ्याकडे एक कल्पना आहे. ती समजावून सांगायला मला तुझी वीस मिनिटे हवी आहेत.' मग आम्ही बसलो आणि मला काय करायचे होते, त्याचे मी वर्णन केले. शेवटी त्याने घड्याळाकडे पाहिले व म्हणाला, 'तुझी वीस मिनिटे संपली. ओके. आता ऊठ आणि करून दाखव.'

अशी झटपट, जवळजवळ 'ताबडतोब' निर्णय घेण्याची पद्धत ही फक्त टाटांचीच नाही, कधीकधी त्याला आशियाई फर्म्सची खासियत म्हटले जाते; व्यूहात्मक निर्णय ते क्षणार्धात घेताना दिसतात, तर पाश्चात्त्य कंपन्या एका निर्णयासाठी आठवडे किंवा महिने कळ काढू शकतात. पण उद्योग आणि नेते अशा पद्धतीने तेव्हाच निर्णय घेऊ शकतात, जेव्हा त्यांना आत्मविश्वास असतो. काही करून बघण्याची तयारी असते आणि अपयश हा परिणाम स्वीकारण्याची त्यांची क्षमता असते.

रतन टाटांच्या अध्यक्षीय कार्यकाळातले सर्वांत महत्त्वाचे पण सर्वांत कमी उल्लेखलेले यश म्हणजे धीटपणाच्या वृत्तीची पुनर्स्थापना इतकी की, टाटा आता जगातल्या सर्वांत सर्जनशील कंपन्यांपैकी एक झाली आहे.

१९८०च्या दशकात व १९९०च्या सुरुवातीला, निदान जनतेच्या मनात, टाटा समूहाची ती धाडसी वृत्ती थोडी हरवल्यासारखी झाली होती. रतन टाटांच्या अध्यक्षीय कार्यकाळातले सर्वांत महत्त्वाचे पण सर्वांत कमी उल्लेखलेले यश म्हणजे धीटपणाच्या वृत्तीची पुनर्स्थापना; इतकी की, टाटा आता जगातल्या सर्वांत सर्जनशील कंपन्यांपैकी एक झाली आहे.[ii] टेटली आणि कोरससारख्या खरेद्या – प्रत्येक ठिकाणी एका भारतीय कंपनीने तिच्या काही पट मोठ्या असलेल्या कंपनीची खरेदी ही निश्चितच धाडसी पावले होती.

ब्रँड जगण्याचा दुसरा पैलू, ब्रँड मूल्ये संस्थेच्या संस्कृतीबरोबर एकजीव करणे, अधिक कठीण मानले जाते. सुदैवाने टाटा समूहाच्या बाबतीत, कॉर्पोरेट ब्रँड निर्माण करण्याची जेव्हा वेळ आली, तेव्हा जमशेटजी टाटांनी पूर्वीपासून घालून दिलेल्या आणि टाटा नेतृत्वाच्या पुढच्या पिढ्यांनी जपलेल्या मूल्यांवर आधारित अतिशय दृढ अशी संस्कृती आधीपासूनच अस्तित्वात होती.

पण पुन्हा जे.आर.डीं.चे नेतृत्व आणि अधिकार, १९८०मध्ये कमजोर होऊ लागले, ही मूल्ये धुपून जातील अशी काळजी करण्याजोगी लक्षणे दिसू लागली.

आर.के. कृष्णकुमार, त्या काळातला टाटांचा उभरता तारा, दुःखाने पाहत होते की, आपण संस्थेपेक्षा मोठे आहोत असे काही ज्येष्ठ अधिकाऱ्यांना वाटू लागले आणि बाकी समूहापेक्षा वेगळ्या रस्त्याने जाऊ इच्छिणाऱ्या लोकांशी त्यांनी संधान बांधायला सुरुवात केली. 'ही मंडळी समूहाच्या मूल्यांपासून दूर जात होती.' ते म्हणतात. कुमारांनी याचा प्रत्यक्ष अनुभव ताज समूहात घेतला, तो जे.आर.डी.च्या आणि त्यांच्या ज्येष्ठ सहकाऱ्यांच्या व्यूहात्मक दृष्टीतून फारसा घडलेला नव्हता व आपला रस्ता चोखाळायची त्याला परवानगी होती. ताज समूहाला पुन्हा रुळावर आणण्याचे काम देऊन कुमारांना तिथे पाठवण्यात आले, पण टाटा मूल्यांपासून फारकत घेतलेल्या आणि स्वतःच्याच मार्गाने जाण्याचा हट्ट धरलेल्या व्यवस्थापकांच्या मोठ्या विरोधाला त्यांना तोंड द्यावे लागले. 'मी फार कडू लढाया लढलो.' ते मला म्हणाले. 'कधी कधी ते फार कठीण व्हायचे. पण शेवटी संस्थापक, त्यांची मूल्ये यांच्याकडेच परत जाऊन, त्यांच्यापासून शक्ती मिळवून, शेवटी मी जिंकलो.' त्या स्फूर्तीवाचून आपण जिंकलो नसतो, अशी शंका त्यांना येते आणि मग त्या अध्यक्षांना आणि व्यवस्थापकीय संचालकांना काढून टाकल्यावर ताजची संस्कृती पुन्हा बदलायला त्यांना पाच वर्षे लागली.

१९९०च्या दशकातले काम सांस्कृतिक बदल घडवण्याचे नसून, टाटा समूहाला आपल्या मूळ संस्कृतीच्या आणि मूल्यांच्या दिशेने वळवण्याचे होते. हे काम सोपे नव्हते, पण ते साध्य झाले. मग तेव्हा टाटांना त्यांच्या अस्तित्वात असलेल्या संस्कृतीवर आधारित ब्रँड निर्माण करता आला. त्यांना आधी ब्रँड तयार करण्याचे आणि मागाहून त्याच्याशी सुसंगत संस्कृती तयार करण्याचे अशक्यप्राय काम करावे लागले नाही.

पुन्हा एकदा नेतृत्वाची महत्त्वाची भूमिका होती आणि आहे. या पुस्तकात आधी म्हटल्याप्रमाणे भारतीय लोक टाटा आणि त्याच्या ब्रँडमध्ये अनेक पातळ्यांवर गुंतले आहेत आणि पुष्कळदा ते टाटा कंपन्या आणि टाटा परिवार यांच्यात फारसा फरक करत नाहीत. भारत हा असा एक समाज आहे की, तिथे ज्यांना परवडतो त्यांना झगमगाट अन् दिखावा अगदी सर्रास दिसतो. रोजचे वर्तमानपत्र उघडले तरी हे लगेच कळून येते. 'आम्हा भारतीयांना दिखाव्याचे आतूनच प्रेम आहे.' – ऑक्टोबर २००९मध्ये टाइम्स ऑफ इंडियाची भारतीय महिलांनी दिवाळीच्या तोंडावर दागिने खरेदीसाठी केलेल्या वार्षिक गर्दीवर ही टिप्पणी होती. भारतातल्या इतर काही उद्योगपतींच्या विपरीत, टाटांचे अधिकारी मात्र शांत जीवन व्यतीत करतात. २००९च्या शरद ऋतूत जेव्हा भारतीय कंपन्यांच्या अधिकाऱ्यांनी स्वतःला प्रचंड पगारवाढ आणि बोनस घेतल्यावरून भारतीय पत्रकारांनी त्यांना धारेवर धरले होते, तेव्हा टाटा अधिकाऱ्यांच्या नावाचा उच्चारसुद्धा झाला नाही. खरे म्हणजे

स्पर्धक कंपन्या आणि समूहातल्या अधिकाऱ्यांपेक्षा त्यांचे वेतन कमी होते. बॉलिवुड तारे-तारका हजेरी लावतात अशा विलासी पार्ट्या ते झोडत नाहीत. त्यांची कार्यालये – अगदी अतिशय ज्येष्ठ अधिकाऱ्यांचीसुद्धा कार्यालये – साधीशीच सजवलेली असतात, खरे तर काटकसर केलेली असते.

'जे कबूल केले ते तुम्ही करू शकला नाहीत, तर सारे काही संपते.' शांतपणे पण कळकळीने रतन टाटा म्हणतात, 'कुणाचाही तुमच्या शब्दावर भरवसा राहत नाही.'

त्याऐवजी, टाटा ग्लोबल बीव्हरेजेसच्या दक्षिण आशिया विभागाच्या अध्यक्ष संगीता तलवार यांनी ज्याचा उल्लेख केला, त्या ते व्यवहारात आणतात. थोडक्यात म्हणजे, 'साधी राहणी आणि उच्च विचारसरणी'. त्यांचा व्यवसाय आणि आयुष्य ते गंभीरपणे घेतात, हे समजते. यांच्यात बुद्धिवादी, बुद्धिजीवी आहेत – एका प्रतीक्षा दालनात मी अवकाश भौतिकीचे स्टीफन हॉकिंग्ज आणि तत्त्वज्ञ रॉजर पेनरोज यांची पुस्तके व्यवस्थापनाच्या आणि तत्त्वज्ञानाच्या पुस्तकांच्या खांद्याला खांदा लावून उभी असलेली पाहिली. कृष्णकुमार व्यवसायातल्या 'सुष्ट-दुष्ट प्रवृत्तींच्या कलहा'बद्दल बोलतात. 'भारतात, भ्रष्टाचार आणि सामाजिक मूल्यांची पडझड यातून वाट काढणे कठीण आहे.' ते गंभीरपणे म्हणतात. 'आम्ही आमच्या उद्देशाशी ठाम राहणे आवश्यक आहे.' आणि ते पुढे म्हणतात, 'माझा विश्वास आहे, दीर्घकालीन आणि खरे व्यावसायिक यश हे मूल्यांशी असलेल्या खऱ्या बांधिलकीमधूनच येते.' ही पोपटपंची नव्हती. त्यांना हेच म्हणायचे असते. ज्याप्रमाणे रतन टाटा म्हणतात की, 'समूहाने दिलेल्या शब्दाला जागण्याइतके महत्त्वाचे काहीच नाही आणि प्रत्येकाला ग्राहक, कर्मचारी, जनता यांना न्यायाने आणि समानतेने वागवण्याइतके महत्त्वाचे दुसरे काही नाही. 'जे कबूल केले ते तुम्ही करू शकला नाहीत, तर सारे काही संपते.' शांतपणे पण कळकळीने रतन टाटा म्हणतात, 'कुणाचाही तुमच्या शब्दांवर भरवसा राहत नाही.'

पुन्हा या बाबतीत टाटा एकमेव आहेत असे मला सुचवायचे नाही. कंपन्यांच्या संचालक मंडळांवर असणाऱ्या तत्त्वज्ञांना आणि बुद्धिवाद्यांना मी भेटलो आहे, मूल्ये आणि योग्य गोष्टी करणे याबद्दल तेवढ्याच तळमळीने बोलणाऱ्या उद्योगपतींना मी भेटलो आहे. मी हे सांगतो आहे की, या वृत्ती अगदी या शब्दांत नसल्या, तरी भारतात प्रसिद्ध आहेत आणि टाटा समूह आणि तो ब्रँड यांबद्दल स्टेकहोल्डर्सची जी समज आहे, त्याचा एक भाग आहेत. 'आमच्या उत्पादनांच्या कीर्तीपेक्षा विनम्र असण्याबद्दल आमची कीर्ती आहे.' रतन टाटा म्हणतात, 'आम्ही जे बोलतो, तेच

आम्हाला म्हणायचे असते आणि आम्ही मोठमोठी आश्वासने देत नाही, अशी आमची कीर्ती आहे. आपल्याला जे मिळतेय असे ग्राहकांना वाटते, तेच त्यांना मिळते.' आणि जर टाटांचे मार्केट सर्वेक्षण बरोबर असेल तर, ग्राहकांची प्रतिक्रिया याला दुजोरा देते. केवळ स्वत: टाटाच नव्हे, तर टाटा उत्पादनांचे अनेक ब्रँड्स विश्वासार्ह असतात. लोक त्यांच्यावर विश्वास टाकतात आणि त्या-त्या उत्पादनांच्या श्रेणीमध्ये भारतात 'सर्वांत विश्वासपात्र ब्रँड' म्हणून नेहमी पारितोषिके मिळवतात.

'कॉर्पोरेट गव्हर्नन्स, सामाजिक जबाबदारी आणि बांधिलकी यांवर बोलणे ही आजकाल फॅशन झाली आहे.' कृष्ण कुमार म्हणतात, 'पण हे टाटा समूहाच्या रक्तातच आहे.' याचा अर्थ असा की, टाटा त्यांचा ब्रँड जगतात. कारण त्यांची मूल्ये ही संस्थेच्या संस्कृतीत इतकी खोलवर रुजली आहेत की, तो त्यांचा सहजस्वभाव बनून गेला आहे. कॉर्पोरेट ब्रँडचे उद्गाते पुष्कळदा ज्याला संस्कृती, मूल्ये आणि स्टेकहोल्डर्स यांच्यातली 'सुसंगती' म्हणतात, ती टाटांनी बऱ्याच अंशी साध्य केलेली आहे. रतन टाटा ज्याला 'अपवाद' किंवा 'भटकणे' म्हणतात, तसेही झालेले आहे. उदाहरणार्थ ताजचे उदाहरण किंवा प्रकरण ८ मधले टाटा फायनान्सचा घोटाळा, जेव्हा तसे घडते – आणि असे घडण्यातली अपरिहार्यता मान्य केली गेलेली आहे. – तेव्हा, पुन्हा रतन टाटांच्या शब्दांत 'चुकीची दुरुस्ती' – करेक्टिव्ह ॲक्शन – करणे आवश्यक असते. हे जर यशस्वीरीत्या केले, जसे टाटा फायनान्सच्या बाबतीत आपण पाहिले, तर ते समूहाच्या मूल्यांना पुष्टी देणारे ठरते, आणि म्हणून ब्रँडलाही पुष्टी देणारे ठरते. (ओघाने येते की, जर समूह मागे सरतोय, समस्या शिंगावर घेत नाही, ताबडतोब कृती करत नाही असे दिसले, तर लोक कदाचित त्या मूल्यांच्या बांधिलकीबद्दल प्रश्न उपस्थित करतील. रूपक वापरायचे, तर कीर्ती ही दुधारी तलवार आहे.)

मला वाटते टाटांचे उदाहरण आपल्याला दाखवते की, कॉर्पोरेट ब्रँड्सचा विचार केला, तर दृढ श्रद्धा असणे आणि त्यानुसार जगणे : 'बोले तैसा चाले' हे अधिक महत्त्वाचे असते.

महान ब्रँड उद्गाते, विश्लेषक अल रिएसच्या मते जनसंपर्क हा ब्रँड समर्थनाचा उत्तम मार्ग आहे. जाहिरात करणाऱ्या ब्रँड्सची संभावना ते 'स्पॅम' म्हणून करतात व त्यांना निरुपयोगी म्हणतात.[२] ते म्हणतात की, 'स्टेकहोल्डर्सच्या मनात खरोखरची आणि टिकाऊ मते तयार होण्यासाठी प्रसिद्धी हाच एक मार्ग आहे.' अत्यंत आदराने मला असे वाटते की, टाटांचे उदाहरण आपल्याला दाखवते की, कॉर्पोरेट ब्रँड्सचा विचार केला, तर दृढ श्रद्धा असणे आणि त्यानुसार जगणे : 'बोले तैसा चाले', हे

अधिक महत्त्वाचे असते. कृती करणे, विशेषत: स्टेकहोल्डर्सना ज्या गोष्टी महत्त्वाच्या आणि मौल्यवान वाटतात, त्या करणे हे जनसंपर्कापेक्षा अधिक महत्त्वाचे आहे. योग्य गोष्टी करा, बरीचशी प्रसिद्धी आपोआप मिळेल. टाटा समूहासाठी, धीटपणाची वृत्ती पुनरुज्जीवित करणे आणि फक्त सुरक्षित नव्हे, तर योग्य गोष्टी करण्याला प्रोत्साहन देणे, ही ब्रँडपाठीमागची सर्वांत महत्त्वाची प्रेरणा राहिलेली आहे.

ब्रँडचे गुण

आकृती १०.१मध्ये ब्रँडमूल्ये आणि वेगवेगळ्या स्टेकहोल्डर्सना – ग्राहक, कर्मचारी, आर्थिक गट, राजकारणी, प्रसारमाध्यमे (प्रकरण ८च्या सुरुवातीला म्हटल्याप्रमाणे मी त्यांना क्षणभर स्टेकहोल्डर्सच्या गटात धरत आहे.) आणि एकंदर समाज यांना – त्याचा अर्थ काय वाटतो, याचे एक कोष्टक दिले आहे. या चर्चेचा भर प्रामुख्याने भारतावर आहे; भारताबाहेरच्या समजाचा आपण थोडक्यात सारांश पाहू.

प्रकरण १मध्ये सुचवले होते की, टाटा ब्रँडच्या हृदयस्थानी तीन प्रमुख मूल्ये आहेत : विश्वास, विश्वासपात्रता (विशेषत: गुणवत्ता आणि पैशाचे योग्य मूल्य या बाबतीत) आणि समाजसेवा. याच तीन गोष्टींचा उल्लेख स्टेकहोल्डर्सनी प्रथम आणि सतत केला. गोष्ट जशी पुढे सरकली, तशी टाटांच्या इतर मूल्यांनासुद्धा वाढते महत्त्व आपण पाहिले. एक म्हणजे नवनिर्माण, सर्जनशीलता, दुसरे म्हणजे केवळ भारतीय राहण्यात नाही, तर वैश्विक संस्था बनण्यात भविष्य आहे हा टाटांचा विश्वास. तिसरे म्हणजे स्टेकहोल्डर्सशी न्यायाने व समतेने वागण्याची गरज आणि शेवटी, टाटांचे कोणतेही एकच मूल्य नव्हे, तर आपण प्रकरण ९मध्ये पाहिलेली, स्टेकहोल्डर्सनी निर्माण केलेली जवळजवळ संपूर्णपणे भावनिक अशी 'चांगुलपणाची' समज.

स्टेकहोल्डर्सनी या ब्रँडला जोडलेले गुण जेव्हा पाहिले, तेव्हा ही यादी सातपर्यंत विस्तारल्याचे लक्षात आले.

- समाजसेवा
- विश्वास आणि सचोटी
- न्याय आणि जबाबदारी
- सर्जनशीलता आणि उद्योगशीलता
- वैश्विक आकांक्षा
- गुणवत्ता आणि पैशाचे योग्य मूल्य (विश्वासपात्रता)
- 'चांगुलपणा'ची समज

आताचे काम म्हणजे प्रकरण ६ ते ९मध्ये पाहिलेल्या विविधांगी ब्रँड समजुतींचा सारांश मांडणे आणि त्यातून हा ब्रँड व तो स्टेकहोल्डर्सनी कसा समजून घेतला आहे, याचे एकच चित्र निर्माण करणे. खुद्द ब्रँड हा एकच सुसंगत संदेश देणारे एकच अस्तित्व असते – असायला हवे. फक्त हे संदेश तसे वाचले जातील व त्यांचा अर्थ कसा लावला जाईल, हे स्टेकहोल्डर्सच्या गटांवर व त्यांच्या गरजांवर अवलंबून आहे.

आपल्या अनेक पैलूंमधून विविध दिशांना प्रकाश फाकवणाऱ्या आणि आपल्याभोवती स्टेकहोल्डर्सच्या मनात आकार निर्माण करणाऱ्या एखाद्या स्फटिकाशी किंवा लोलकाशी कॉर्पोरेट ब्रँडची तुलना करता येईल.

आकृती १०.१मध्ये ब्रँडचे सात गुण व स्टेकहोल्डर्सचे सहा गट यांचा परस्परसंबंध मांडला आहे. प्रत्येक गुणाचा अर्थ प्रत्येक गटाला कसा वाटतो, ते अगदी ढोबळमानाने दिलेले आहे. ही विधाने अत्यंत सर्वसामान्य आहेत आणि आपल्या पूर्वीच्या ज्ञानावर किंवा आत्तापर्यंतच्या सादरीकरणावरून याला आव्हान देण्याची वाचकांना पूर्ण मुभा आहे किंवा ते स्वत:ची विधानेही मांडू शकतात. इथे ब्रँडबद्दलचे एकंदर मत मांडणे हा उद्देश आहे, प्रत्येक पैलूबद्दल नेमकी अचूक माहिती देणे हा नाही. स्टेकहोल्डर्सच्या प्रत्येक गटाबद्दलही 'अत्यंत सर्वसाधारण' असे म्हणता येईल, विशेषत: राजकारणी आणि प्रसारमाध्यमातली लोक ही काहीतरी वैयक्तिक किंवा तात्त्विक कारणास्तव टाटांचा दु:स्वास तरी करतात किंवा त्यांचा उदोउदो तरी करतात. त्यांच्या मतांत मी पुष्कळदा सौम्यपणा आणला आहे व या दोन टोकांच्यामध्ये असणाऱ्या बहुतांश लोकांची समज दाखवण्याचा प्रयत्न केला आहे.

प्रकरण ६ ते ९मध्ये एकेकट्या स्टेकहोल्डर्स गटाची मते व दृष्टिकोन आले आहेत. आता आपण या कोष्टकात, प्रत्येक गुणविशेष स्टेकहोल्डर्सच्या विविध गटांना कसा वाटतो ते पाहू.

भारतातल्या गरीब व वंचितांची सेवा करण्याप्रती असलेली टाटांची बांधिलकी भारतात फार गंभीरपणे घेतली जाते.

'समाजाची सेवा' यावर टाटा अधिकाऱ्यांच्या व स्टेकहोल्डर्सचा फार भर आहे. प्रकरण ९मध्ये आपण पाहिले की, भारतातल्या गरीब व वंचितांची सेवा करण्याप्रती असलेली टाटांची बांधिलकी भारतात फार गंभीरपणे घेतली जाते. बहुतेक भारतीयांना टाटांच्या सामाजिक कार्यक्रमांची माहिती असते व अनेकांच्या आयुष्यांना त्यांनी स्पर्श केला आहे. ब्रँड ट्रॅकिंग व मार्केट रिसर्च, तसेच या पुस्तकासाठी केलेले

संशोधन सुचवते की, यातून स्टेकहोल्डर्सच्या अनेक गटांना, विशेषत: ग्राहक व कर्मचाऱ्यांना मोठी भावनिक ऊब मिळते व एक सकारात्मक ओळखीचा धागा विणला जातो. हे पाहून भारतीय आर्थिक गटांना दिसते की, यातून टाटा भारतीय समाजात एकजीव होत आहेत व त्यातून स्वत:साठी अधिक स्थैर्य निर्माण करत आहेत. ही एक उत्तम परताव्याची नसली, तरी चांगली दीर्घकालीन गुंतवणूक आहे. राजकीय मंडळींना माहीत असते की, त्यांच्या राष्ट्रउभारणीच्या प्रकल्पांमध्ये टाटा भागीदार होऊ शकतात आणि पत्रकारांना जाणीव असते की, त्यांना जर राष्ट्रउभारणी किंवा सामाजिक क्षेत्रातल्या कामावर कथा लिहायची असेल, तर त्यांना टाटा कंपन्या किंवा टाटा ट्रस्ट, कुठेतरी चांगली सकारात्मक गोष्ट नक्कीच सापडणार आहे. यात एक सातत्य आहे : टाटा भारतातल्या लोकांशी जोडले गेले आहेत. मग ते सामाजिक बांधिलकीच्या रूपात असू दे किंवा सरळ लोकांसाठी चांगल्या असलेल्या लोकांना गरज असलेल्या, सेवा व उत्पादने पुरवण्याच्या रूपात असू दे.

इथे हे सांगायला हवे की हे जोडलेपण, हे केवळ टाटा समूह आणि ट्रस्ट्स आज जे काय करताहेत त्याच्यामुळे आलेले नसून, पूर्वी काय केले त्यामुळे आलेले आहे. आधीच्या मुद्द्याची पुनरुक्ती करायची, तर आपल्या पूर्वीच्या वारशाचा उपयोग करून सध्याच्या प्रतिमेला बळ देण्याचे काम टाटांना चांगले साधले आहे. टाटा स्टीलच्या २००९च्या वार्षिक अहवालातही चांगली दहा पाने कंपनीच्या इतिहासावर खर्च केली आहेत आणि असे मांडले आहे की, कंपनीने यापूर्वी अनेक वेळा आणीबाणी आणि आव्हाने यांना तोंड दिलेले आहे, आता देत आहे व यापुढेही देईल. परंपरा आणि उत्तम कामगिरी यामुळे एरवी, तात्पुरते का होईना, बदलांनी भरलेल्या देशात, जोडून राहायला मदत होते.

विश्वास आणि विश्वासपात्रतेबद्दल, आपल्याला बऱ्यापैकी एकसारखी प्रतिमा मिळते. ग्राहक आणि गुंतवणूकदार दोघांनाही टाटा हा कमी जोखमीचा पर्याय वाटतो : जसे रतन टाटा म्हणतात, 'आम्ही जर असे म्हटले की आम्ही हे करू, तर सहसा आम्ही ते करतोच.'

कर्मचाऱ्यांना हे समजले आहे की, टाटा सहसा दिलेल्या शब्दाला जागतात आणि मुद्दामहून तर ते शब्द नक्कीच फिरवणार नाहीत. राजकारणी, प्रसारमाध्यमे आणि एकंदरीत देशाला टाटा हे प्रामाणिक व भ्रष्टाचाराला बळी न पडणारे वाटतात. थोडक्यात संदेश आहे की 'टाटा प्रामाणिक आहेत.'

'माझ्यासाठी ब्रँड म्हणजे न्याय व समता यांची चौकट आहे.' रतन टाटांनी मला सांगितले. मी त्यांना आणि ज्यांची ज्यांची मी मुलाखत घेतली, त्या प्रत्येकाला, टाटामधल्या किंवा बाहेरच्या व्यक्तीला विचारले होते की, टाटा ब्रँडशी तो कोणता गुण जोडतात. बहुतेक सर्वांचे पहिले उत्तर होते विश्वास आणि राष्ट्रउभारणी.

	ग्राहक	कर्मचारी	आर्थिक समाज
समाजसेवा	भावनिक ऊब आणि जोडले जाणे	सकारात्मक ओळख, माझ्यासारख्या लोकांना आधार	स्थैर्य आणि दीर्घकालीन मूल्यनिर्मिती
विश्वास आणि सचोटी	ग्राहकांना कमी जोखीम	शब्द पाळणारा मालक	कमी जोखीम, सुरक्षित गुंतवणूक
न्याय आणि जबाबदारी	कमी जोखीम, उत्पादनात दोष असल्यास न्याय्य वागणूक	बोलणी करण्यास तयार व न्याय्य वागणारे मालक	पारदर्शकता, सचोटी व फसवणूक नाही
सर्जनशीलता व उद्योजकता	स्पर्धकांपेक्षा उत्तम	पुढे जाणारी कंपनी, प्रगतीला संधी	वाढीच्या संधी
वैश्विक आकांक्षा	अभिमान, जगातल्या कुठल्याही कंपनीइतकी चांगली	काम करायला अभिमान वाटण्याजोगी कंपनी	वाढीच्या संधी
गुणवत्ता व पैशाचे योग्य मूल्य	उपभोक्त्यांसाठी चांगला	ग्राहकांशी प्रामाणिक वर्तन म्हणून कर्मचाऱ्यांना अभिमान	कार्यक्षम, चांगला चालविलेला उद्योग
'चांगुलपणा'ची समज	प्रभावळ, उपभोक्त्यांवर परिणाम	प्रभावळ, कर्मचाऱ्यांवर परिणाम	परिणाम निश्चित नाही

आकृती १०.१ : टाटा कॉर्पोरेट ब्रँडचे स्टेकहोल्डर्सशी संबंधित पैलू

राजकारणी	**प्रसारमाध्यमे**	**एकूण देश**
राष्ट्रउभारणीत उपयुक्त भागीदार	सामाजिक उपक्रमांच्या गोष्टींचा कायमचा स्रोत	जनतेची सेवा, गरजूंना मदत
प्रामाणिक, भ्रष्टाचार न करणारे	प्रामाणिक, भ्रष्टाचार न करणारे	प्रामाणिक, भ्रष्टाचार न करणारे
परिणाम निश्चित नाहीत	प्रत्येकाशी न्याय्य व्यवहाराचा प्रयत्न	प्रत्येकाशी न्याय्य व्यवहाराचा प्रयत्न
भारताच्या भल्यासाठी नवीन उत्पादने व सेवा आणतात	नवीन उत्पादने व कल्पना यांच्या गोष्टींचा कायमचा स्रोत	भारताला गरज असलेल्या वस्तू पुरवतात.
परदेशात भारताची प्रतिमा उंचावण्यास मदत	परदेशात भारताची प्रतिमा उंचावण्यास मदत	राष्ट्रीय अभिमानाचा विषय
परिणाम निश्चित नाहीत	लोकांच्या गरजेच्या/ हव्या असलेल्या वस्तू पुरवते	उत्पादने व सेवांवर विश्वास टाकता येतो
पूर्वीच्या सेवांचा गौरव; प्रभावळ?	तत्त्वांनुरूप वागण्याचा जास्तीत जास्त प्रयत्न	भारताचे हित जपतात

नाही केवळ ब्रँडकहाणी । १९५

अध्यक्षांपुढे मात्र हा प्रश्न नव्हताच; न्याय हेच सर्वोपरी होते. त्यांच्या मते, अन्यायाची शंकासुद्धा टाटांच्या कीर्तीला कलंक लावेल. आपण प्रकरण ८मध्ये पाहिले की, ज्या माणसाने घोटाळा करून टाटांच्या नावाला बट्टा लावला व कंपनीला लाखो रुपयांचा भुर्दंड पडला, त्या माणसाला त्यांनी तुरुंगातून जामिनावर बाहेर पडू दिले, कारण खटल्याची वाट बघत तुरुंगात ठेवणे न्यायाला धरून होत नव्हते.

न्याय आणि जबाबदारीची भावना हाच ब्रँडचा कळीचा गुण आहे.

न्याय आणि जबाबदारीची भावना हाच ब्रँडचा कळीचा गुण आहे. हे इतर स्टेकहोल्डर्सनाही मान्य आहे. इथे दोन गटांत थोडे सामायिक आहे आणि रतन टाटा म्हणतात तसे, 'न्याय्य असल्याचे समजणे, हे विश्वास निर्माण करण्यासाठी महत्त्वाचे असते.' मुख्य मुद्दा हा की, स्टेकहोल्डर्सच्या नजरेतून, टाटा त्यांचे म्हणणे आणि काळज्या ऐकून घेतील, त्यांच्या मतांकडे दुर्लक्ष करणार नाहीत आणि त्यांच्याशी खोटे खेळणार नाहीत. हा नुसता प्रामाणिकपणा नाही, तर प्रतिसाद देणेही आहे. राजकारण्यांचा अपवाद वगळता, कारण त्यांची समज चटकन समजत नाही, इतर सर्व स्टेकहोल्डर्सच्या गटांत मला हे दिसले. एका ऑनलाइन व्यासपीठावर टाटा मोटारच्या एका ग्राहकाने तक्रार केली की, त्याची गाडी विक्रेत्याच्या शोरूममध्ये खराब झाली होती व ती दुरुस्त करून देण्याच्या त्याच्या मागणीकडे टाटा मोटर्सने दुर्लक्ष केले, त्याबरोबर इतर नेटिझन्स कंपनीच्या बचावासाठी पुढे सरसावले : ही घटना जर शोरूममध्ये घडलेली असेल, तर ती त्या विक्रेत्याची जबाबदारी आहे, असे त्यांचे म्हणणे होते. या चुकीबद्दल टाटा मोटर्सला जबाबदार धरणे बरोबर नाही. टाटांच्या न्यायीपणाची समज पक्की ठसलेली नसती, तर असे घडले नसते. एकूण समज म्हणजे 'न्यायीपणावर' टाटांचा विश्वास आहे.

नवनिर्माण/सर्जनशीलता व उद्योजकता यांच्याबद्दल आधी धीटपणाची वृत्ती या विभागात चर्चा झाली आहे. सर्व मतांकडे पाहिल्यावर आपल्याला असे दिसते की, टाटांची सर्जनशीलता व वाढीच्या क्षमतेवर आता सर्वसाधारणपणे विश्वास आहे व या गोष्टींचा स्टेकहोल्डर्सनाच लाभ होतो. टाटा कंपन्या नवीन व उच्च गुणवत्तेची (लोकांची आयुष्ये समृद्ध करणारी) उत्पादने व सेवा देतात. हे ते पार 'दैवशरण', 'धडपडणारे' ते 'यशस्वी' या सर्वांसाठी करतात. तुम्हाला जर (विमानाचे तिकीट सोडून) काहीही हवे असेल, तर टाटा कंपनी ते बनवत असण्याची किंवा विकत असल्याची शक्यता असते. टाटा डोकोमोची 'डू द न्यू' ही जाहिरात मोहीम चटकन उचलली गेली, कारण टाटा बदलांचे प्रणेते आहेत ही समजूत होती. सामान्यपणे समज आहे : टाटा 'एक्सायटिंग' आहेत.

टाटांची 'वैश्विक आकांक्षा' अलीकडेच लोकप्रिय समजुतींना धक्का देऊन गेली. रतन टाटा आणि त्यांच्या सहकाऱ्यांनी सुरुवातीलाच स्पष्ट केले होते की, जागतिकीकरण हाच टाटांचा भविष्यकालीन मार्ग आहे,[३] तरीही परदेशातल्या सुरुवातीच्या हालचाली बऱ्यापैकी शांतपणे झाल्या. २००७ मधल्या कोरसच्या खरेदीने मात्र हे पक्के झाले की, आता टाटा समूहाच्या आकांक्षा वैश्विक झालेल्या आहेत आणि जागतिक पातळीवरच्या आघाडीच्या उद्योगांशी स्पर्धा करण्याइतकी ती मजबूत आहे. इथे भारतातली प्रसारमाध्यमे पुढे झाली, त्यांनी टाटांच्या जागतिक आकांक्षेच्या कथा निर्माण केल्या व 'टाटा' हे जागतिक खेळाडू असल्याची समजूत तयार केली – थोडी अतिशयोक्तीची समजूत, निदान या घडीला तरी. गुंतवणूकदारांचे, विशेषतः भारतातल्या गुंतवणूकदारांचे, टाटांच्या जागतिक विस्ताराकडे लक्ष आहे आणि ते वाढीच्या संधी शोधत आहेत. बाकी ग्राहक धरून इतर स्टेकहोल्डर्सना एक अभिमान आहे की, त्यांच्या स्वतःच्या कुणालातरी आता जागतिक दर्जाचे म्हणून ओळख मिळाली आहे. यामुळे टाटा ब्रँड व भारत दोघांच्याही कीर्तीला झळाळी मिळाली आहे. सर्वांत सोपे सार म्हणजे : भारताला टाटांचा अभिमान वाटतो.

विश्वासपात्रता, गुणवत्ता आणि पैशाचे योग्य मूल्य हे सर्व गटांसाठी महत्त्वाचे होते, राजकारणी सोडून; त्यांची नेमकी मते मला समजू शकली नाहीत. विश्वास आणि न्याय या गुणांशी याचे जवळचे नाते आहे आणि काही प्रमाणात ती मूल्ये कितपत आचरणात आणली जात आहेत, त्याचे प्रतिबिंब इथे पडते. सुरक्षित, भरवशाच्या उत्पादनांबद्दल टाटांची कीर्ती आहे, ती उत्पादने एकतर बिघडत नाहीत किंवा बिघडली तर जबाबदार कंपनी येऊन तो प्रश्न सोडवून देते. भारतातल्या प्रसारमाध्यमांमध्येसुद्धा हीच समज पाहून मला गंमत वाटली. काही पत्रकारांनी नॅनोला 'चार चाकी मोपेड' म्हणून नाके मुरडली, पण सर्वसाधारणपणे प्रेसची वृत्ती पाठिंब्याची दिसली. सारांश : टाटांवर विश्वास टाकता येतो.

गुंतवणूकदारांचे, विशेषतः भारतातल्या गुंतवणूकदारांचे टाटांच्या जागतिक विस्ताराकडे लक्ष आहे आणि ते वाढीच्या संधी शोधत आहेत.

शेवटी प्रकरण ९मध्ये आपण चर्चा केली ती 'चांगुलपणाची' समजूत, जी जास्त करून टाटांच्या नैतिक मानकांमधून, समाजाशी असलेल्या त्यांच्या बांधिलकीमधून आणि आदर्श ते व्यवहारात कसे आणतात यावरून निर्माण होते. यातला महत्त्वाचा भाग म्हणजे 'प्रभावळ' : जे लोक टाटांची उत्पादने विकत घेतात किंवा टाटा कंपन्यांसाठी काम करतात, त्यांना त्या 'चांगुलपणाचा' काही भाग आपल्या अंगाला

लागल्यासारखे वाटते. ज्यांच्यावर हा थेट परिणाम होत नाही, त्यांची समज असते, की आपल्या तत्त्वांनुसार वागण्याचा प्रयत्न करणारी टाटा ही एक नैतिकदृष्ट्या चांगली कंपनी आहे व लोकांचे सर्वोच्च हित तिच्या मनात सतत आहे.

आर्थिक समजामध्ये एक समान धागा मला सापडला नाही आणि राजकारणी लोकांच्या मतांचा सारांश मांडताना माझी दमछाक झाली. मी तिरकस डोक्याचा आहे आणि राजकारणी आणि चांगुलपणा हे दोन शब्द एकाच वाक्यात घालणे मला जड जातेय अशातला भाग नाही – ती एक निराळीच गोष्ट आहे – पण ते टाटांबद्दल जे बोलतात, त्यातून स्वार्थी हेतू वेगळा काढणे खरेच कठीण आहे. सर्वच स्टेकहोल्डर्स काही प्रमाणात स्वार्थी असतातच, पण राजकारण्यांची पातळीच वेगळी असते. शेवटी टाटा स्टीलची कॉर्पोरेट ब्रँडची जाहिरात बघून माझे विचार स्थिर झाले. ती ओळ अशी होती : 'समोरच्या गोष्टीत जी झळाळी दिसते, तीच पोलादात परावर्तित होते.' (Steel can only reflect the shining spirit that it sees.) 'या व्यक्तिमत्त्वांच्या झळाळीने टाटा स्टीलमधल्या आयुष्यांना स्पर्श केला, आमच्या विचारांवर आणि उद्योग करण्याच्या पद्धतीवर प्रभाव टाकला.' या मजकुराच्या वर सहा प्रसिद्ध भारतीयांची चित्रे होती. जमशेटजी टाटा आणि जे.आर.डी., स्वामी विवेकानंद,[iii] जमशेटजी टाटांचे मित्र आणि त्यांच्या स्वावलंबनावरील विचारांवर खूप प्रभाव पाडणारे त्यांचे या प्रवासातले साथीदार महात्मा गांधी, जमशेटजींचे पुत्र सर रतन टाटा यांचे मित्र आणि जे जे.आर.डीं.चे वैयक्तिक मित्र जवाहरलाल नेहरू, जे गांधीजींबरोबर जमशेदपूरला आले होते. आणि सुभाषचंद्र बोस, जे त्यांच्या कारकिर्दीच्या सुरुवातीला जमशेदपूरमधल्या कामगार चळवळीचे नेते होते.[iv]

जाहिरात रंजक आहे, बाकी काही नाही; इतर कंपन्यासुद्धा त्यांच्या जाहिरातींमध्ये जुन्या नायकांचा संदर्भ देतात.[v] अधिक डोळे उघडणारे होते, ते म्हणजे ही जाहिरात दाखविल्यानंतर थोड्याच काळात पंतप्रधानांच्या कार्यालयाकडून रतन टाटांना आलेले एक पत्र. हे पत्र खुद्द पंतप्रधानांनी लिहिलेले नव्हते, त्यांचे सहाय्यक सुधींद्र कुळकर्णी यांनी लिहिलेले होते, पण त्याला अधिकृत मान्यता असणार. ''मला ही जाहिरात अतिशय भावल्याचे कळवण्यासाठी मी हे पत्र लिहीत आहे. जमशेटजी टाटा आणि जे.आर.डी. टाटा यांचा भारताच्या स्वातंत्र्य चळवळीतल्या अनेक थोर नेत्यांशी निकट संबंध यात दाखवला आहे.'' इथे पत्र सुरू होते. टाटांच्या 'एकमेव राष्ट्रीय वारशां'बद्दल टिप्पणी केल्यानंतर पत्रात शेवटी लिहिले होते, 'आजच्या जागतिकीकरणाच्या युगातही स्फूर्ती, उर्जा व दिशा मिळण्यासाठी भारतातल्या राजकीय व औद्योगिक संस्थांना राष्ट्रीयतेची गरज आहे... हीच खरी 'स्वदेशी' आहे, जी गांधीजी आणि जमशेदजींच्या काळाइतकीच आजही सुसंगत आहे, जरी त्याचा अर्थ आणि आचरण नक्कीच बदलले आहे.'

हे 'प्रभावळींचे' उदाहरण आहे का? राजकारणी माणसाने टाटांशी संबंध जोडला, म्हणजे टाटांचा 'चांगुलपणा' थोडा त्यांच्याही अंगाला लागेल? शक्य आहे. पण हेही दिसून येते की, टाटांप्रमाणे राजकारणीसुद्धा त्यांच्या आजच्या कृतीचा संदर्भ देण्यासाठी भूतकाळाच्या वारशावर खूप अवलंबून असतात. आपली जाहीर प्रतिमा वाढवण्यासाठी टाटांवर हल्ला करणारे मोजके राजकारणी सोडले, तर बहुतेकांना, टाटांबरोबर राहाण्यात फायदा आहे हे लक्षात आले आहे. मी त्याचा सारांश मांडला आहे. पण तो फारसा समाधानकारक नाहीये. टाटा ही एक चांगली संघटना आहे आणि त्यांचे लोक हे चांगले लोक आहेत.

या आपल्या सात समजुती आहेत.

१) टाटा लोकांशी जोडलेले आहेत.

२) टाटा प्रामाणिक आहेत.

३) टाटांचा न्यायावर विश्वास आहे.

४) टाटा 'एक्सायटिंग' आहेत.

५) भारताला टाटांचा अभिमान आहे.

६) टाटांवर विश्वास टाकता येतो.

७) टाटा ही चांगली संघटना आहे आणि त्यांचे लोकही चांगले आहेत.

मी म्हटले तसे, हा मतांच्या एका मोठ्या श्रेणीचा सारांश आहे, तो सार्वत्रिक म्हणून घेतला जाऊ नये. स्टेकहोल्डर्सच्या प्रत्येक गटात, कुणीतरी असे असतात, ज्यांना कुठल्यातरी कारणाने – चुका किंवा टाटा समूहापैकी व्यवस्थापनातल्या कुणाचे तरी अपयश, अपघात, गैरसमज, चुकीचा अर्थ, आदर्शवाद, वैयक्तिक आकस – टाटांबद्दल नकारात्मक मते आहेत. ही संख्या प्रत्येक गटात अगदी अल्प आहे. साधारणपणे या सात समजुती या स्टेकहोल्डर्सच्या टाटा समूहाबद्दलच्या समजुतींचे सार आहे.

म्हणून ही सात विधाने, ब्रँडचे महत्वाचे गुणही दर्शवतात. टाटांनी आपल्या कॉर्पोरेट ब्रँडद्वारे संवाद साधण्याचा प्रचंड प्रयत्न केलेला आहे, असासुद्धा काहींचा संदेश आहे. इतर प्रतिमा या स्टेकहोल्डर्सनी स्वत:च निर्माण केलेल्या आहेत. भारतात या संकल्पना लोक टाटा ब्रँडशी जोडतात, त्यांच्या टाटांकडून या अपेक्षा आहेत. 'टाटापणा' काय असतो ते हे सांगतात.

'टाटा-पणा'च्या पलीकडे

'टाटा केवळ भारतीय उद्योग नाही.' आर.के. कृष्णकुमार, जागतिक व्यूहरचनेचे सर्वांत मोठे प्रवक्ते घोषित करतात. टाटांचे भविष्य काही प्रमाणात भारतापलीकडल्या

जगात आहे असा त्यांना विश्वास आहे. समूहातल्या भारतीय बाजूच्या अनेकांप्रमाणे, टाटांची दृष्टी व मूल्ये भारताच्या सीमापार जातील असा त्यांना विश्वास आहे. भारताबाहेर मात्र टाटापणाचे उघड चाहते असलेल्या पीटर उन्सवर्थसारख्यांना हे कितपत सोपे आहे याबद्दल शंका वाटते. 'टाटांची गोष्ट सांगणे हे भारताची गोष्ट सांगण्यासारखे आहे.' उन्सवर्थ मला म्हणाले. आपले भारतीय चारित्र्य सोडणे टाटांना सोपे नाही अशी त्यांना खात्री आहे, आणि मी त्यांच्याशी सहमत आहे.

वरील सात गुणांपैकी चार – प्रामाणिकपणा, न्याय, उत्साह आणि विश्वासार्हता – हे आपल्याला जगभरातल्या यशस्वी ब्रँड्समध्ये सापडतात. इतर तीन गुणांना खूपसा भारतीय रंग आहे. जरी चांगुलपणा आणि समाजाप्रती बांधिलकी हे इतर सांस्कृतिक वातावरणात रूपांतरित करता येऊ शकत असले, तरी त्यांच्या व्यवहारात प्रचंड बदल घडून यावे लागतील. 'बोलल्याप्रमाणे चालणे' तर चालूच राहील, पण रूपक पुढे वाढवायचे तर कोणत्या संगीताच्या ताला-सुरावर हे 'संचलन' करायचे, ते, ते जगाच्या कुठल्या भागात आहेत त्यावर अवलंबून राहील.

जसा काळ जाईल आणि टाटा भारताबाहेर डोळ्यांत भरतील, तेव्हा कॉर्पोरेट ब्रँडवर भारतीय आणि जागतिक, देश-विशिष्ट आणि वैश्विक असे दोन्ही असण्याचा दबाव असणार आहे. हाच ठाम संदेश त्यांना अनेक भाषांमधून, अनेक संस्कृतींमधल्या विविध ग्राहक-गटांपर्यंत पोहोचवायचा आहे; विशेषत: त्यांना जर खऱ्या अर्थाने जागतिक ब्रँड बनायचे असेल तर! अर्थात यात विशेष आश्चर्य वाटण्याजोगे काही नाही. सर्व जागतिक आणि बहुराष्ट्रीय ब्रँड्सना या समस्येला तोंड द्यावे लागते. जागतिक आवाहन कायम ठेवून विशिष्ट बाजारपेठांशी संवाद साधावा लागतो, पण हे करताना त्यांना पर्यायाची निवडही करावी लागते. असे करताना त्यांनी त्यांची मूळची राष्ट्रीय ब्रँडची प्रतिमा पुसून 'देशविरहित जागतिकीकरणा'चा एक भाग बनावे? किंवा त्यांनी आपल्या देशी मुळांना चिकटून राहावे आणि इतर बाजारपेठांमध्ये मूल्यवर्धनासाठी प्रयत्न करावा?

जसा काळ जाईल आणि टाटा भारताबाहेरही नजरेत भरतील, तेव्हा कॉर्पोरेट ब्रँडवर भारतीय आणि जागतिक, देश – विशिष्ट आणि वैश्विक असे दोन्ही राहण्याचा दबाव असणार आहे.

या प्रश्नाचे बरोबर किंवा चूक असे उत्तर नाही. हे दोन्ही केलेल्या अनेक यशस्वी कंपन्या ब्रँडिंगच्या विद्यार्थ्यांना माहीत असतील. केएफसी हा नि:संशय अमेरिकन ब्रँड आहे आणि त्याच ओळखीचा ते धंदा करतात; तर नोकियाचा 'सुबकपणा' अगदी ओळखू येत नाही. आपण हा मुद्दा इतर प्रकरणांमध्येही पाहिला आहे आणि मी तो

इथे लांबवत नाही. पण मी वाचकांना, प्रकरण ६च्या शेवटी केलेल्या विधानाकडे परत घेऊन जाऊ इच्छितो. उदाहरणादाखल युकेमध्ये, इतरांनी टाटा ब्रँडबद्दल स्वत:च्या कथा, ज्या प्रतिकूल असू शकतात, रचू नयेत, यासाठी टाटा ब्रँडने स्वत:ची दृश्यमानता व शक्ती वाढवली पाहिजे. इतरांनी जर टाटा ब्रँडची प्रतिमा वेडीवाकडी केली व समूहाच्या अ-हितासाठी त्याला वेडावाकडा आकार दिला, तर ते फार दुर्दैवी ठरेल. परंतु टाटा ब्रँडची अधिक प्रसिद्धी ही युकेच्या बाजारपेठेत आधीपासून अस्तित्वात असलेल्या प्रमुख उपभोक्ता ब्रँड्सना धोकादायक ठरेल. टाटा ब्रँडची तिथे प्रतिष्ठापना ही फार नाजूक प्रक्रिया असेल, अशक्य नक्कीच नाही, पण संभाव्य खाचखळगे असणार.

पण भारतात आणि अलीकडे दक्षिण आफ्रिकेत केलेल्या ब्रँड उभारणीच्या प्रक्रियेतून मिळालेल्या धड्यांमुळे टाटांचे मन आता तयार झाले असावे. त्याच संकल्पना, स्थानिक आर्थिक परिस्थिती व संस्कृतीनुरूप थोडेफार फेरफार करून ब्रिटन, अमेरिकन, चीन आणि इतरत्र लागू करता येतील. हे मनात ठेवून या धड्यांकडे, टाटा समूहातील व इतर कॉर्पोरेट ब्रँड बिल्डर्सना त्यापासून काय शिकता येईल ते पाहू या.

कॉर्पोरेट ब्रँड बिल्डर्स : नोंद घ्यावी

१) ब्रँड उभारणीला वेळ लागतो – अल आणि लॉरा रिएस त्यांच्या 'ओरिजिन ऑफ ब्रँड्स' पुस्तकात लिहितात की, 'यशस्वी ब्रँड्स हे विमानासारखे झेपावतात. रॉकेटसारखे नाही. म्हणजे ते सावकाश जमीन सोडून एका तिरकस आणि सरळ रेषेत वर जातात, एका सरळ रेषेत काटकोनात वर जात नाहीत. ते रेड बुल, मायक्रोसॉफ्ट आणि वॉल मार्टची उदाहरणे देतात.' आपण पाहिले आहे की, टाटा कॉर्पोरेट ब्रँड हीसुद्धा काही वर्षांची निर्मिती आहे आणि एक भक्कम कीर्तीचा चौथरा रचण्यासाठी परंपरा आणि वारशाची काही दशके पेरली नसती, तर ही प्रक्रिया पुष्कळ कठीण झाली असती.

नुसता ब्रँड संदेश तयार करून, तो स्टेकहोल्डर्सना सांगसगळा चटकन त्यांच्या पचनी पडेल असे नसते. स्टेकहोल्डर्सचीसुद्धा स्वत:ची भूमिका असते, आणि त्यांना माहिती मिळवायला-जुळवायला आणि स्वत:ची मते बनवायला वेळ लागतो. यात घाई करून उपयोग नाही.

२) कॉर्पोरेट ब्रँड्स ही सह-निर्मिती असते. पहिल्या प्रकरणात जोनाथन श्रोडरने वर्णन केल्याप्रमाणे ब्रँड्स हे स्टेकहोल्डर्सच्या मनात तयार होतात. मिथके, चिन्हे आणि गोष्टी यांचा या प्रक्रियेत मोठा वाटा असतो. पण कॉर्पोरेट ब्रँड मॅनेजर्सनी

पाठवलेला संदेश स्टेकहोल्डर्सच्या गळी जसाच्या तसा उतरत नाही. ते इतर ठिकाणांहूनही गोष्टी जमा करतात – मित्र आणि सहकाऱ्यांकडून, प्रसारमाध्यमांकडून, सांगोवांगी वगैरे. या सर्व स्रोतांकडून ते, ब्रँडची व्याख्या करणारी प्रतिमा उभी करतात.

हा तात्त्विक भाग झाला आणि टाटांच्या बाबतीत या तत्त्वाला दुजोरा मिळतो. या सबंध पुस्तकात आपण पाहिले त्याप्रमाणे अनेक कथा, दंतकथा आहेत ज्या ब्रँड वाचवतात व वाढवतात. काही टाटा समूहातल्या कंपन्या व टाटा सन्सने प्रसृत केल्या आहेत, तर काही भारतातल्या आधुनिक लोककथा आहेत. काही अगदीच शंभर टक्के सत्य/बरोबर नाहीत, पण काही हरकत नाही, त्यांच्यावर लोक विश्वास ठेवतात आणि ब्रँडिंगच्या भाषेत यालाच फार जास्त महत्त्व आहे.

३) कॉर्पोरेट ब्रँड्स भावनिक असतात. हे सर्वच ब्रँड्सच्या बाबतीत खरे आहे, पण निदान (काही) कॉर्पोरेट ब्रँड्सच्या बाबतीत अधिक खरे आहे. कोकाकोलाशी निदान अमेरिकनांचे तरी भावनिक नाते आहे, हे खरेच आहे. याच भावनिक धाग्याने कितीतरी ब्रिटिश मार्क अँड स्पेन्सरशी जोडले गेले आहेत. भारतात राष्ट्र उभारणीतल्या भूमिकेमुळे आणि अनेक सामाजिक प्रकल्पांमुळे लोक टाटांशी भावनिक नात्याने घट्ट जोडले गेले आहेत. त्यांना हा समूह आणि ब्रँड 'चांगला' आहे असे समजते. मला पुन्हा मुंबईच्या हॉटेलमधल्या त्या तरुण उपव्यवस्थापकाची, टाटांचे नाव ऐकल्यावरची उत्स्फूर्त प्रतिक्रिया आठवते. 'केवढी महान कंपनी आणि किती महान परिवार!' तो मनापासून बोलत होता.

जेव्हा लोक भावनिक पातळीवर ब्रँडवर विश्वास ठेवतात, तेव्हा दीर्घ काळ यशाची क्षमता ब्रँडमध्ये असते. पण हे भावनिक नाते घडायलासुद्धा वेळ लागतो.

४) कॉर्पोरेट ब्रँड्सना अधिकृतता लागते. पुन्हा अल रिएससारखे ब्रँड तज्ज्ञ सांगतात की, ती सर्वच ब्रँड्सना लागते, पण टाटांचे उदाहरण आपल्याला सांगते की कॉर्पोरेट ब्रँड्सवर हा दबाव जास्त असतो. जाहिराती आणि जनसंपर्क संदेश ठसवतात, पण समजूत निर्माण करू शकत नाहीत. दुसरे, उद्योग जे करतो ते सांगितलेल्या मूल्यांशी आणि श्रद्धांशी सुसंगत हवे. सर्वसाधारणपणे लोक ब्रँड्सच्या बाबतीत छिद्रान्वेषी असतात आणि अनेक लोक – ते सगळे पत्रकार नसतात – दुबळेपणा किंवा अपयशाच्या खुणांवर टपून बसलेले असतात. आणि विशेषत: मोठ्या संस्थांमध्ये दुबळेपणा किंवा अपयश अपरिहार्य असतात. आणि मग त्या उद्योगाचे नेते किती चांगल्या पद्धतीने आणि ठामपणे 'चुकीची दुरुस्ती' करतील, त्यावर तो उद्योग आणि ब्रँड जोखला जाईल.

कीर्ती व्यवस्थापनामधील (reputation management) तज्ज्ञ याला 'अपयशातून सावरणे' म्हणतात आणि म्हणतात की, 'जर एखादा उद्योग अपयशातून विशेष

चांगला सावरला, तर ते त्याच्या कीर्तीत भरसुद्धा घालू शकते. आपण टाटांच्या बाबतीत अनेक वेळा पाहिले, टाटा फायनान्समधल्या घटनांना प्रतिसाद, टाटा इंडिका पुन्हा नव्याने बाजारात आणणे, इत्यादी.

टाटांनी एक गोष्ट, निदान मागल्या दशकात तरी, फार चांगली साधलेली आहे. आणि ती म्हणजे त्यांची मूल्ये, कृती आणि स्टेकहोल्डर्सची समजूत यातली एकसूत्रता.

टाटांनी एक गोष्ट, निदान मागल्या दशकात तरी, फार चांगली साधलेली आहे आणि ती म्हणजे, त्यांची मूल्ये, कृती आणि स्टेकहोल्डर्सची समजूत यातली एकसूत्रता. कॉर्पोरेट ब्रँडिंग तज्ज्ञांच्या मते, हीच यशाची गुरूकिल्ली आहे. अर्थात ही खूप बहुआयामी, जिवंत प्रक्रिया आहे. सर्व तुकडे एका सूत्रात ओवून थांबता येत नाही, ध्येयपूर्तीबद्दल स्वत:ची पाठ थोपटून घेऊन शांत झोपी जाता येत नाही, हे चित्र शोभादर्शकासारखे असते. सहस्त्रावधी तुकडे जागा बदलून नवनवीन आकृत्या, रचना निर्माण करत राहतात. गोष्टी सांगण्याची आणि प्रतिमानिर्मितीची ही प्रक्रिया अव्याहत चालू असते, आणि ब्रँड व्यवस्थापकांच्या हातात यातला फार थोडा भाग असतो, हे आपण वरती पाहिलेच. रोज रात्री झोपताना त्यांना माहीत असते की, उद्या सकाळपर्यंत स्टेकहोल्डर्सची समजूत बदलणाऱ्या आणि एकसूत्रता तोडणाऱ्या हजार गोष्टी घडू शकतात.

मेरी ज्यो हॅच आणि माखेन शुल्ट्झ म्हणतात की, आधी ब्रँड प्रतिमा तयार करून मग स्टेकहोल्डर्सनी ती अनुसरावी अशी अपेक्षा करण्याऐवजी, स्टेकहोल्डर्सच्या समजुतींच्या रेषेत ब्रँड ठेवणे ही यशाची गुरुकिल्ली आहे. खरे तर टाटांच्या ब्रँडकडे पाहून, ही दुविधाच मला खोटी वाटते. ब्रँड प्रतिमा आणि स्टेकहोल्डर्सची समजूत हे स्वत:लाच एका रेषेत ठेवतात. ते नृत्यातल्या जोडीदारांसारखे दिसतात. एकमेकांवर विश्वास असला, तर ते यशस्वी होतात. एक धडपडला किंवा एक चुकला, तर दुसरा आपला पदन्यास बदलून त्याला सावरून घेतो. टाटा स्टेकहोल्डर्सना समूह चांगला माहीत आहे व त्यावर त्यांचा एवढा विश्वास आहे की, जेव्हा समस्या खरेच उद्भवतात, तेव्हा ते क्षमाशील असतात. पण विश्वास नसेल, तर क्षमा नसते. ज्या ब्रँडवर विश्वास नसतो, त्यांना दुसरी संधी मिळत नाही. एखादी चूक, एखादवेळी धडपडणे, आणि त्यांचे साथीदार त्यांचा हात सोडून दुसरे भिडू शोधायला निघतात.

कॉर्पोरेट ब्रँड हा व्यवस्थापनाने तयार केलेला नसतो. कंपनीच्या आतले आणि बाहेरचे अनेक लोक त्याच्या निर्मितीत गुंतलेले असतात. आणि काळाच्या ओघात ब्रँड विकसित होताना त्याची जोपासना करू शकू, प्रभाव टाकू शकू, मार्गदर्शन

आणि शिक्षकाची भूमिका निभावू शकू एवढीच आशा व्यवस्थापनाला करता येते. जाणत्या अवस्थेत, कॉर्पोरेट ब्रँड म्हणजे चिन्हे, प्रतिमा आणि मिथके यांची गुंतागुंतीची बांधणी असते, ज्याचा अर्थ स्टेकहोल्डर्स ब्रँडबद्दलच्या आपापल्या पूर्वानुभवावरून लावतात. 'टाटा'चा अनुभव सुचवतो की, सर्वांत शक्तिशाली आणि टिकाऊ दंतकथा व चिन्हे ही प्रत्यक्ष कृतीतून, आचरणातून, लोकांबरोबर जोडले जाऊन, संस्थेची मूल्ये उघड करून, सर्वांना प्रदर्शित करून व ती जगून – रोजच्या रोज, सातत्याने – तयार होतात.

तुम्ही म्हणता म्हणून कॉर्पोरेट ब्रँड तसा नसतो. तुम्ही जे असता, तसा तो असतो. तुम्हाला जर तुमच्या ब्रँडमध्ये गुण आणि विश्वासार्हता हवी असेल, तर स्वत: गुणी व विश्वासार्ह व्हा आणि तुमच्या कृतीतून ते दिसू दे. तुमच्या ब्रँडमध्ये गुणवत्ता आणि पैशाचे योग्य मूल्य मला दिसावेसे वाटत असेल, तर पैशाचे योग्य मूल्य देणारी गुणवत्तापूर्ण उत्पादने बनवा व विका. तुमचा ब्रँड जसा हवा, तसे तुम्ही बना. मला वाटते, टाटा अनुभवावरून प्रत्येक उद्योगाने घ्यावा असा हा शेवटचा आणि टिकाऊ धडा आहे.

---

[i] जरी प्रकरण ३मध्ये आपण पाहिले की, जे.आर.डी. टाटा दीर्घ काळ कार्यरत होते, त्यांच्या कार्यकाळाच्या शेवटी-शेवटी त्यांच्या अभेद्य शक्तीसुद्धा दुर्बल होत गेल्या.

[ii] सर्जनशीलतेला तुलनात्मक श्रेणी देण्यातल्या अडचणी आपण आधी पाहिलेल्या आहेत. टाटा पूर्वीपेक्षा आता अधिक सर्जनशील 'आहेत', हा मुद्दा नसून त्यांना तसे 'समजले जाते' हा मुद्दा आहे.

[iii] उदाहरणार्थ २००९साली स्टेट बँक ऑफ इंडियाने, बँकेचे ग्राहक असलेल्या पूर्वीच्या भारतीय नेत्यांवरची एक जाहिरात मालिका केली होती.

संदर्भसूची

मूल्यांकडून मूल्यांकडे

१. ही जाहिरात मला दाखवल्याबद्दल आणि माझ्यासाठी त्याचे भाषांतर केल्याबद्दल, टाटा ग्लोबल बीव्हरेजेसच्या दक्षिण आशिया विभागाच्या अध्यक्ष संगीता तलवार यांचे आभार, त्याच्या मजकुरात काही चुका राहिल्या असतील, तर त्या माझ्या स्वत:च्या आहेत.

२. बीबीसी रेडिओ-४ वरील या हल्ल्यांच्या आठवणींसंदर्भातील एका कार्यक्रमात एका अनामिकाने ही कथा सांगितली होती, याचे प्रक्षेपण फेब्रवारी २००९मध्ये झाले होते.

३. निर्माल्य कुमार, *India's Global Powerhouse : How They Are Taking on the World,* Boston : Harvard Business Press, 2009.

४. रजनीश कर्की, *Competing With the Best : Strategic Management of Indian Companies in a Globalizing Arena,* New Delhi : Penguin Books India, 2008; सुमंत्र घोषाल, गीता पिरामल आणि ख्रिस्तोफर ए. बार्टलेट, *Managing Radical Change: What Indian Companies Must Do to Become World Class, New Delhi : Penguin Books India, 2000.*

५. मुंबईस्थित *GFK Mode* या सल्लागार संस्थेने केलेल्या ब्रँड ट्रॅकिंग अभ्यासांच्या मालिकेचा माझ्या बोलण्याला विशेष संदर्भ आहे. या पुस्तकात पुढे त्याबद्दलचा अधिक तपशील विस्ताराने आला आहे.

६. टाटा सर्व्हिसेस लिमिटेडने पुरवलेल्या आकृत्या.

७. The Economic Times : 28 April 2008.

८. *Live Mint.com, The Wall Street Journal,* 21 April 2009. गोंधळाचे आहे खरे, पण ब्रँड फायनान्सने २००७ ची ब्रँड मूल्ये काढली आणि मग ती

वापरून २००८ साठीचे 'लीग टेबल' तयार केले. त्यानुसार 'टाटा' २००९ साठी एक्कान्नावा जागतिक ब्रँड होते, तर ब्रँड फायनान्स ग्लोबल ५००च्या मार्च २०१० मधील अहवालानुसार ते पासष्टावे होते.

९. या प्रश्नांबाबतच्या चर्चेसाठी पॅट्रिक बरवाईज, इ. *India's Global Powerhouse : How They Are Taking on the World,* Boston : Harvard Business Press, 2009. हा लंडन बिझिनेस स्कूल व द इन्स्टिट्यूट ऑफ चार्टर्ड-अकाउंटंस फॉर इंग्लंड अँण्ड वेल्स यांचा १९८९ चा निबंध पाहा.

१०. गॅरी डेव्हिस इ, *Corporate Reputation and Effectiveness, London : Routledge, 2003.*

११. *Ryan Swift, 'Touching on the Intangible', Change Agent 10, 2007, p.29*

१२. प्रा. पॅट्रिक बरवाईज आणि टिम ॲम्बलर, दोघेही लंडन बिझिनेस स्कूलचे – यांनी माझे लक्ष वेधले. त्याबद्दल त्यांना धन्यवाद.

१३. Mary Jo Hatch and Majken Schultz, Taking Brand Initiative : How Companies Can Align Strategy, Culture and Identity Through Corporate Branding, San Francisco : Jossey-Bass, 2008, p. xvii.

१४. *Hatch and Schultz, Taking Brand Initiative,* p. 10

१५. संस्थात्मक संस्कृतीवर विपुल साहित्य उपलब्ध आहे. कदाचित शंकास्पद असू शकते. (कदाचित नसूही शकते.) पाहा : उदाहरणार्थ, Edgar f. Schein, Organizational Culture and Leadership, San Francisco: Jossey-Bass, 1985, Chris Argysis, Overcoming Organizational Defences, Needham, MA : Allyn & Bacon, 1990.

१६. जोनाथन श्रोडर, वैयक्तिक संपर्क, नोव्हेंबर २००९; शिवाय पाहा, Schroeder, 2009, 'The Cultural Codes of Branding', *Marketing Theory* 9(1) : 123-26. ब्रँडिग आणि संस्कृतीवर आणखी माहितीसाठी वाचा – Douglas B. Holt, *How Brands Become Icons:* The Principles of Cultural Branding, Boston : Harvard Business School Press, 2004.

१७. *Martin Roll, August 2010* अशा अनेक अलीकडच्या लेखकांचा तरी असा दृष्टिकोन आहे.

१८. टिम ॲम्बलर, वैयक्तिक संपर्क.

१९. पॅट्रिक बरवाईज, वैयक्तिक संपर्क.

२०. Tata Quality Management Service, Management of Business Ethics : *A Reference Manual,* Pune : TQMS, n.d.

२१. Quoted in Kumar, India's Global Powerhouses, p.158

२२. टाटाचे इतिहासकार – आर. एम. लाला यांचे लिखाण हा त्यांचा इतिहासलेखनाचा सर्वांत 'समग्र' प्रयत्न आहे. पाहा : त्यांचे The Creation of Wealth, New Delhi : Penguin Books India, 2004, revised edn. See also part 4 of Gita Piramal, Business Legends, New Delhi : Peguin Viking, 1998. प्रकरण २ व ३ मधील संदर्भांमधून इतर स्रोत मिळतील.

२३. जोनाथन श्रोडर, वैयक्तिक संपर्क.

भविष्य पाहिलेला माणूस

१. हा उतारा, पेरिनने नंतर लिहिलेल्या किंवा सांगितलेल्या आठवणींमधून घेतल्यासारखा दिसतो, तो अनेक ठिकाणी उद्‌धृत केला जातो. उदाहरणार्थ R. M. Lala, *'For the Love of India',* New Delhi : Penguin Books India, 2004. p.140 आणि रुद्रांशु मुखर्जी, *'A Century of Trust : The Story of Tata Steel',* New Delhi : Penguin Books India, 2008.

२. जमशेटजी टाटांचे भारताच्या इतिहासात तसेच भारताच्या उद्योगांमध्ये ठसठशीत महत्त्व असूनसुद्धा आधुनिक चरित्रकारांकडून ते काहीसे दुर्लक्षित राहिले आहेत. दोनच महत्त्वाची पुस्तके आहेत :आर. एम. लाला यांचे *'For the Love of India',* आणि फ्रँक हॅरिस यांचे *'J.N. Tata : A Chronicle of His Life', New Delhi : Oxford University Press, 1925,* या दोनपैकी, हॅरिस यांचे कल्पित-चरित्र आहे, त्यावर विश्वास ठेवता येत नाही. लालांचे काम हे जास्त चांगले आहे. कारण, त्यात टाटांचे चरित्र आणि कारकीर्द यांबरोबर त्यांची समृद्ध पार्श्वभूमी तपशिलासह आणि संदर्भासह दिली आहे.

३. Lala, *For the Love of India, p. 46*

४. जमशेटजी टाटांसह बैठकीच्या सभासदांचे छायाचित्र 'टाटा स्टील सेंटर फॉर एक्सलन्स', जमशेदपूर येथे फाउंडर्स गॅलरीमध्ये प्रदर्शित केले आहे.

५. हॅरिस यांनी जे. एन. टाटामध्ये असा दावा केला आहे. याचा स्रोत आहेत सर फिरोजशहा मेहता, सुरुवातीचे सदस्य व टाटांचे मित्र. ही माहिती टाटांचे पुत्र सर दोराबजी टाटा यांना दिली गेली असण्याची शक्यता आहे. दोराबजी हे हॅरिस यांच्या कामाचे एक मुख्य स्रोत आहेत.

६. भागीदारी संस्था इतर भागीदारी संस्थांमध्ये गुंतवणूक करतात व एक समूह तयार करतात. अशा प्रकारचे संस्थांचे स्वरूप इतर काळात आणि जागी दिसलेले आहे, सर्वांत ठळकपणे रेनेसान्स इटलीमध्ये. जोखमीविरुद्ध हा एक सुंदर संस्थात्मक

आणि व्यूहात्मक बचाव आहे. कारण एखादा उद्योग अपयशी ठरला, तर गुंतवणूक काढून घेता येते. पाहा : मॉर्गन विट्झेल : Management History, Lodon : Routledge, 2009, Chapter 3.

७. Lala, *For the Love of India,* p. 93 वरून उद्धृत.

८. त्यांच्या इच्छापत्राचा पूर्ण मसूदा R. M. Lala, *For the Love of India,* चे परिशिष्ट म्हणून दिला आहे.

९. Lala, *For the Love of India,*ाध्ये पान ८३ वर दिलेल्या आकृत्या.

१०. Lala, *For the Love of India,* p. 37.

११. उदाहरणार्थ पाहा, Anuradha Ghandy and Ajit Kumar, 'A Pyrrhic Victory : Governemnt Take-over of Empress Mills', Ecnonomic and Political Weekly 23(6), 6 February 1988.

१२. तसेच टाटांचे चरित्रकार पाहा, Charles Allen and Sharada Dwivedi, The Taj : Story of The Taj Mahal Hotel, Bombay, 1903-2003, Mumbai : privately published, 2003; and Taj Magazine, The Centenary : 100 Years of Glory, 2003; प्रसिद्ध झालेल्या लेखांचा संग्रह.

१३. मुखर्जी यांच्या 'A Century of Trust' आणि लाला यांच्या 'The Romance of Tata Steel', New Delhi : Penguin Books Inida, 2007मध्ये टिस्कोच्या स्थापनेचा तपशीलवार इतिहास आला आहे. समकालीन लेखनासाठी पाहा : Lovatt Fraser, Iron and Steel in India, 2007 : A Chapter from the life of Jamsetji N. Tata, Bombay : Times Press, 1919. J.L. Keenan, 'A Steel Man in India', New York : Duell, Sloan & Pierce, 1943, यात गिरणीत अनेक वर्षे आणि जनरल मॅनेजर म्हणून अल्पकाळ काम केलेल्या अमेरिकन व्यवस्थापकाच्या आठवणी आहेत.

१४. Kumar Suresh Singh, Birsa Munda and His Movement, 1874-1901, New Delhi : Oxford University Press, 1983.

१५. पाहा उदा. Mukherjee, 'A Century of Trust', p. 60. टाटांच्या वारसांना ही कल्पना प्रत्यक्षात उतरवताना आलेल्या अडचणींचे तपशीलवार वर्णन केले आहे.

१६. Sir Ebenezer Howard, Garden Cities of To-morrow, London: Swan Sonnenschein, 1902.

१७. Mukherjee, 'A Century of Trust', p. 69. या प्रकारे नियोजनबद्ध नगर. दुसऱ्या कुठल्याही पोलाद कंपनीने वसवले नाही हे मुखर्जींचे म्हणणे चुकीचे आहे. क्रुप'ने जर्मनीत एस्सेन येथे असे नगर वसवले होते. याच काळातील

रशियामध्येही अशी उदाहरणे आहेत.

१८. पाहा Keenan, 'A Steel Man in India' : पोलाद उद्योगातील टेलरप्रणित संस्कृतीबद्दल तपशील पाहा Witzel, Management History, passim.

१९. पाहा Subbiah Kannapan, 'The Tata Steel Strike: Some Dilemmas of Industrial Relations in a Developing Economy', Journal of Political Economy 67 (5), 1959 : 485-507. अमेरिकन विद्यापीठात शिक्षणतज्ज्ञ असलेले हे लेखक, संपाच्या वेळी जमशेदपूरमध्ये होते.

२०. उदाहरणार्थ, पाहा Jerry Collins and James Porras, Built to Last, New York : Harper Collins, 1994.

लोकांसाठी विश्वास

१. See Arvind Mambro (ed.), J.R.D. Tata : Letters, New Delhi : Rupa & Co., p. 423.

२. आर.एम. लाला 'Beyond the Last Blue Mountain : A Life of J.R.D. Tata' (1904-1993), New Delhi : Penguin Books India, 1993, p. 75. अध्यक्ष म्हणून सर नौरोजी टाटांच्या कारकीर्दीबद्दल लाला जेमतेम दोन पाने खर्च करतात. समूहाने केलेल्या अभ्यासांमध्ये दिली जातात त्यापेक्षा दोन पाने हा मजकूर जास्त आहे.

३. Lala, 'Beyond the Last Blue Mountain' हे संपूर्ण चरित्र आहे. नंतरच्या वर्षांमध्ये लेखकाचा जेआरडींशी चांगला परिचय होता. ते वैयक्तिक मित्र होते. गीता पिरामल यांचे 'बिझिनेस लिजंड्स', न्यू दिल्ली, पेंग्विन बुक्स इंडिया, १९९८मध्ये यश आणि अपयश यांची मीमांसा करणारी लांबड लावली आहे. महत्त्वपूर्ण स्रोतांमध्ये आहेत. Rupa & Co., 2004.

४. Lala, 'Beyond the Last Blue Mountain', p. 195.

५. Lala,' Beyond the Lst Blue Montain', and Mukherjee, 'The Romance of Tata Steel', both give deatiled accounts. See also J.R.D. Tata's correspondence in Mambro (ed.), J.R.D. Tata : Letters.

६. पोलादमंत्री बिजू पटनाईक यांना पत्र, १९७९, in Mambro (ed.,) J.R.D. Tata : Letters, p. 254; Piramal, Business Legends, p. 531.

७. १९८०मधील वारसा समस्येबद्दल अधिक माहितीसाठी पाहा : गीता पिरामल, बिझिनेस लिजंड्स.

८. Piramal, 'Business Legends', p.530.

९. Lala, 'Beyond the Last Blue Mountain', p. 298 मधून उद्धृत.

१०. Geeta Piramal, 'Tata, J.R.D.', in Morgen Witzel (ed.), Biographical Dictionary of Management, Bristol : Thoemmes Press, 2001. मधून उद्‌धृत.

११. Piramal, 'Tata, J.R.D.'

१२. Lala, Beyond the Last Blue Mountain, pp. 277-78.

१३. Piramal, 'Tata, J.R.D.', मधून उद्‌धृत.

१४. Piramal, 'Business Legends', p.527-28.

१५. वर दिलेल्या स्रोतांप्रमाणेच, हे सुद्धा पाहा : Anthony Sampson, 'Empires of the Sky : The Politics, Contents and Cartels of World Airlines', New York : Random House, 1984.

१६. Piramal, 'Business Legends', p.433.

१७. Lala, 'Beyond the Last Blue Mountain', pp.132-33.मधून उद्‌धृत.

१८. Lala, 'Beyond the Last Blue Mountain', pp.141-42.

२०. Piramal, 'Business Legends', p.431-32.

२१. Malcolm Warner (ed.,) International Encyclopaedia of Business and Management, London : International Thomson Business Press, 1997.

टाटा प्रतिमेतला बदल

१. Sumantra Ghoshal, Gita Piramal and Christopher A. Bartlett, Managing Radical Change : What Indian Companies Must Do 0आहे. Michael Polanyi, *The Tacit Dimension,* University of Chicago Press, 1966.

८. हॅच आणि शुल्ट्झ यांनी *Taking Brand Initiativec*ध्ये ठासून मांडलेला मुद्दा.

९. ऑक्टोबर २००९मध्ये सिमॉन टाटांबरोबरची मुलाखत.

१०. www.tatabuildingindia.com या स्पर्धेबद्दल अधिक माहिती देते.

११. 'The World's Fifty Most Innovative Companies', *Business Week,* 28 April 2008.

१२. World Intellectual Property Organization website - www.wipo.int.

१३. Ipsos Public Affairs, 'Tata Reputation Study: China', October 2007.

१४. Ipsos Public Affairs, 'Tata Reputation Study: United States and United Kingdom', 2008.

ब्रँड सहजीवन

१. ब्रँड उतरंड आणि ती कशी काम करते. याबद्दल अधिक माहितीसाठी पाहा : Kevin Lane Keller, *Strategic Brand Management,* Upper Saddle River, NJ: Prentice-Hall, 1998; David A. Aaker, *Building Strong Brands,* New York: The Free Press, 1996.

२. उदाहरणार्थ हॅच आणि शुल्ट्झ 'टेकिंग ब्रँड इनिशिएटिव्ह'मध्ये उत्पादन ब्रँडला तुलनेने कमी महत्त्वाची भूमिका देतात, त्यांचे म्हणणे असे की, 'उत्पादन ब्रँड हा त्या उत्पादनाबरोबर जन्मतो व मरतो. पण याच्या उलट कॉर्पोरेट ब्रँड मात्र कंपन्यांना जीवनभर साथ देतो', पान १०.

३. Martin Roll, *Asian Brand Strategy: How Asia Builds Strong Brands,* Basingstoke: Palgrave Macmillan, 2006, p. 34.

टाटा व त्यांचे ग्राहक

१. Rama Bijapurkar, *We Are Like That Only,* Penguin Books India, 2007, p. 109.

२. Al Ries and Laura Ries, *The Origin of Brands : How Product Evolution Creates Endless Possibilities for New Brands,* New York: Harper Collins 2004.

3. Bijapurkar, *We Are Like That Only, pp. 135-40.*

४. Ibid., pp. 112-14.

५. Abraham Maslow, *Motivation and Personality,* New York : Harper & Bros., 1954.

६. उदाहरणार्थ पाहा, Roll, *Asian Brand Strategy.*

७. Parameswaran, *Ride the Change,* p. 34.

८. Bijapurkar, *We Are Like That Only, p.* 171.

९. Ibid., p. 147.

१०. C.K. Prahalad, *The Fortune at the Bottom of the Pyramid: Eradicating Poverty Through Profits,* Upper Saddle River, NJ: Wharton School Publishing, 2006.

११. See Witzel, *Management History, pp.* 215-19.

१२. Parameswaran, *Ride the Change, p.* 35.

१३. Al Ries and Laura Ries, *The Origin of Brands*.

१४. Ratan Tata, 'Foreword', *Code of Honour: Corporate Social Responsibility and the Tata Group*, Tata Review, 2004, p. 9.

१५. A. Gopalakrishnan Iyer and A. Prakash Iyer, *India Brand-ished: The Branding of a Nation*, Mumbai : English Edition, p. 102.

१६. Manish Gupta and P. B. Singh, 'The Making of Brand India', paper presented at the International Marketing Conference on Marketing and Society, 8-10 April 2007, IIMK, pp. 272-73.

१७. Sunil Gupta and Donald R. Lehman, *Managing Customers as Investments*, Upper Saddle River, NJ: Wharton School Publishing, 2005, p. 121.

१८. Hatch and Schultz, *Taking Brand Initiative*, p. 220.

टाटांची माणसं : मालकाचा ब्रँड

१. Quoted in Lala, *For the Love of India*, p. 37.

२. Hatch and Schultz, *Taking Brand Initiative*, pp. 14-22.

३. www.elro.org/portfolio/legospirit.

४. Hatch and Schultz, *Taking Brand Initiative*, p. 147.

५. Morgen Witzel, *Fifty Key Figures in Management*, London: Routledge, 2002.

६. See Nicholas Ind, *Living the Brand*, London : Kogan Page, 2001.

७. See, for example, Jonathan Gosling, Peter Case and Morgen Witzel (eds), *John Adair: Fundamentals of Leadership, Basingstoke: Palgrave Macmillan*, 2005; Rob Goffee and Gareth Jones, 'Why Should Anyone Be Led By You?,' London: FT-Prentice Hall, 2005.

८. Lynda Gratton, *Glow: How You Can Radiate Energy, Innovation and Success*, London: FT-Prentice Hall, 2009, p. 190.

९. Sidney Webb, *The Works Manager To-Day*, London: Longmans, Green & Co., 1917, pp. 153-54.

10. R. N. Bose, Gandhian Technique and Tradition in Industrial Rrelations, Kolkata: All-India Institute of Social Welfare and Business Management.

11. The account of the TELCO strike is drawn largely from Piramal, Business Maharajas, pp. 38-46.

12. Quoted in Piramal, Business Maharajas, p. 385.

13. Business Week, 'Tata Group's Innovation Competition', 26 June 2009.
14. 'Kannan Devan targets turnover of Rs 130 cr', Hindu Business Line, 18 December 2006.
15. Ind, Living the Brand.
16. Quoted in Lala, For the Love of India, p. 38.

टाटांचा आर्थिक ब्रँड

१. Quoted in Lala, *'For the Love of India'*, p. 78.
२. Ries and Ries, *The Origin of Brands*, pp. 271-72.
३. 'Who Gains Most as Tata Buys UK Legends?', BBC News website, 27 March 2008.

'आम्ही धर्मादाय करत नाही'

१. झारखंड राज्याच्या अधिकृत संकेतस्थळावरून घेतलेली आकडेवारी. साक्षरतेचा तौलनिक दर घेतला आहे. *The Hindu,* '260 Million People Still Live Below the Poverty Line', 28 January 2006.
२. 'Uthnau: The Drum Beats Silently', Tata Steel, n.d.
३. Edward Duyker, *Tribal Guerrillas: The Santals of West Bengal and the Naxalite Movement,* Delhi: Oxford University Press.
४. Quoted in Lala,' *For the Love of India',* p. 93.
५. Shubha Khandekar, 'A Happy Homecoming', Tata group website, www.tata.com/ourcommitment/articles.
६. Lala, *The Creation of Wealth,* p. 265.
७. Hatch and Schultz, *Taking Brand Initiative, passim.*

नाही केवळ ब्रँडकहाणी

१. Barry C. Smith, 'Language, Conventionality of, in Edward Craig (ed.), *Routledge Encyclopaedia of Philosophy,* London: Routledge, 1998, vol. 5, p. 368.
२. Ries and Ries, *The Origins of Brands,* p. 272.
३. See Kumar, *India's Global Powerhouses.*

परिशिष्ट : टाटा कंपन्यांची यादी

PROMOTER COMPANIES

- **Tata Sons**
  Subsidiaries & Divisions

- Tata Consulting Engineers

- Tata Housing Development Company
- Tata Petrodyne
- Tata Financial Services
- Tata Quality Management Services

- **Tata Industries**

  Divisions

- Tata Strategic Management Group
- Tata Interactive Systems

INTERNATIONAL OPERATIONS in Leather, Engineering, etc.

- **Tata International**

THE 7 BUSINESS SECTORS TATA COMPANIES ARE IN:

INFORMATION TECHNOLOGY AND COMMUNICATIONS

- Tata Consultancy Services
- Tata Elxsi
- Tata Technologies
- Tata Interactive Systems
- Tata Business Support Services

COMMUNICATIONS

- **Tata Sky**
- **Tata Teleservices**
- **Tata Communications**

ENGINEERING

AUTOMOTIVE

Tata Motors

Subsidiaries /Associates /Joint Ventures (JVs)
- Jaguar Land Rover
- Tata Marcopolo Motors
- Tata Daewoo Commercial Vehicle Company
- Tata Motors (Thailand)
- Tata Technologies
- Tata Cummins
- HV Transmissions and HV Axles
- TAL Manufacturing Solutions
- Tata Motors European Technical Centre
- Tata Motors Finance
- Hispano Carrocera
- Tata AutoComp Systems
- TML Distribution Company
- Concorde Motors

Tata AutoComp Systems JVs
- Tata AutoComp Systems Limited Interiors and Plastics Division
- Nanjing Tata AutoComp Systems
- Tata Johnson Controls Automotive
- Tata Toyo Radiator
- Tata Yazaki AutoComp
- Automotive Stampings & Assemblies
- Tata Ficosa
- TACO Composites
- Tata AutoComp GY Batteries
- TACO Hendrickson Suspensions

Telco Construction Equipment Company

Engineering Products & Services
- **Tata Projects**
- **Voltas**
- **Tata Consulting Engineers**
- **TRF**

MATERIALS

METALS
- **Tata Steel**

Subsidiaries /Associates / JVs
- Tata Steel Europe (Corus)
- NatSteel Holdings
- Tata Steel Thailand
- Tinplate Company of India
- Tayo Rolls
- Tata Steel Processing and Distribution
- Tata Refractories
- Tata Sponge Iron
- Tata Metaliks
- Tata Pigments
- Jamshedpur Injection Powder
- TM International Logistics
- mjunction services
- TRF
- Jamshedpur Utility and Service Company
- The Indian Steel and Wire Products
- Tata BlueScope Steel
- Dhamra Port Company
- Lanka Special Steel
- Sila Eastern Company
- Tata Steel KZN

ASSOCIATED SECTOR
- **Tata Refractories**

COMPOSITES
- **Tata Advanced Materials**

SERVICES

HOTELS, PROPERTY DEVELOPMENT
- **Indian Hotels (Taj Hotels Resorts and Palaces)**
- **Tata Realty and Infrastructure**
- **Tata Housing Development Company**
- **JUSCO**

FINANCIAL SERVICES
- **Tata AIG Life Insurance Company**
- **Tata AIG General Insurance Company**
- **Tata Asset Management**
- **Tata Investment Corporation**
- **Tata Capital**

OTHER SERVICES
- **Tata Strategic Management Group**
- **Tata Services**

ENERGY

- **Tata Power**
  Subsidiaries
  - North Delhi Power Limited (NDPL)
  - Powerlinks Transmission
- Tata Power Trading Co.
- Strategic Electronics Division (SED)
- NELCO
- **Tata BP Solar**

CONSUMER PRODUCTS

- **Tata Global Beverages**
  Subsidiaries / Associates
  - Tata Tea Inc.
  - Watawala Plantations
  - Zhejiang Tata Tea Extraction Company

- **Titan Industries**
- **Infiniti Retail**
- **Trent**

CHEMICALS

- **Tata Chemicals**
- **Advinus**
- **Rallis India**

Source: Tata group Corporate Brochure, March 2010

www.ingramcontent.com/pod-product-compliance
Lightning Source LLC
LaVergne TN
LVHW031611060526
838201LV00065B/4807
* 9 7 8 8 1 8 4 9 8 2 9 9 2 *